बाईची गोष्ट

प्रा. पुरुषोत्तम रामदासी

मेहता पब्लिशिंग हाऊस

Please contact us at **Mehta Publishing House,** Pune 411030.

✆ +91 020-24476924 / 24460313 / Mob. No. 9545000513

Email : production@mehtapublishinghouse.com

Website : www.mehtapublishinghouse.com

◆ *या पुस्तकातील लेखकाची मते, घटना, वर्णने ही त्या लेखकाची असून त्याच्याशी प्रकाशक सहमत असतीलच असे नाही.*

BAICHI GOSHTA by PROF. PURUSHOTTAM RAMDASI

बाईची गोष्ट : प्रा. पुरुषोत्तम रामदासी / कथासंग्रह

Email : author@mehtapublishinghouse.com

प्रकाशक : सुनील अनिल मेहता, मेहता पब्लिशिंग हाउस,
१९४१, सदाशिव पेठ, माडीवाले कॉलनी, पुणे - ४११०३०.

मुद्रक : ट्रिनिटी अ‍ॅकॅडमी फॉर कॉर्पोरेट ट्रेनिंग लिमिटेड

मुखपृष्ठ चित्र: मुक्ता कदम

प्रथमावृत्ती : जानेवारी, २०२२

किंमत : ₹ ३००

P Book ISBN 9789392482465
E Book ISBN 9789392482533
E Books available on : amazonkindle Apple Books Google Play Books

---

आयुष्यात सर्वांगीण साथ
देणारी माझी अर्धांगिनी
सौ. संध्यास

मनोगत

माझा हा सातवा कथासंग्रह वाचकांच्या हाती देताना मनस्वी आनंद होत आहे. आजवर मी उत्स्फूर्तपणे जे जे विषय सुचले त्यावर कथा-कादंबरी लिहित आलो. गुन्हेगारी-विश्व, विनोद, स्त्रियांचं भावविश्व, गूढ-भय-भूत, जागतिक घटनाधारित - अशा विभिन्न विषयांवर कथा लिहिल्या, ज्यांचं वाचकांनी आणि साक्षेपी संपादकांनी स्वागत केलं. या संग्रहातील नऊ शृंगारकथा २००७ ते २०१८ या कालवधीत किस्त्रीम, मेनका (मासिक), श्रीदीपलक्ष्मी, पुरुष उवाच, सोनेरी पान आणि रानवारा या दिवाळी अंकात प्रसिद्ध झाल्या आहेत. या कथांमधील कामशरण पात्रं आपल्याच भोवतालातील आहेत. काही उघड दिसतील तर काहींचे मुखवटे हटवावे लागतील. त्यांचं अध:पतन वाचकांना बेचैन आणि अंतर्मुख करील. हा कथासंग्रह उत्कृष्टपणे प्रकाशित केला त्यासाठी मी मेहता पब्लिशिंग हाऊसचे आभार मानतो. समर्पक आणि देखणं मुखपृष्ठ चितारणाऱ्या मुक्ता कदम यांचेही मी आभार मानतो. या कथासंग्रहाचं वाचक उत्स्फूर्त स्वागत करतील असा विश्वास आहे.

अनुक्रमणिका

लेट्स हॅव फन

रिदीमा पुन्हा बाल्कनीमधे येऊन उभी राहिली. खरंतर वीसेक मिनिटांपूर्वी ती बाल्कनीतच उभी होती. तिथंही तिचं मन स्थिरावलं नाही म्हणून ती आत गेली होती. पण आत, प्रशस्त हॉलमधे ती जेमतेम पंधरा-वीस मिनिटं बसू शकली होती. तिचं मन पुन:पुन्हा त्या जाहिरातीमधे गुंतत होतं. ती जाहिरात वाचल्याक्षणी तिला कसंतरीच वाटलं होतं. अशी कशी जाहिरात देऊ शकतं कुणी? निर्लज्जपणा म्हणायचा? की बदलत्या आधुनिक जगण्याचा अनिर्बंध आविष्कार?

तिची नजर खाली गेली. त्या अतिभव्य आणि उच्चभ्रू सोसायटीच्या मधल्या भागात स्विमिंग टँक होता. निळ्याशार पाण्यात सोसायटीतील काही मुले व पुरुष स्विमिंग करीत होते. भाटियांचा द्वाड मुलगा पोहण्यापेक्षा मस्तीच जास्त करीत होता. तो तसा नेहमीच आडदांडपणा करायचा. नीरजला तर एकदा...

तिला स्वत:च्या मुलाची, नीरजची आठवण आली. सहा वर्षांचा होता... गोंडस! गुबऱ्या गालांचा... गोरापान. पाचगणीच्या बोर्डिंग स्कूलमधे सोडून येताना तिचा श्वास घुसमटला होता. छातीत मणामणाचं ओझं दाटलं होतं. तिच्या डोळ्यांतून सतत ओघळणारे अश्रू पाहत राजननं एका झाडाखाली कार थांबवली होती.

"रिदी... प्लीज... कंट्रोल युवरसेल्फ." तिनं डोळे पुसत 'सॉरी' म्हटलं खरं, पण डोळे पुन्हा भरून आले. जिवंत झरा होता आत... वात्सल्याचा, मातृत्वाचा.

"रिदी..." राजन म्हणाला, "हे बघ... त्याच्या भल्यासाठीच आपण हा निर्णय घेतलाय... यू नो इट!"

"हो रे पण... आई म्हणून वाईट वाटणारच ना मला... किती लहान आहे

तो... कसा राहील एकटा...''

''राहील तो. चारआठ दिवस त्रास होईल पण रुळेल तो तिथं.''

''... आणि मी? माझं काय?''

''तुझं काय रिदी?''

''च्... राजन... तू आठेक दिवसांनी शिपवर जाशील... म्हणजे मी एकटीच ना!''

''ओह् कमॉन रिदी...'' राजन हसून म्हणाला, 'यू आर इनफ मॅच्योअर्ड टू एन्टरटेन युवरसेल्फ.''

एन्टरटेन! रिदीमाच्या आठवणींची साखळी त्या शब्दापाशी तुटली. दहा वर्षं झाली. नीरज त्याच्या जगात रुळला. रुळलाच नव्हे तर एकरूप झाला. पण गेल्या दहा वर्षांत मी स्वत:ला कोणत्याच एन्टरटेनमेंटमधे रमवू शकले नाही! मन रमलं नाही कुठंच. राजननं एक नव्हे, दोन नव्हे तर तीन तीन उच्चभ्रू क्लब्जची मेंबरशिप मिळवून दिली होती. रिदीमाला सुरुवातीला क्लबमधे छान वाटलं होतं. सुनीला भाटिया, फरहीन दारुवाला, पेर्शी दमानिया आणि मृणाल परांजपे यांच्याशी तिची मैत्रीही झाली होती. पण तरीही क्लब असो की तिचा तीन बेडरूमचा आलिशान फ्लॅट... तिचं एकटेपण तिच्या मनात सतत जागं असायचं.

रिदीमाचे पाय भरून आले तशी ती बाल्कनीतून आत आली. संध्याकाळ उतरणीला लागली होती. तिनं बटण दाबताच एका बाजूचं झुंबर उजेडानं झळाळून उठलं. पिवळा, सोनेरी प्रकाश हॉलभर पसरला. क्षणभर वाटलं तिला, दुसरंही बटण दाबावं पण तिनं ते टाळलं. दोन्ही झुंबरं प्रकाशमान झाली की तो प्रशस्त दिवाणखाना सोनेरी प्रकाशशलाकांनी अतिदेदीप्यमान होतो आणि आपण दुसऱ्या कोणत्यातरी दैवी जगामधे आल्याचा भास होतो हे तिनं राजनसोबत अनुभवलं होतं.

राजनची आठवण आली तशी ती पुन्हा व्याकूळ झाली. सगळी भौतिक सुखं पायाशी आहेत पण आयुष्याचा जोडीदारच सोबत नाही. एकदा बोटीवर गेला की तीन-तीन, चार-चार महिने गाठ नाही. लांबचा दौरा असला की सहा महिने तिकडंच.

'विचार कर राणी... प्रेमात पडून लग्न करतेयस खरी पण नवरा हा असला... सहवास कसा मिळणार!'

आईचं वाक्य तिला नेहमीप्रमाणेच आठवलं. ती हसली होती. 'आई... तुझं आपलं काहीतरीच... अगं, चोवीस तास सहवास तुला तरी मिळाला का बाबांचा?' 'चोवीस तास नकोच असतो गं राणी... पदराला बांधून का ठेवायचा नवऱ्याला! माझा मुद्दा एवढाच की तो सतत फिरतीवर जाणार... बोटीनं... येणार कधीतरी...

राहणार थोडे दिवस की पुन्हा जाणार दुसऱ्या सफरीवर... सिंदबादच निवडलास!' आईचं बोलणं ऐकून ती खळखळून हसली व म्हणाली, "मी नाही निवडला... त्यानंच मला निवडलं... मी फक्त होकार दिला." त्यावर आई उसळून म्हणाली, "न निवडायला काय जातंय त्याचं... माझी राणी अप्सरेसारखी आहे... कुणा देशाचा राजकुमारही पट्टराणी करून घेईल."

~

रिदीमा बेडरूममधील आरशासमोर उभी होती. बेडरूममधे आकाशी निळसर रंगाचा प्रकाश होता. ती स्वतःच्या प्रतिबिंबाकडं निरखून पाहत होती. पट्टराणी! आई म्हणाली होती तेच खरं! याच आरशासमोर राजननं तिला उभं केलं होतं... आणि तिच्या देहावरचं एकेक वस्त्र अलगदपणे दूर केलं होतं. तिचा देह पूर्णपणे निर्वस्त्र झाला तेव्हा तिच्या कमनीय देहाकडं तो अनिमिष डोळ्यांनी पाहत राहिला होता. तिचा देह अत्यंत प्रमाणबद्ध होता. हलका निळसर प्रकाश तिच्या पुष्ट उरोजांवरून ओहोळून ओटीपोटापर्यंत घसरत होता. त्या निळ्या प्रकाशात ती समुद्राच्या खोल-खोल निळाईतील जलपरी भासत होती. राजननं काही क्षणांनंतर तिला आवेगानं जवळ घेतलं आणि...

रिदीमानं स्वतःच्याही नकळत अंगावरचे कपडे काढून टाकले. तिनं वेगवेगळ्या कोनांमधे वळत आरशातील प्रतिबिंब न्याहाळलं. पस्तिशी ओलांडून चाळिशीकडं वय झुकलं तरी आपलं शरीर तेवढंच आकर्षक आहे. उरोजांचा गर्व किंचित ओसरलाय पण... तिच्या चित्तवृत्ती हळूहळू फुलू लागल्या. कुणीतरी हलक्या, मोरापिसांगत स्पर्शानं सर्वांग कुरवाळावं... गुलाबाच्या पाकळ्यांच्या मुलायमतेनं ओठांवर ओठ टेकवावेत... कानांच्या पाळ्या ओठांनी किंचित चघळाव्यात... कटिप्रदेशावर हलकेपणानं हात फिरवावा... आणि रात्रीचा गर्द काळोख सहन करीत सूर्याच्या पहिल्या किरणासोबत कमळ उमलावं तसं आपलं अंगांग शृंगारासाठी आसुसावं.

तिचं मन स्वप्नात विहरत होतं पण त्याचवेळी कठोर वास्तवाची बोचरी किनार तिला अस्वस्थ करीत होती. राजननं तिला कधीच तिच्या अंतर्मनातील शृंगारसुख दिलं नव्हतं. त्याची पुरुषी, सहजप्रवृत्तीची घाई आणि धसमुसळेपणामधे तिचं कोमल अंतरंग अतृप्तच राहत आलं होतं. तिनं त्याला बऱ्याचदा अप्रत्यक्षपणे तिची कोमल कामना सांगितली होती. तिला हवं तसं करण्याचा त्यानं प्रयासही केला होता; पण त्या प्रयत्नात त्याची 'त्या' क्षणाच्या आधी पडझड होत असे आणि मग... तो धुसफुसत राहायचा. चार-सहा महिन्यांनंतर घरी आल्यावर त्याला तिची साथ हवीहवीशी असायचीच पण ती त्याच्या पद्धतीनं! तिच्या तृप्तीपेक्षा त्याला स्वतःची क्लांतावस्था अधिक प्रिय होती. त्याच्या दृष्टीनं सगळं

काही यथायोग्य होतं, पण...

रिदीमा कितीतरी वेळ आरशासमोर स्वत:ला न्याहाळत उभी होती. स्वत:चं निर्वस्त्र शरीर पाहताना तिला अचानक ती जाहिरात आठवली. तिनं झट्‌कन उशीखाली ठेवलेला इंग्रजी वृत्तपत्राच्या पुरवणीचा तो कागद हातात घेतला. पुरवणीतील त्या विशिष्ट जाहिरातीवर तिची नजर खिळली.

Handsom young male available only for foreplay. No intercourse at any cost. Secrecy guarunteed. Contact today and tommorrow 9 a.m. to 9 p.m.

हीच जाहिरात तिनं प्रथम वाचली होती तेव्हा तिला विक्षिप्तपणा वाटला होता. काहीशी घृणासुद्धा! पण नंतर नंतर तिच्या मनात जाहिरातीनं ठाण मांडलं. कोण असेल तो पुरुष? इंटरकोर्स नको म्हणणारा! मुळात अशी जाहिरात वाचून एकतरी स्त्री त्याला फोन करण्याचं धाडस करेल का?... या प्रश्नापाशी रिदीमाचं मन थबकलं. कारण ती जाहिरात वाचली त्यानंतरच ती बेचैन झाली होती. तिच्या मनात बंडखोर विचार पुन:पुन्हा हेलपाटे घालीत होता. एकदा तर तिनं जाहिरातीतील फोन नंबरच्या दहापैकी आठ अंक डायलही केले होते, पण पुन्हा थांबली होती. समजा फोन केला आणि खरोखर संपर्क झाला तर... कदाचित मन खेचून नेईल त्या अनोळखी पुरुषाकडे. पण नंतर त्यानं ब्लॅकमेल केलं तर? तिचं मन शहारलं. आजकाल कितीतरी मार्गांनी स्त्रियांचा गैरफायदा घेतला जात आहे. वर्तमानपत्रात अनेक बातम्या येतात. फसवून वेश्याव्यवसायात ढकलल्या गेलेल्या तरुणींच्या! हा असाच कुणीतरी लफंगा असला तर? आणि राजनला हे कळलं तर?

ती पुन्हा बसल्या जागी शहारली. विचारांच्या आवेगानं ती किंचित थकली. बेडवर पहुडली. तिनं स्वत:चा हात स्वत:च्या कटिभागावरून फिरविला. तिचं तिलाच छान वाटलं. तिनं पुन्हा हात फिरविला आणि तिच्याही नकळत तिचा हात तिच्या नितंबावर सरकला. तिच्या संवेदना अलगद उमलू लागल्या. सुनीला भाटियानंच तिला काही टिप्स दिल्या होत्या मास्टरबेट करण्याबाबत. क्लबमधे पार्टीच्या वेळी वाइन घेता घेता सुनीला, पेर्शी दमानिया आणि फरहीन दारुवाला यांच्यासोबत चावट गप्पांना रंगत चढायची. पेर्शी तर वाइन ऐवजी व्होडका प्यायची. दोनेक पेग झाले की तिची जीभ सैल होत असे. अशावेळी ती जुन्या काळातील राजे रजवाड्यांच्या जनानखान्यात दुर्लक्षित राण्या काय करीत असत हे ऐकवत असे. त्या गोष्टी सांगण्याची तिची स्टाइलही भन्नाट असे. मग हसत-खिदळत सुनीला म्हणत असे मी आजच्या काळातील राणीच आहे... राजा असूनही अतृप्त!

रिदीमानं काहीसं कठोर होत मनातील अस्ताव्यस्त विचार झटकले. ती बेडवरून उठली. आरशाजवळ भिरकावलेला गाउन तिनं उचलला. गाउन अत्यंत तलम आणि सुळसुळीत होता. राजननं खास त्याच्या आवडीनं आणि पसंतीनं घेतलेला. काहीसा पारदर्शक आणि मुलायम गाउन त्यानं पसंत केला तेव्हा ती त्याला म्हणाली,

"हा गाउन घालू मी?... एवढा झिरझिरीत!"

"हो..."

"बघ हं राजन... बाल्कनीत उभी राहिले तर सगळे पुरुष..."

"बाल्कनीत जाण्यासाठी नाही हा."

"मग?"

"सांगतो नां... घरी चल्."

रिदीमा हातात गाउन धरून आरशासमोर पुतळ्यागत उभी होती. तो गाउन अंगावर चढविण्यासाठी तिनं उचलला होता, पण गाउनसोबत त्या रात्रीचा आठवणींचा छोटा खजिना तिच्या समोर आला होता.

राजन खूप खूशीत होता. साडेपाच-सहा महिन्यांनंतर तो परतला होता. संध्याकाळी दोघांनी मनसोक्त शॉपिंग केलं होतं. गाउन घेताना त्यानं तिला मिश्कीलपणे कोड्यात टाकलं होतं. दोघांनी एका उच्चभ्रू हॉटेलमधे वाइनचे घुटके घेत डिनर घेतलं आणि घरी परतले.

"ए रिदू..." "काय?"

त्यानं तिच्या कानात काहीतरी सांगितलं तशी ती संकोचत म्हणाली, "काहीतरीच काय..."

"काहीतरीच?... मी सांगतो तसं कर... प्लीज ग..." त्याला दुखवायचं नाही म्हणून ती हो म्हणाली. खरंतर तिलाही मनोमन ती कल्पना आवडली होती. साडेपाच-सहा महिन्यांच्या विरहानंतर ती त्याच्या बाहुपाशात विसावणार होती. तिच्या चित्तवृत्ती कमालीच्या फुलल्या होत्या.

त्याच्या सांगण्यानुसार तिनं अंगावर बाकी काहीही न घालता नवीन गाउन चढविला आणि बेडरूममधे आली. मंद निळ्याशार प्रकाशात राजन बेडवर बसला होता. ती त्याच्या जवळ आली. त्यानं अत्यंत आवेगानं तिला जवळ ओढलं. तिच्या अंगांगावरून त्यानं हात फिरवित तिला मिठीत घेतलं. त्याच्या आक्रमक बलदंड मिठीनं तिचा जीव किंचित घुसमटला. पण तिला वाटलं त्यानं आणखी जोरात मिठी घालावी... त्याच्या शरीरात आपलं शरीर एकरूप व्हावं... राजननं तिचा गाउन स्वत:च्या हातानं काढला आणि...

दहाएक मिनिटांनंतर राजन गाढ झोपला. ती त्याच्या शेजारी पडून त्याच्याकडं

पाहत होती. तिच्या कल्पना हिरमुसलेल्या होत्या. तिला ज्या प्रकारचा शृंगार अपेक्षित होता त्याचा मागमूसही अनुभवाला आला नव्हता.

दूरवर सिटी टॉवरच्या घड्याळात बाराचे टोल ऐकू आले तशी रिदीमा भानावर आली. क्षणभर तिला बेडवर राजन झोपला असल्याचा भास झाला. पुन्हा लक्ष जाहिरातीकडं गेलंच. टुडे ॲन्ड टुमारो. जाहिरातीत त्यानं दोनच दिवस संपर्क साधण्याची संधी दिली होती. फोन करावा की करू नये या द्विधावस्थेत ते दोन दिवस तिच्या हातातून निसटून गेले होते. परत येईल का जाहिरात, हा प्रश्न ती स्वत:ला अनेकदा विचारत होती. किंबहुना ती जाहिरात पुन्हा कधी येते याची ती वाट पाहत होती. रात्रभर काहीशी बेचैन झोप असायची. सकाळ झाली की सर्वांत प्रथम ती वर्तमानपत्र उचलायची. बातम्यांच्या आधी पुरवणीतील जाहिराती बारकाईनं पाहायची. पण नऊ-दहा दिवस होऊन गेले होते. पण ती जाहिरात मात्र पुन्हा दिसली नव्हती. खरंतर त्या पुरुषाशी संपर्क साधायचा असा काही ठाम निर्णय तिनं घेतला नव्हता; पण संपर्क साधायचा नाही असंही ठरवलेलं नव्हतं. उत्सुकता, प्रचंड उत्सुकता होती तिला त्या पुरुषाविषयी.

~

रिदीमा क्लबमधे पोहोचली तेव्हा लेडीज हॉलमधे कोपऱ्यातील टेबलवर पेर्शी, सुनीला आणि मृणाल ब्रिजचा डाव टाकून बसल्या होत्या. रिदीमा त्यांना जॉइन झाली तेव्हा पेर्शीनं डाव बंद केला. तिला हवा तसा डाव मिळत नसे तेव्हा ती असंच करायची. तिची ही खोड बाकीच्यांनी स्वीकारली होती, कारण कोणत्याही गेम पेक्षा त्यांना चॅटिंग आवडायचं. तिघींनी रिदीमासाठी ड्रिंक्स मागविलं. क्लबमधील काही भानगडी चघळून होत असतानाच पेर्शी म्हणाली, "काही दिवसांपूर्वी आलेली एक खास जाहिरात तुमच्यापैकी कुणी वाचली का?" क्षणभर कुणीच काही उत्तर दिलं नाही पण मृणाल हसली. "का हसलीस?" सुनीलानं विचारलं. मृणालनं हसतच मानेनं काही नाही म्हटलं. रिदीमा विचारात पडली. सांगावं की नको. "मृणाल... का हसलीस ते सांग..." पेर्शीनं दटावत विचारलं. मृणाल म्हणाली, "सांगते... थोडं थांब." रिदीमा म्हणाली, "कुठल्या जाहिरातीबाबत विचारलंस?" "ओह् कमॉन रिदी... कॉमन जाहिरात नव्हती... इट वॉज रिलेटेड टू सेक्स."

तेवढ्यात दोन टेबल्स सोडून पुढच्या टेबलवर असलेल्या लेडीज ग्रुपच्या तावातावानं बोलण्याचा आवाज वाढला.

बहुधा कोणत्यातरी मुद्द्यावरून भरुचा आणि माथुर यांच्यात कडाक्याचा मतभेद झाला होता. दोघीही बऱ्यापैकी प्यायलेल्या होत्या.

'No... no... you are victim of narcissism' भरुचा माथुरला म्हणाली.

माथुर ते ऐकून भयंकर चिडली. खरंतर बऱ्याच जणींचं तेच मत होतं. माथुर स्वत:ला जरा जास्तच सुंदर आणि अप टु डेट समजत असे. भरुचानं रागाच्या भरात खरं खरं बोलून दाखवलं.

"Shut up bitch... if i am victim of narcissism.... what are you... you are concubine."

हे ऐकताच भरुचा चवताळली आणि माथुरला मारायला उठली. पण तेवढ्यात दोघींचेही नवरे तिथं आले. मोठ्या मुश्किलीनं त्यांनी आपापल्या बायकांना वेगळं करून बाहेर नेलं. क्लबमधे जमलेली लेडीज हॉलमधील गर्दी पांगली पण सर्वांना ड्रिंक्सबरोबर चघळायला कुरकुरीत विषय मिळाला होता. मिसेस भरुचाचं अजेय सक्सेना बरोबर असलेलं एक्स्ट्रा मॅरीटल अफेअर सर्वांना माहीत होतं. त्यामुळं पुरुषांना ऐकायला मजा वाटली.

लेडीज हॉलमधे पुन्हा नेहमीचा माहोल जमला. पेर्शी म्हणाली, "That's why people call them coven" यावर मृणाल म्हणाली, "त्यांना हडळी म्हणू नकोस. त्यांना कळलं तर त्या दोघी मिळून तुझा बॉबकट खेचून मारतील." रिदीमा आणि सुनीला खळखळून हसल्या. पेर्शी म्हणाली, "Fuck them... any way... आपण काय बोलत होतो... येस्... जाहिरात... रिलेटेड टू सेक्स' "ओह् येस" रिदीमा म्हणाली, "मी वाचली" मृणाल पुन्हा हसली. सुनीला म्हणाली, "मृणाल, तू पुन्हा हसलीस म्हणजे... काहीतरी गंमत आहे... Tell me dear... What is the matter?"

मृणाल म्हणाली, "मी त्याला भेटून आले." "व्हॉट?" तिघी तारस्वरात ओरडल्या. हॉलमधील लेडीजनी त्यांच्याकडं घाबरून पाहिलं. आता या चौघींमध्ये काही घडलं की काय अशी भीती त्यांच्या चेहऱ्यावर होती. "don't shout, all are staring" मृणाल म्हणाली.

"ओह सॉरी बट..." पेर्शी म्हणाली. "मृणाल... तू गंमत करतेस ना...?" रिदीमानं विचारलं. "नाही... मी खरंच... आय मीन... ती जाहिरात वाचली आणि मी प्रचंड एक्साइट झाले.' "My God Mrunal... you have guts baby..." सुनीला म्हणाली, "but dear... it was perilous" "नो... नो..." मृणाल म्हणाली. "ऐ मृणाल... कसा होता एक्स्पिरिअन्स?" रिदीमानं विचारलं. "ए रिदी... मी नुसती भेटले त्याला... just for the sake of curiocity...." "कमॉन मृणाल, why are you hiding later part" पेर्शी म्हणाली. "नाही पेर्शी.... मी काहीही लपवत नाही. खरंच मी फक्त भेटले त्याला. आणि तसंही I am not interested in foreplay" "It means your husband is sex-expert" सुनीला हसत म्हणाली. त्यावर मृणालनं डोळा मिचकावत तिला

विचारलं, "तुला अनुभव हवाय का माझ्या नवऱ्याचा?" यावर चौघीही खळखळून हसल्या. त्यांचा ब्लॅक मेरीचा तिसरा राउंड संपत आला होता. रिदीमानं विचारलं, "कसा होता तो? आय मीन... वय... ॲपिअरन्स..." "चांगला वाटला. आय थिंक, चाळिशीचा असेल... बट... वेल ड्रेस्ड... वेल मॅनर्ड... do you want to meet him." "चल काहीतरीच काय," रिदीमा तिला चापटी मारत म्हणाली. "...आणि समजा" पेर्शी मिश्कीलपणे म्हणाली, "भेटायचं असेल तरी परत जाहिरात येईपर्यंत थांबावं लागेल ना!"

"नो... नो" मृणाल म्हणाली, "I can manage it for you" हे ऐकून तिघी हसल्या पण रिदीमा मात्र खूप लाजली. तिच्या गोऱ्यापान गालावर आरक्तवर्ण उमटला. तिच्याकडे पाहत मृणाल म्हणाली, "तू खूप सुंदर आहेस रिदी..." रिदीमा अधिकच लाजली. मृणाल नाटकीपणानं तिच्याकडं झुकत म्हणाली, "...मला तुझा गाल चावावासा वाटतो." पेर्शी आणि सुनीला फिदीफिदी हसल्या. रिदीमा म्हणाली, "ए पुरे गं..." "अजून काहीच केलं नाही मी आणि पुरे कसं?" मृणालनं छेडलं. तिघी पुन्हा खळखळून हसल्या. पेर्शीनं घड्याळात पाहिलं, "ओ माय गॉड... इट्स क्वार्टर टू इलेव्हन... लेट्स मुव्ह" "ए पेर्शी... बैस... कसली घाई करतेस," मृणाल म्हणाली. त्यावर सुनीला म्हणाली, "मृणाल... तुझा आणि हिचा नवरा घरी नाहीय... आमचा आहे ना... तुम्ही दोघी बसा... आम्ही निघतो. बाय... गुड नाइट," असं म्हणत पेर्शी आणि सुनीलानं निरोप घेतला.

~

मृणाल आणि रिदीमा क्लबच्या बाहेर आल्या. बाहेरची ताजी हवा शीतल होती. क्लबमधील बुचाच्या झाडांवर फुलांचे झुबके बहरले होते आणि खाली लांब दांड्याची बुचाची फुले पडली होती. त्या फुलांचा गोडसर मंद सुगंध वातावरणात दरवळत होता. मृणालनं खोल श्वास घेत तो सुगंध छातीत भरून घेतला. मात्र दोघींनाही बाहेरच्या हवेत येताच जाणीव झाली की गप्पांच्या नादात आज ड्रिंक्स जास्त झालंय. मधूनच येणाऱ्या वाऱ्याच्या झुळकांमुळं तरंगणारी नशा कणभर वाढली होती. दोघी कार पार्किंग एरियात आल्या. एव्हाना मृणालच्या चित्तवृत्ती चांगल्याच फुलल्या होत्या. "गाडी आणलीस ना? ड्रायव्हर कुठाय?" रिदीमानं तिला विचारलं. मृणाल म्हणाली, "ड्रायव्हर आला नाही. मीच ड्राईव केलं" "ओह" रिदीमा तिच्याकडं पाहत म्हणाली, "... पण आता कशी चालवणार?" "आय नो... दॅट्स द प्रॉब्लेम... ए रिदी... तू गाडी आणलीयस?" "हो..." "कुठाय?" "ही काय" रिदीमा तिच्या बी.एम.डब्ल्यू कारकडं बोट दाखवीत म्हणाली. 'ड्राइव्ह करू शकतेस रिदी?" "येस... ऑफकोर्स..." "चल तर...

माझी मर्सिडीज राहू दे इथंच... मी येते तुझ्यासोबत'' मृणाल म्हणाली. ''ओके... चल'' कारमध्ये बसता बसता मृणाल म्हणाली, ''इफ यू डोन्ट माइंड... मी आज तुझ्याकडं येऊ... मला खूप एकटं वाटतंय रिदी...'' ''ओह शुअर... इट्स माय प्लेझर.''

~

रात्रीचे सव्वाबारा वाजून गेले होते. रिदीमा आणि मृणाल फ्रेश होऊन बेडवर पहुडल्या होत्या. ब्लॅक मेरीच्या नशेचा पहिला झटका ओसरून आता दोघीही अल्कोहोलच्या हलक्या हलक्या लाटा अनुभवत होत्या. बेडरूममध्ये मंद निळा प्रकाश दोघींना त्या अथांग अवकाशात असल्याचा आभास करून देत होता. कुजबुजत्या आवाजातील गप्पा रंगल्या होत्या.

दोघी एकमेकींकडं तोंड करून गप्पा मारीत होत्या. रिदीमानं विचारलं, ''ए मृणाल, खरं सांग... तू त्या पुरुषाला खरंच भेटलीस का?'' मृणाल हसली व म्हणाली, ''छे गं... आय वॉज किडिंग... मी एवढी धाडसी नाही. मनात आला होता विचार... फोन करावा... विचारावं की कोण आहेस तू... अशी जाहिरात का दिलीस? पण धाडस नाही झालं!'' रिदीमा काही क्षण गप्प बसली. नंतर म्हणाली, ''...पण धाडस असतं तर तू गेली असतीस? टू सॅटिस्फाय युअर नीड?'' ''कान्ट से रिदी... तो कोण... त्याचा खरा हेतू चांगला की वाईट... हू नोज! पण...'' ''पण काय'' रिदीमानं विचारलं. मृणालनं तिच्या डोळ्यात रोखून पाहिलं. रिदीमाचे एरवी टपोरे दिसणारे डोळे या क्षणी अर्धोन्मिलित होते. जणू ते स्वप्न पाहत होते. कुणाचा तरी मृदु मुलायम स्पर्श होतोय अंग-प्रत्यंगावर... समुद्रातील अंतरंगातून आवेशानं येणारी लाट किनाऱ्यावर येता येता सौम्य होत हळुवारपणे पायाला गुदगुल्या करीत फेसाळावी, त्याप्रमाणं देहाच्या गाभ्यातून उसळून येणाऱ्या प्रणयाला रेशमी झुळझुळीतपणा लाभावा... रिदीमाच्या अर्धमिटल्या डोळ्यातील नजर मृणालवर खिळली होती. मृणाल तिच्या जवळ सरकली. रिदीमा स्वतःच्या ओठातून बाहेर पडणाऱ्या शब्दांना तरंगत्या स्वरांचा साज चढवावा तसं म्हणाली, ''जाहिरातीत दिलेलं वचन तो पाळत असेल का?... नो इंटरकोर्स अ‍ॅट एनी कॉस्ट! अं...'' मृणाल तिच्या अधिक जवळ सरकत म्हणाली, ''...पण पुरुषांना तर त्यातच इंटरेस्ट असतो ना!'' ''...आणि आपल्याला मात्र'' रिदीमा अर्धवट वाक्य बोलून गप्प बसली.

मृणालचे उष्ण श्वास तिला जाणवू लागले होते. बेडवर आपल्याशेजारी कुणीतरी अगदी जवळ पहुडलं आहे या जाणिवेनं रिदीमाचं शरीर उत्तेजित झालं होतं. ''रिदी...'' मृणाल तिच्या अंगावर आपला पाय टाकीत म्हणाली. रिदीमाच्या छातीत अनामिक धडधड सुरू झाली. ''तू खूप खूप सुंदर आहेस रिदी... आय

लाइक यू'' असं म्हणत मृणालनं तिच्या गालाजवळ तोंड आणलं. रिदीमाच्या शरीराचा कणन्‌कण रोमांचित झाला. स्वत:च्याही नकळत तिनं मृणालला जवळ ओढलं. ''Why should we rely on unknown man.'' मृणाल तिला बिलगत म्हणाली, ''We are able to play our foreplay for each other... come on Ridi... Let's have fun...''

◆

सूचना - सदर कथा पूर्णपणे काल्पनिक असून वास्तवातील कोणत्याही व्यक्ती अथवा क्लब किंवा घटनांशी संबंधित नाही. तसा संबंध आढळल्यास तो निव्वळ योगायोग मानावा.

मेनका, दिवाळी २०१६

ल्यूसी द पी.जी

टेंथ ॲव्हेन्यूच्या टुमदार घरांच्या रांगेत पाचवं घर अजूनही सुस्त होतं. वीकएंडनंतर येणारा सोमवार असल्यामुळे बाकी घरं ब्रेकफास्ट उरकून आपापल्या उद्योगधंद्याला गेली होती. चार नंबरच्या घरातून मिस्टर जॉर्ज ब्राऊनिंग बाहेर पडले. त्याचवेळी सहा नंबरमधून क्रिस्टिना वॉशिंग्टन बाहेर पडली. दोघांनी एकमेकांकडे पाहून विश केलं. दोघांचं लक्ष एकाचवेळी पाच नंबरकडे गेलं.

पाच नंबरच्या बाहेर आलिशान लिमोजिन हेलपाटत आत घुसल्यासारखी तिरकी उभी होती. सुबक लाकडी पट्ट्यांचा कठडा मोडून पडला होता. बागेतील सुंदर ट्युलिपच्या फुलझाडांचा चुराडा झाला होता. गाडीची चाकं तिरकी होती आणि कारचा दरवाजाही व्यवस्थित बंद केलेला नव्हता.

ते दृश्य पाहून दोघांच्याही चेहऱ्यावर कमालीची घृणा आणि तुच्छतेचे भाव उमटले. टेंथ ॲव्हेन्यूच्या त्या संपूर्ण उच्चभ्रू कॉलनीला पाच नंबरचं घर म्हणजे जणू काळाकुट्ट डाग होता. दोघांनीही 'नो-वे' या अर्थानं खांदे उडवले आणि आपापल्या कारमधून ते मार्गस्थ झाले.

~

दुपारी एकच्या सुमारास ल्यूसीला जाग आली. 'कमॉन ल्यूसी' हे शब्द तिच्या कानात घुमले. तिनं अर्धवट गुंगीतच पाय उचलले पण... क्षणभरात तिचे पाय बेडवर आदळले व ती खाड्कन जागी झाली.

रात्र संपून दिवस उजाडला आहे, एवढंच नव्हे तर दिवसही अर्धा सरलाय याची तिला जाणीव झाली. ती बेडवर उठून बसली. तिचं डोकं जड झालं होतं. तिनं कॅरनच्या नावानं एक शिवी हासडली. त्यानं काल ड्रगचा डोस जास्त दिला

हे तिला आत्ता जाणवलं. वैतागून तिनं पायाशी पडलेली उशी लाथेनं उडवली. जणू तिनं कॅरनला लाथ घातली होती. उशी बेडखालच्या गुबगुबीत कार्पेटवर पडली. उशीवरचं मखमली कव्हर आणि त्यावरचं निरागस डोळ्यांचं हरीण ती क्षणभर पाहतच राहिली. स्वत:ला सावरत ती बेडवरून उतरली व तिनं उशी उचलली. त्या हरणाकडं क्षणभर पाहिलं. ते पिलोकव्हर तिनं मोठ्या हौसेनं पॅरिसवरून आणलं होतं. ते हरीण आणि त्याची नितळ मखमली मान तिला खूप आवडली होती. तिनं निगुतीनं उशी बेडवर ठेवली आणि कॉफी मशीन ऑन केलं.

मायकलचा नवा अल्बम लावून गरम कॉफीचे घुटके घेत ती बाल्कनीत आली. लिमोजिनखाली चिरडलेली ट्युलिपची फुलं पाहून ती खंतावली. आपणही त्या फुलांसारखेच! चिरडले गेलेलो! ती फुलं बरी म्हणायची... एकदाच चिरडली गेली, पण आपण?... रोज... रोज चिरडले जातोय. तिला तिचा पार्टनर आठवला. झेनेसिस! बैलासारखा माजलेला! तिच्या अंगाशी खेळणारा!

तिला स्वत:च्या शरीराची घृणा वाटू लागली. स्वत:च्या हाता-पायांकडे तिनं तुच्छतेनं पाहिलं. हे शरीर खेळणं बनलं आहे. झेनेसिसचं, कॅरनचं आणि पॉर्न-फिल्म्स चवीनं मिटक्या मारत पाहणाऱ्या प्रत्येक पुरुषाचं!... आणि मायकल?

मायकलची आठवण येताच ती शहारली. पण तिनं विचार झटकले. तिला स्वत:चीच भीती वाटली. नेहमीप्रमाणे तिच्या विचारांच्या साखळीचा नांगर मायकलवर येऊन स्थिरावायचा आणि मग... मग ती त्या रम्य आणि अल्लड वयाच्या आठवणींमध्ये हरवून जायची... तासन्‌तास!

ल्यूसी बाथरूममध्ये आली. तिनं बाथटबमध्ये 'देजा वू' शाम्पू टाकला आणि पाणी सोडलं. अंगावरचा नाइट गाउन उतरवला आणि टबमध्ये उतरणार तेवढ्यात तिचं लक्ष आरशाकडे गेलं. ती स्वत:च्याच प्रतिबिंबाकडे पाहत राहिली. गोरीपान नितळ कांती, घाटदार पण सडसडीत बांधा आणि निळे डोळे! तिला आठवलं... आठ-दहा वर्षांची असताना मी ममा आणि डॅडबरोबर इंडियात गेली होती. इंडियन डॅडच्या म्हाताऱ्या मम्मानं, तिच्या आजीनं तिला जवळ घेतलं. आपले खरखरीत हात तिच्या गालांवरून फिरवित तिला न्याहाळलं, म्हणाली, "अगो सावू, ही तर बाहुलीच की गो! असायचीच म्हणा... फारिनची पांढरी मडुम केली ना वं सून!"

ल्यूसीनं अभावितपणे स्वत:च्या गालांवरून हात फिरवला आणि एक सुस्कारा टाकत ती टबमध्ये उदबार पाण्यात पहुडली. 'देजा वू'च्या मंद सुगंधानं आणि उबदार पाण्याच्या स्पर्शानं तिचं अंग प्रत्यंग सुखावलं. शाम्पूचा फेस ती हलक्या हातानं सर्वांगावर फिरवू लागली. क्षणभरानं ती पाण्यात स्वस्थ पहुडली. तिने

डोळे मिटले.

मिटल्या डोळ्यांसमोर उभं राहिलं तिचं ते घर! ममा आणि डॅडीसह! घर छोटंच होतं पण सुखानं, आनंदानं ओसंडून वाहणारं होतं. वीकएन्ड म्हणजे तर आनंदाच्या संडेच्या संध्याकाळी परतताना ल्यूसीला वाटायचं- वीकएन्ड संपूच नये!

वीकएन्डच काय, पण सारं काही संपलं! निमित्त झालं ममाच्या फ्री वागण्याचं! ती शिकलेली होती. उच्च पदावर काम करून हजारो डॉलर पगार कमावणारी होती. तिच्या कलिग्जबरोबर ती फ्री वागायची. किस करणं हा या मातीचा सहजधर्म होता. पण डॅड इंडियन होता. त्याला ते सहन होईना! दोघांमध्ये वादावादी सुरू झाली आणि...

ल्यूसीचा श्वास गुदमरला. ती कशीबशी सावरत पाण्यातून वर आली. विचारांच्या तंद्रीत ती टबमध्ये घसरून पाण्यात बुडाली होती. क्षणभर ती ठसकली. शाम्पूचं पाणी नाकातोंडात गेलं होतं. 'देजा वू'चा सुगंध जणू मस्तकात शिरला. तिला स्वत:चीच गंमत वाटली. तिनं त्या शाम्पूच्या बाटलीकडं पाहिलं. तिला पॅरिसच्या त्या विक्रेत्याचे शब्द आठवले. "मॅडम, देजा वू म्हणजे अतिंद्रिय तुम्ही या शाम्पूनं बाथ घ्याल तेव्हा तुम्हाला अतिंद्रिय अनुभूती येईल!"

"खरंय रे बाबा तुझं!" असं स्वत:शीच पुटपुटत, हसत ती टबमधून बाहेर आली.

तासाभरानं आवरून ती बाहेर आली. दाराला लॉक की फिरवून ती वळली आणि पुन्हा एकदा लिमोजिनच्या चाकाखाली चिरडलेल्या ट्युलिपच्या फुलांकडं तिचं लक्ष गेलं. फुलांबरोबर काही उमलत्या कळ्याही चिरडल्या गेल्या होत्या. ती मनोमन हळहळली. आपणच जोपासलेली फुलं आपणच... नशेच्या भरात! नशा अटळ कारण...! ल्यूसीनं चिडून लिमोजिनला एक लाथ मारली.

"तू कितीही लाथा झाड, आदळआपट कर पण मी ल्यूसीला ड्रायव्हिंग शिकवणारच!"

डॅडशी भांडताना ममानं टोकाची भूमिका घेतली होती. ल्यूसीनं लगेचच कार ड्रायव्हिंग शिकू नये अशी डॅडमी भूमिका होती. किंबहुना ममाच्या बऱ्याच गोष्टींना डॅडचा विरोधच असायचा. मग शब्दानं शब्द वाढत जायचा आणि कडाक्याची भांडणं व्हायची! ल्यूसी अशावेळी भांबावून गप्प बसायची. डॅडचे मुद्दे तिला खरंतर पटायचे नाहीत. तिला त्याही वेळी जाणवायचं. हे भांडण डॅड आणि ममा यांच्यातलं नाही तर हे भांडण आहे दोन कल्चरमधलं! डॅडची माती वेगळी, ममाची वेगळी! ल्यूसीला प्रश्न पडायचा... या दोघांना त्यांच्या प्रेमाच्या धुंदीत आपापल्या कल्चरचा विसर कसा पडला असावा? तारुण्य, तारुण्यातलं

प्रेम माणसांना एवढं आंधळं बनवतं?

याच प्रश्नापाशी ल्यूसी भानावर आली. तिला स्वत:चीच कीव आली. कारण मायकलबाबत ती स्वत: अशीच आंधळी बनली होती.

प्रकरण पराकोटीला पोहोचलं तेव्हा डॅड आणि ममाचा डायव्होर्स झाला. त्या रात्री ल्यूसी मायकलच्या कारमधून लाँग ड्राइव्हला गेली. मायकल! तिचा फास्ट फ्रेंड! तिचं दु:ख कुरवाळणारा... तिला धीर देणारा! तिला हसवू पाहणारा!

मायकलच्या पुन:पुन्हा चिकटू पाहणाऱ्या आठवणींना झटकत ल्यूसीनं नि:श्वास टाकला. तेवढ्यात तिचं लक्ष गेलं. बारा नंबरमधील सॅरिना ग्रॅंमा फुटपाथवरून संथपणे चालली होती. तिनं सॅरिनाकडं पाहिलं. कापसासारखे पांढरे शुभ्र केस, चेहेऱ्यावर सुरकुत्यांचं जाळं-जणू आयुष्यभर भोगलेल्या कडू-गोड अनुभवांचे रस्ते सुरकुतून चेहेऱ्यावर पसरलेले! हातात काठी आणि अंगावर सैलसर गाउन!

सॅरिना तिच्याकडं पाहून हसली.

"हॅलो बेबी..."

"हॅलो ग्रॅंमा... हाऊ आर यू."

"ठीकच म्हणायचं" अशा अर्थानं सॅरिनानं खांदे उडवले व निर्मळपणे हसली. सॅरिनाच्या प्रसन्न हसण्यामुळे ल्यूसीच्या मनावरचं मळभ काहीसं पांगलं.

"आज दुपारची शिफ्ट आहे?" सॅरिनाने विचारलं.

"नाही..." ल्यूसीनं उत्तर दिलं. क्षणभर तिला वाटलं, सॅरिनाने खोचकपणे तर नाही ना विचारलं? पण... लगेचच तिला स्वत:च्याच शंकेखोरपणाचा राग आला. सॅरिना ग्रॅंमा त्या अॅव्हेन्यूमधील एकमेव व्यक्ती होती जिनं ल्यूसीची बाजू घेतली होती.

त्या वेळी अॅव्हेन्यूमधील सर्व रहिवासी ल्यूसी विरुद्ध गेले होते. पॉर्न-फिल्म्समध्ये कामं करणारी एक पॉर्नगर्ल आपल्यामध्ये राहायला आली ही गोष्ट कुणाला सहन होत नव्हती. विशेषत: अॅव्हेन्यूमधील लेडीजचा जास्त आक्षेप होता. त्यांनी तिला अनेक खोचक आणि भोचक प्रश्न विचारले. जणू ती एकमेव पापी होती, संपूर्ण जगामध्ये! त्या वेळी क्षणभर तिला वाटलं, आपण टेंथ अॅव्हेन्यूमधलं घर सोडून निघून जावं.

पण त्याचवेळी सॅरिना ग्रॅंमा उभी राहिली. सर्वांना उद्देशून म्हणाली, "एक्सक्यूज मी फ्रेंड्स!... आपण सर्वजण ल्यूसीच्या व्यवसायावर आक्षेप घेताय पण एक गोष्ट विसरताय की आपल्या देशात व्यवसाय स्वातंत्र्य आहे, व्यक्तिस्वातंत्र्य आहे! माझं मत सांगू का... व्यवसाय चांगला की वाईट आहे यापेक्षा व्यक्ती कशी आहे हे आपण पाहावं! मला नाही वाटत की मिस् ल्यूसीनं हा व्यवसाय आपखूशीनं पत्करला असेल!"

क्षणभर थांबून ग्रॅमा पुढं म्हणाली, "माय फ्रेंड्स... आयुष्यातील अगंतिक क्षणांना शरण जावंच लागतं. लॉर्ड जीझसला आपण मानता, त्यालाही क्रूसावर जावंच लागलं! आयम सॉरी, बट्... इथं बसलेल्या पुरुषांना एक प्रश्न विचारते... तुमच्यापैकी एक... फक्त एक पुरुष तरी असा आहे का ज्यानं स्ट्रिप शो पाहिला नाही किंवा पॉर्नफिल्म पाहिली नाही?"

हॉलमध्ये जमलेले सर्वजण चिडीचूप होते. सॅरिनाचं वय, तिचा आत्मविश्वास आणि अचूक शब्दांनी सर्वजण गप्प होत. सॅरिना पुढं म्हणाली, "मला उत्तर देऊ नका... नो! आय डोन्ट वॉन्ट युवर ॲन्सर! हा प्रश्न स्वतःला विचारा आणि त्याचं उत्तरही स्वतःलाच द्या!"

सॅरिनानं आपली प्रेमळ पण भेदक नजर सर्वांवर फिरवली व म्हणाली, "मग तुम्हाला जाणीव होईल की त्या वेळी तुम्हीदेखील त्या त्या अनामिक क्षणांना शरण गेला होता! तरुणपणी म्हणा किंवा लग्नानंतर मॅरीड बॅचलर असताना तुम्ही त्या शोजचा किंवा पॉर्न फिल्म्सचा आनंद लुटला, ते क्षण एंजॉय केले. आय थिंक... मिस ल्यूसी त्या क्षणांचं दुःख आजही भोगत आहे आणि अन्फॉर्च्युनेटली आपण त्या दुःखात भर टाकीत आहोत! ओह् लॉर्ड... किती विचित्र आहे ना!... एकाचं दुःख हे दुसऱ्याचं सुख ठरतं!"

हॉलमध्ये पिन-ड्रॉप शांतता पसरली. सॅरिनानं डोळ्यांच्या पाणावलेल्या कडा टिपल्या व म्हणाली, "ल्यूसी जर दुराचारी असेल तर... आय थिंक... आपणही दुराचारी ठरतो! आणि मग... आपल्याला तिला नावं ठेवायचा काय अधिकार उरतो? कृपा करून गैरसमज करून घेऊ नका की मी या व्यवसायाचं समर्थन करतेय! हा व्यवसाय गलिच्छ आहे पण फ्रेंड्स... सुंदर, सुबक घरांनाही गटारं असतातच, नव्हे ती असावीच लागतात. पण म्हणून घरांच्या त्या गटारांना आपण नावं ठेवत नाही!"

काही क्षण शांत राहून सॅरिना पुढ म्हणाली,

"डू यू नो... मी सहा पुरुषांबरोबर लग्न केलं. पण घटस्फोटही सहा झाले. मी सहा पुरुषांशी शृंगार केला म्हणून काय मी पॉर्न लेडी ठरते का? नाही! कारण त्या शृंगाराचं शूटिंग झालं नाही, फिल्म बनली नाही! अगतिक क्षण, सक्तीचे म्हणा, आपखुशीचे म्हणा, ते क्षण प्रायव्हेटच राहिले, सार्वजनिक नाही झाले! मला वाटतं आपल्यापैकी बऱ्याच जणांबाबत हे काहीसं असंच आहे. तेव्हा कृपा करून ल्यूसीला विरोध करू नका. तिच्या वास्तव्याचा कुणाला काही त्रास नाही."

हॉलमधून प्रत्येकजण खाली मान घालून निघून गेला. सॅरिनानं गोड हसत ल्यूसीकडं पाहिलं. ल्यूसीचं मन भरून आलं. कोण कुठची सॅरिना. ना नात्याची ना रक्ताची पण पाठराखीण बनली! ल्यूसीच्या गालावर अश्रू ओघळले. सॅरिनानं

स्नेहानं तिला जवळ घेतलं.

ल्यूसीला खांद्यावर हात ठेवल्याची जाणीव झाली तशी ती भानावर आली. सॅरिना तिच्याजवळ उभी होती. अगदी त्या वेळी जवळ उभी होती तशीच!

कशाला एवढा विचार करतेस बेबी...? यू कान्ट अव्हॉइड युअर डेस्टिनी...! खरंय ना?

ल्यूसी खिन्नपणे हसली व तिनं मानेनंच होकार दिला.

"आणि एक सांगू माय डिअर... डेस्टिनी आपल्या पदरात जे जे काही टाकते ते आनंदानं स्वीकार. यू मस्ट बी नोइंग... जीझस जन्माला आला गोठ्यामध्ये आणि त्याचा शेवट झाला क्रूसावर! आरंभ आणि अंत यामधला त्याचा प्रवास तरी फार सुखाचा होता का?... पण तो कधीच हताश झाला नाही! माय डिअर... जीझस काय, मी काय आणि तू काय वुई आर सेलिंग इन द सेम बोट!"

सॅरिना काही क्षण गप्प बसली. ल्यूसीला जाणवलं, किती सहज आणि सोप्या शब्दांत जीवनाचं सारसर्वस्व मांडलं सॅरिनानं! हे सगळं आपल्याला अनोळखी नाही पण कुणा दुसऱ्याच्या तोंडून ऐकलं की परिचित गोष्टींची ओळख पट्कन पटते! ल्यूसीनं पाहिलं, सॅरिना कुठं तरी हरवली होती. स्वत:शीच बोलल्यागत ती पुटपुटली.

"पाच मुलं आहेत मला पण... पाचही जण पाच वाटांनी निघून गेली... अॅन्ड नाऊ... आयम लोनली हिअर... वेटिंग फॉर माय एन्ड!"

"ग्रॅंमा..."

सॅरिनाचं कातर बोलणं ऐकून ल्यूसीनं, भावविवश होत, तिचा हात आपल्या हातात घेतला, ग्रॅंमाचा हात किंचित थरथरत होता. पडक्या, बुजत आलेल्या जुन्या विहिरीच्या तळाशी किंचित पाणी असावं तसा ग्रॅंमाच्या डोळ्यात किंचितसा ओलावा होता. ल्यूसीनं तिच्या खांद्यावर थोपटलं. तिच्या मनात आलं- मायकलशी आपलं लग्न झालं असतं तर... मुलं झाली असती आणि कदाचित घटस्फोटही! पुन्हा लग्न, पुन्हा घटस्फोट! कदाचित आपणही ग्रॅंमासारखं राहिलो असतो. वेटिंग फॉर द एन्ड!... मग आहे ते आयुष्य वाईट का मानायचं? नो अॅटॅचमेंट! नो इमोशनल इन्व्हॉलमेंट! नो रिस्पॉन्सिबिलिटी! जस्ट अर्न अॅन्ड एंजॉय दॅट्स ऑल!

"सॉरी बेबी-" सॅरिनाच्या शब्दांनी ती भानावर आली. सॅरिनाचा चेहरा पूर्वीसारखाच होता, प्रसन्न! मघाच्या दु:खाचा लवलेश बाकी नव्हता.

"आयम सॉरी... हे असं होतं बघ आत्ताच मी तुला तत्त्वज्ञान ऐकवलं... वुई मस्ट अॅक्सेप्ट अवर डेस्टिनी! आणि मी स्वत: मात्र...!"

एक सुस्कारा टाकत सॅरिना पुढं म्हणाली,

“भावनांना तत्त्वज्ञान माहीत नसतं हेच खरं! ख्रिसमसच्या वेळी भुरभुरणाऱ्या बर्फासारख्या या भावना आपसूक भुरभुरतात आणि मग... सारं तत्त्वज्ञान गुडूप होतं!”

स्वत:ला सावरत, किंचित हसत सॅरिना पुढं म्हणाली,

“वुई मस्ट फालो जीझस! अवर लॉर्ड जीझस्! इजन्ट इट!”

“येस ग्रॅमा... वुई मस्ट!” असं म्हणत ल्यूसीनं तिच्या सुरकुतलेल्या गालांवर आपला गाल घासला, तिला किस् केलं आणि म्हणाली, “थँक्यू ग्रॅमा...”

“गॉड ब्लेस यू माय चाइल्ड!”

सॅरिना संथ पावलं टाकीत पुढं गेली. तिच्या पावलाखाली चुरल्या जाणाऱ्या वाळक्या पानांचा आवाज हळूहळू दूर गेला. ल्यूसी कितीतरी वेळ तिकडं पाहत राहिली.

कार सुरू करून तिनं सफाईदार रिव्हर्स घेतला व ती रोडवर आली. अचानक तिचं लक्ष तीन नंबरच्या घराकडे गेलं. ओह जॉजी! हाऊ कॅन आय फर्गेट यू! असं स्वत:शीच पुटपुटत तिनं कार थांबवली.

“हॅलो जॉजी...”

खिडकीत जणू तिचीच वाट पाहत उभ्या असलेल्या जॉर्जियाला तिनं हात हलवून विश् केलं. जॉजी, आठ-नऊ वर्षांची गोंडस मुलगी! जणू छोटी परीच! आपणही लहानपणी अशाच दिसत असू अशा विचारानं ल्यूसीचं मन भरून आलं. तिच्या वक्षस्थळांमध्ये किंचितशी कळ आली.

मायकलपासून तिला गर्भ राहिला होता. कॅरननं जबरदस्तीने तिचा गर्भपात करविला होता. आपलं बाळ जन्माला आलं असतं तर...! असंच दिसलं असतं... गोंडस, लोभसवाणं! पण... आता आपण कधीच आई बनू शकणार नाही. कॅरनन ऑपरेशन करवून आपली मातृत्वाची नाळच कापून टाकली!

‘हॅलो आँटी’ जॉजीचा नाजूकसा स्वर खिडकीतल्या विंड-बझरसारखा किणकिणला.

“हाऊ आर यू डिअर?” ल्यूसीनं आत्यंतिक मायेनं विचारलं! जॉजीनं निरागसपणे खांदे उडवले. खरंच! काय अर्थ आहे या प्रश्नाला? तिला माहीत होतं जॉर्जियाचे मॉम व डॅड सर्व्हिसला जातात त्या वेळी जॉजीला घरात कोंडून जातात. स्कूल असलं की जॉजी शाळेत रममाण होते कारण हा बंदिवास नसतो!

एकदाच ल्यूसीनं जॉजीला सहज जवळ घेतलं होतं, ती बाहेर एकटी होती तेव्हा! पण तिच्या मॉमनं बाहेर येऊन ल्यूसीचा एवढ्या वाईट शब्दांत पाणउतारा केला होता की...! त्या आठवणीनं ल्यूसी आताही थरारली.

"तू ऑफिसला चाललीस?" जॉजीनं विचारलं.

"नो बेबी... आयम गोइंग फॉर लंच." ल्यूसीनं भरलेल्या आवाजात उत्तर दिलं. जॉजीचा चेहरा हिरमसुल्याचं ल्यूसीला स्पष्ट दिसलं. पण ती काहीच करू शकत नव्हती. जॉजीजवळ सर्वकाही आहे, नाही तो फक्त प्रेमळ सहवास!

"काय आणू तुझ्यासाठी येताना?" ल्यूसीनं भावनांचा कढ आवरत विचारलं.

"काही नको, तू लवकर ये. आपण खेळू, गप्पा मारू. मी एक किल्ली गुपचूप माझ्याकडे ठेवली आहे!" जॉजी म्हणाली.

"ओ. के. बेबी... बाय..."

ल्यूसी जड पावलांनी कारपाशी आली. तिनं कारचा दरवाजा उघडला. आत बसली पण तिला एकदम खूप नर्व्हस वाटू लागलं! किती परावलंबी असतं... म्हातारपण... आणि बालपण! क्षणभर तिला वाटलं, कार माघारी वळवावी आणि घरी जाऊन स्वस्थ पडून राहावं! पण... तसं केलं तरी हे विचार आपला पिच्छा सोडणार नाहीतच.

तिनं कार स्टार्ट केली व ती अॅव्हेन्यूतून बाहेर पडून मेन रोडवर आली. त्याचवेळी तिचा मोबाइल वाजला.

"हॅलो..."

"हाय ल्यू..." कॅरनचा आवाज ऐकून तिच्या कपाळावरची शीर ताठरली. बोलणं अटळ आहे हे जाणून ती म्हणाली,

"हाय कॅरन..."

"हाऊ आर यू पूसी कॅट?" प्रश्न विचारून कॅरन छद्मीपणे हसला. ल्यूसीला प्रचंड चीड आली.

"शटअप यू गे" ती थुंकल्यासारखं बोलली. कॅरन तिच्या बोलण्यावर खळखळून हसला. क्षणभरानं त्यानं विचारलं, "ए... कमॉन... व्हॉट्स द प्रॉब्लेम?"

"फक् ऑफ" म्हणत ल्यूसीनं फोन कट केला आणि अॅक्सिलरेटरवर जोर दिला. तिची लिमोजिन आता हायवेवरून एखाद्या बुलेट ट्रेनसारखी पळू लागली. तिनं स्पीडच्या आकड्याकडं पाहिलं. स्पीड अॅरो एकशेवीस आकडा ओलांडून पुढं सरकत होता. ल्यूसीला वेगवान ड्रायव्हिंग आवडायचं.

त्याची जाणीव डॅडला असावी म्हणून तर डॅडनं त्या वेळी विरोध केला नसेल ना? लहानपणी तिनं खेळण्यातील कितीतरी कार्स वेगानं पळवून, धडका मारून तोडल्या होत्या. तो वेग डॅडनं नक्कीच जोखला असणार. डॅड रागाच्या भरात ममाला म्हणाला होता... कारचा वेग परवडेल पण आयुष्याला नको एवढा वेग आला तर अपघात अटळ ठरेल!

अपघात! मायकलबरोबर अपघातच झाला आपल्या आयुष्याचा! त्या वेळी

तो अपघात आहे हे जाणवलंच नाही. ममा आणि डॅडच्या डायव्होर्सच्या बातमीनं आपण हळव्या झालो होतो. खरंतर त्यांचा डायव्होर्स अनपेक्षित नव्हता. पण... पण तरीही प्रत्यक्ष घडलेली घटना चटका देतेच. मायकलनं किती हळुवारपणे आपलं सांत्वन केलं.

त्याच्या फ्लॅटमध्ये... त्याच्या बाहुपाशात स्वत:ला झोकून देताना वाटलं... मायकल आपला खराखुरा आधार आहे, आपला गाईड आहे. मग भावना उद्दिपित झाल्या आणि... आयुष्यातील पहिला शृंगार अनुभवला!

अचानक ती भानावर आली. तिचं आवडतं 'हिल व्ह्यू रेस्तराँ' मागं पडलं होतं. तिनं स्पीड कमी करीत ब्रेक दाबला. कार रस्त्याच्या कडेला घेतली. हाही एक अपघातच! जिथं थांबायचं ठरवलं तिथून खूप पुढं येणं! ती स्वत:शीच हसली. कार कडेकडेने रिव्हर्स घेताना तिच्या मनात आलं, आयुष्याचाही असा रिव्हर्स घेता आला असता तर...? तर मी... डॅडच्या इंडियात राहणं पसंत केलं असतं. ग्रँनीच्या गावात. वाडीतील आंब्याच्या, फणसांच्या झाडाखाली माडांच्या झावळ्या पाहत... खरंच!

हिल व्ह्यूमध्ये ती आली. तिनं ग्लास वॉलकडचं एक टेबल निवडलं. तिथून दूरपर्यंत दृश्य दिसायचं.

"येस मॅम?" वेटरनं तिला अदबीनं विचारलं.

"बेबी शॅम्पेन"

आर्डर देऊन ती किंचित मागं रेलली. रेस्तराँमध्ये फारशी गर्दी नव्हती. एका कोपऱ्यात एक तरुण त्याच्या प्रेयसीला खेटून बसला होता. मधूनच तिला किस करत होता. पलीकडं बार काउंटरवर एक प्रौढ माणूस ड्रिंक्स घेत होता. मंद आवाजात केऑसचं गाणं वाजत होतं.

'नो बार्स, नो वॉल्स
स्टिल यू आर प्रिंजनर
माइंड इज जेलर
यू आर प्रिजनर...'

कुणी लिहिलंय हे गाणं? ती आठवण्याचा प्रयत्न करू लागली. तिला ते आठवेना. केऑसचा आवाजच भन्नाट लागला होता. एरवी वाद्यांच्या ढणढणाटात पॉप साँग्ज गातानाचा केऑस हा नाहीच असं तिला वाटलं. खरंच! आयुष्य म्हणजे एक तुरुंगच! आकाशातल्या बापानं शिक्षा ठोठावल्या आणि आपण इथं आलो.

"मॅम..." वेटरनं तिच्यापुढं शॅम्पेनची बाटली धरली. त्या हिरव्यागार, राजेशाही, छोट्या बाटलीच्या थंडगार स्पर्शानं तिचा हात गारठला. तिनं पहिला घोट घेतला. रिकाम्या पोटात शॅम्पेनचा तो गार घोट खालपर्यंत गेल्याचं तिला

जाणवलं. तेवढ्यात तिचा सेलफोन वाजला. तिनं नंबर पाहिला. डोडोचा नंबर! डोडोचा फोन घ्यावा का नको या विचारानं ती क्षणभर थांबली, पण त्याचा फोन अटेंड न करणं तिला कदाचित जड गेलं असतं. तिनं फोन कानाला लावला.

"हॅलो ल्यू..."

"हॅलो सर..."

"डोडोचा फोन अटेंड करू की नको असा विचार करत होतीस का?"

"डोडोनं विचारलेल्या प्रश्नानं ती मनोमन चरकली. पट्कन म्हणाली, नो नो... तसं काही नाही."

"मग कसं?" डोडो क्षणभर थांबला व पुढं म्हणाला,

"एनी वे... तुझा निर्णय झाला का?"

"प्लीज डोडो... गिव्ह मी मोअर टाइम... अ डे ॲटलिस्ट!" तिनं आर्जवी स्वरात म्हटलं. डोडो क्षणभर काहीच बोलला नाही. नंतर म्हणाला, "ओके... बट रिमेंबर ल्यू... तुला फार मोठी ऑफर दिली आहे मिस्टर ॲल्टोनं!"

"आय नो सर..."

"ल्यू... एक काम कर... तू तुझी फिगर सांग..."

डोडोच्या या वाक्यावर काय बोलावं ते ल्यूसीला सुचेना. मिस्टर ॲल्टोनं तिला एक वर्षाच्या करारापोटी पन्नास लाख डॉलर्सची ऑफर दिली होती. पण केवळ पैशासाठी कॅरन स्मिथला सोडायचं म्हणजे...! ती द्विधावस्थेत पडली. फोन चालू आहे या जाणिवेनं तिची उलघाल वाढली.

"कमॉन ल्यूसी... तुला आमची ऑफर मान्य नसेल तर तू तुझी ऑफर सांग... आय वुईल ट्राय टू कन्व्हिन्स मिस्टर ॲल्टो..."

"जेनिफरला किती देता तुम्ही?"

ल्यूसीनं झट्कन विचारलं खरं, पण तिला स्वत:लाच आश्चर्य वाटलं की ऐनवेळी हा प्रश्न आपल्याला सुचला कसा? डोडो गप्प होता. ती काहीशी धास्तावली.

"सर... हॅलो डोडो..." फोन कट केला की काय अशा शंकेनं तिनं डोडोला विचारलं.

"ल्यू... जेनीला आम्ही किती देतो हे तू का विचारते आहेस?"

"कारण जेनीपेक्षा माझं मार्केट जास्त आहे!"

ल्यूसीचं वाक्य ऐकून डोडो खळखळून हसला. त्याचं फोनवरचं मनमोकळं हसू ऐकून ल्यूसी रिलॅक्स झाली. क्षणभरापूर्वी निर्माण झालेला तणाव विरघळून गेला. तिनं मजेशीर स्वरात जराशा धीरानेच विचारलं,

"म्हणून तर तुझ्या बॉसनं मला ऑफर दिली ना!"

"यू आर व्हेरी नॉटी... ल्यू!... एनी वे... मिस्टर अॅल्टोला मी कन्व्हिन्स करीन... ते तुला जेनीपेक्षा जास्त रक्कम देतील... मग तर तुझी हरकत नाही ना!"

क्षणभर थांबून ल्यूसी म्हणाली,

"आय वुईल रिंग यू अप टुमारो!"

"ओ. के. बाय...!"

डोडोनं फोन कट केला. ल्यूसी सैलावून बसली. कॅरन स्मिथपेक्षा मिस्टर अॅल्टोचा दबदबा जास्त आहे हे तिला माहीत होतं. ल्यूसी जेव्हापासून कॅरनच्या पॉर्न सीडीजवर मॉडेल म्हणून आली तेव्हापासून कॅरनचा धंदा भरपूर वाढला होता. इतर मॉडेल्सच्या बीभत्स आणि ओंगळ हावभावांना फाटा देऊन ल्यूसीनं आपली एक नवी सोज्वळ वाटणारी एक्सप्रेशन्स, अशा फिल्ममध्ये आणली होती. शृंगाराला पूरक असणारं लाजणं, नेत्रपल्लवी करणं, नजर झुकवणं, नजरेतून आव्हान देणं असे अनेक हावभाव ती करायची, त्यामुळं तिच्या पॉर्न फिल्म्स इतरांपेक्षा खूपच वेगळ्या ठरल्या होत्या. कॅरनचा बिझनेस त्यामुळेच वाढत गेला. त्याच्या सीडीज गल्फ कंट्रीजमध्येच नाही तर आशियाई देशांमध्येही दुप्पट किमतीनं खपू लागल्या होत्या. पॉर्न वर्ल्डमध्ये ल्यूसी स्टार बनली. झेनेसिसबरोबर तिची जोडी जमली आणि विक्री तडाखेबंद वाढली.

या सर्वांचा परिणाम अर्थातच अॅल्टोच्या बिझनेसवर विपरीत झाला. त्याला उतरती कळा लागली. त्याच्याकडं असणारी फेमस मॉडेल जेनिफर जिला 'हायेस्ट पेड पॉर्न गर्ल' म्हटलं जायचं, तिचं मार्केटही डाउन झालं.

दोनच दिवसांपूर्वी डोडोनं ल्यूसीशी संपर्क साधला. कॅरन स्मिथला सोडून ल्यूसीनं मिस्टर अॅल्टोला जॉइन व्हावं अशी ऑफर डोडोनं दिली. तेव्हापासून ल्यूसी विचार करत राहिली. ल्यूसीचा रिकामा झालेला ग्लास वेटरनं भरला. ल्यूसीनं घोट घेतला. तोच विचार तिच्या मनात पुन्हा आला. कॅरन स्मिथला सोडून दुसरीकडं जॉइन होणं एवढं सोपं नाही! कॅरनचा कठोरपणा तिला चांगला ठाऊक होता. पहिल्या भेटीतच तिनं तो अनुभवला होता. तिला आठवलं-

मायकलबरोबर उन्मुक्तपणे घालवलेली रात्र उलटून तीन-चार दिवस लोटले होते. त्यानं तिच्यासाठी 'क्लासिक म्युझिक कंपनी'मधे एक जॉब पाहिला होता. म्हणून मायकलसोबत ती वर्ल्ड ट्रेड सेंटरच्या चोविसाव्या मजल्यावर कॅरनच्या ऑफिसमध्ये गेली. कंपनीचं ते ऑफिस अत्यंत देखणं आणि उच्चभ्रू सजावटीचं होतं. ती तेथील गुबगुबीत कोचवर विसावली. ऑफिसच्या सजावटीचं निरीक्षण करू लागली. कॅरनच्या केबिनमधून पाचच मिनिटांत मायकल बाहेर आला व तिला त्यानं आत जायला सांगितलं. ती प्रथम किंचितशी बावरली. मायकलला

आत चल म्हणाली. कॅरनशी त्याची मैत्री असली तरी इंटरव्ह्यूच्या वेळी त्यानंही तिच्याबरोबर आत येणं चुकीचं दिसेल हे तिला पटवून सांगितलं.

ती आत्मविश्वासानं आत गेली. कॅरन समोर बसला होता. तो अत्यंत रुबाबदार दिसत होता. तो खूप प्रसन्न हसला. तिला त्याचं व्यक्तिमत्त्व मनापासून आवडलं. त्यानं तिच्याशी जुजबी गप्पा मारल्या आणि केबिनच्या बाजूला असलेल्या स्टुडिओत घेऊन गेला:

"तू अतिशय सुंदर आणि मादक आहेस." कॅरननं तिची प्रशंसा करीत म्हटलं.

"थँक्यू सर." ती संकोचत म्हणाली.

"मला जशी अपेक्षित होती तशीच आहेस तू... एनी वे... लेट्स वॉच... नेचर ऑफ युअर जॉब!" असे म्हणत कॅरननं रिमोटनं दिवे मंद करीत स्टुडिओतील डीवीडी सिस्टिम सुरू केली. समोरच्या स्क्रीनकडे ल्यूसी उत्सुकतेनं पाहू लागली.

आणि पाहता पाहता अवाक् झाली! ती फिल्म होती मायकल आणि ल्यूसीच्या पहिल्या शृंगाराची!

तिच्या मनात चीड, संताप, भीती आणि फसवणुकीचं दुःख या भावनांचा कल्लोळ झाला. 'बास्टर्ड!' या एका शब्दात तिचा संताप प्रकट करत तिनं कॅरनकडं पाहिलं. कॅरन एक खुर्ची सोडून पलीकडं बसलेला तिनं पाहिलं होतं, पण आत्ता तो तिथं नव्हता. ती जागची उठली. तिनं मागं वळून पाहिलं आणि तिची नजर गोठल्यासारखी झाली.

कॅरन विवस्त्र उभा होता! केसाळ, पांढऱ्या अस्वलासारखा!

क्षणार्धात तिला सारं काही कळून चुकलं. ती दाराकडं धावली. दार अर्थातच लॉक होतं. तिनं सर्वत्र पाहिलं. साउंडप्रूफ भिंती आणि बंद दरवाज्याखेरीज काहीच दिसलं नाही.

कॅरननं तिला जवळ बोलावलं. ती त्याला आणि मायकलला अर्वाच्च दूषणं देऊ लागली. थरथरू लागली. कॅरन एक एक पाऊल टाकत तिच्याजवळ आला आणि अत्यंत कठोरपणे त्यानं तिच्या तोंडावर ठोसा मारला.

ल्यूसीच्या डोळ्यांसमोर काजवे चमकले आणि ती वेदनेनं कोसळली. तिला जाग आली तेव्हा जाणवलं की आपण पूर्ण निर्वस्त्र आहोत. मऊ गादीवर पडलेलो आहोत आणि पायाशी, आपल्या संपूर्ण शरीरावर नजर फिरवीत, कॅरन बसला आहे. त्याच्या तोंडावर एक सणसणीत लाथ मारावी असं तिला प्रकर्षानं वाटलं पण... निमिषार्धात आपल्या निर्वस्त्रतेची जाणीव होत ती अंग आवळून उठली. तिनं आपली अब्रू झाकायचा प्रयत्न केला. कॅरन शांतपणे तिच्याकडं पाहत राहिला. त्याचे डोळे मात्र बरंच काही सुचवत होते.

"प्लीज सर... प्लीज... मला जाऊ द्या!" शरणागत होत तिनं रडवेल्या आवाजात म्हटलं. अगंतिकतेचे, अपमानाचे कढत अश्रू तिच्या गालांवर ओघळले. कॅरन पुढं सरकला. तिनं आपलं अंग अधिकच आक्रसून घेतलं. त्यानं तिचे अश्रू स्वत:च्या हाताने पुसले व म्हणाला, "यू हॅव नो चॉइस बेबी... कमॉन..." असं म्हणत आपल्या मजबूत हातांनी त्यानं तिचे दंड धरले. वाघाच्या जबड्यात मान अडकलेल्या हरणागत ती थंड झाली!

कॅरनच्या त्या आठवणीनं ल्यूसीच्या अंगावर आताही शहारे आले. तिनं आपला स्कार्फ मानेभोवती लपेटून घेतला. वर्ल्ड ट्रेड सेंटर! किती समर्पक जागा निवडली होती कॅरननं! सेक्स ट्रेड! वर्ल्ड ट्रेड! विषादानं ती स्वत:शीच हसली. वेटर तिच्याजवळ आला आणि तिचा ग्लास भरून देत त्यानं खाण्याच्या ऑर्डरविषयी विचारलं. तिनं जुजबी ऑर्डर दिली. तिची नजर काहीशी जडावली होती. शॅम्पेनची मंद नशा तिच्या रक्तात पसरू लागली.

तिनं पलीकडं पाहिलं. प्रणयाराधन करणारी ती दोघं आता खूपच रंगात आली होती. आणि बार काउंटरवरचा प्रौढ माणूस त्यांच्या प्रणयलीला टक लावून पाहत होता. बिच्चारा! तिच्या मनात क्षणभरच कणव आली पण दुसऱ्या क्षणी त्या माणसाविषयी संताप आला. 'हलकट!' ती स्वत:शीच उद्गारली. आयुष्यभर भोग भोगून शरीर तृप्त झालं असेल थेरड्याचं, पण मन मात्र तृप्त नाही झालं! तिनं काही क्षण जळजळीत नजरेनं त्याच्याकडं पाहिलं. पण नंतर आपल्याला काय करायचंय या पोक्त विचारानं तिनं नजर वळवली आणि पुन्हा तिच्या मनात कॅरनचेच विचार आले.

त्या प्रसंगानंतर कॅरन तिच्याशी कधीच दुष्टाव्यानं वागला नाही. उलट तिच्या कामाचा त्याने तिला भरपूर मोबदला दिला. त्याचा धंदा तिच्यामुळं वाढला याची जाणीव ठेवून तिला टेंथ ॲव्हेन्यूसारख्या पॉश एरियात स्वतंत्र घर घेऊन दिलं आणि तिच्या पंचविसाव्या सॉडीच्या निमित्तानं तिला लिमोजिन कार भेट म्हणून दिली! कॅरनच्या सहवासात तिला हळूहळू सगळं काही कळत गेलं. लॉस एंजेलिसचा ॲन्डरवर्ल्ड किंग जॉ बूस्टर, कॅरनच्या पाठीशी होता. म्हणून तर 'क्लासिक म्युजिक कंपनी'च्या नावाखाली कॅरनचा पोर्नो बिझनेस सुखेनैव चालू होता.

अशा कॅरनला सोडायचं? ॲल्टोनं आपल्याला ऑफर दिली ही बातमी कॅरनला कळेल तेव्हा तो...! ल्यूसी त्या कल्पनेनंच शहारली. पण... पण... डोडोसुद्धा आपला नकार सहजासहजी मानणार नाही! काय करायचं? अचानक तिला सॅरिना ग्रॅंमा आठवली. डेस्टिनी गिव्ह्ज नो चॉइस! 'यू हॅव नो चॉईस बेबी' हे वाक्य कॅरन नाही तर तिची डेस्टिनी बोलली होती! कॅरनची संगत हीच जर

आपली डेस्टिनी असेल तर वुई हॅव टू ॲक्सेप्ट अवर कंपनी! तिचा निर्णय झाला.

दोनच दिवसांनी ती त्याच टेबलापाशी आली. तिला फार वेळ वाट पाहावी लागली नाही. डोडो आला. तिनं डोडोकडं पाहून स्मितहास्य केलं. डोडोही हसला. हसताना त्याचे गाल वर होऊन डोळे मिचमिचे झाले. तिनं त्याच्याकडं पाहिलं. डोडो काहीसा बुटका आणि स्थूल होता. त्याची मान एवढी जाड होती की हनुवटी वेगळी दिसत नव्हती. त्यानं अत्यंत सभ्य पोशाख केला होता. त्याच्याकडं पाहून तो असल्या सेक्स ट्रेडमध्ये कार्यरत असेल अशी शंकाही कुणाला आली नसती.

"हाय ल्यू..."

"हॅलो डोडो... सर..."

"बोल बेबी... कधीपासून जॉइन होतेस आमच्याकडं?" त्यानं लगेच विषयाला हात घातला.

कोल्ड्रिंकच्या बाटलीवर बोटं फिरवत ल्यूसी क्षणभर गप्प बसली. डोडो तिच्याकडं रोखून पाहत होता.

"आयम सॉरी सर, पण... पण मी नाही स्वीकारू शकत तुमची ऑफर!" ती काहीशा ठाम स्वरात पण नम्रतेनं बोलली.

"कारण सांगू शकशील?"

"कारण सांगायचं बंधन आहे का?" ल्यूसीनं त्याच्या नजरेला नजर देत प्रतिप्रश्न केला. डोडोच्या गंभीर चेहऱ्यावर संतापाची एक छटा उमटली व लगेच विरली. त्यानं समजुतीनं घ्यायचं ठरवलं असावं. तो म्हणाला,

"ल्यू... तू त्या कॅरनच्या भीतीनं नकार देत असशील तर मी म्हणेन, तू मूर्ख आहेस..."

ल्यूसीनं काहीही प्रतिक्रिया दिली नाही. तो पुढं म्हणाला,

"त्या माकडाला तू घाबरू नकोस... मिस्टर ॲल्टोच्या पाठीशी कोण आहे हे ठाऊक आहे तुला?"

ल्यूसीनं प्रश्नार्थक नजरेनं त्याच्याकडं पाहिलं.

"तुझ्या त्या जॉ बूस्टरचा बाप... केल्विन डग्लस!"

"केल्विन डग्लस?" ल्यूसी न राहवून मोठ्यानं बोलली. रेस्तराँमध्ये फारशी वर्दळ नव्हती. मात्र दोन टेबलं सोडून पलीकडं बसलेल्या दोघांनी वळून पाहिलं.

"येस ल्यू... केल्विन डग्लस! तू फक्त त्याचं नाव ऐकून असशील. पण मी तुला सांगतो - २७ सेवन कंट्रीजमध्ये त्याच्या धंद्याचा पसारा आहे. मादागास्करसारख्या छोट्या आयलंडवरही त्याची माणसं आहेत. डू यू नो ल्यू... आपले काही

सिनेटर्स त्याच्या खास बैठकीतले आहेत. मनात आणलं तर तो तुझ्या कॅरनला एका तासात संपवू शकतो, पण त्याला नकोय मोनोपॉली! ही लव्ह्ज कॉम्पिटिशन! उंदराला पकडल्यावर मांजर त्याला लगेच खात नाही, त्याला खेळवते... माहीतेय ना तुला... कॅरनला घाबरून जर तू...''

डोडो बोलत होता - ती ऐकत होती त्या वेळी तिच्या लिमोजिनपाशी डोडोचा एक खास माणूस उभा होता. त्याच्या हातात इंजेक्शनची सिरिंज तयार होती. खास इंजेक्शन! डोडोनं हाताची विशिष्ट खूण केली की, तो त्याचं काम एक मिनिटात संपवणार होता.

''एनी वे, आता बोल ल्यू... काय निर्णय आहे तुझा?'' अॅल्टोपुराण संपवीत डोडोनं ल्यूसीला निर्वाणीच्या स्वरात विचारलं. ल्यूसी क्षणभर गप्प बसली. तिला जाणवत होतं डोडो आपलं उत्तर ऐकण्यासाठी प्रचंड अस्वस्थ आहे. ती म्हणाली, ''डोडो सर... कदाचित माझ्या डेस्टिनीनं माझे मार्ग तुमच्यापासून वेगळे ठरवले असतील, वुई मस्ट फॉलो जीझस!''

''जीझस? हा कोण जीझस?'' डोडोनं काहीशा त्वेषानं विचारलं.

''ओ डोडो... आर यू जोकिंग? तुम्ही चर्चमध्ये कधी गेला नाहीत का?'' ल्यूसीनं काहीशा तिखट स्वरात विचारलं. तिला डोडोच्या प्रश्नाचा राग आला. हा असा कोण लागून गेला ज्यानं जीझस कोण म्हणून विचारावं? ती स्वत: सेक्स ट्रेडमध्ये होती पण धर्म मानणारी होती.

''चर्च! हां हां...'' काहीसा मोकळा होत डोडो म्हणाला...

''चर्च म्हणजे ते फादर वगैरे लोक असतात तेच ना... येस... मी फार पूर्वी एकदा गेलो होतो त्या इमारतीत... ल्यू, तुला गंमत सांगतो. तिथं ते लाकडी बेंचेस असतात ना... ते खूप आवडले मला... लोक प्रेअर वगैरे करतात ना... ते बेंचेस.

.. कॅन यू इमॅजिन... मला बेंचेस का आवडले! आय स्वेअर... लो अँगल शॉट घेण्यासाठी छान वाटले!'' असं म्हणत डोडो खोखो हसला.

''डोडोऽ'' ल्यूसी काहीशा संतापानं जवळजवळ ओरडलीच! डोडोच्या चेहऱ्यावरचं हास्य मावळलं. त्याचे डोळे आता खुनशी झाले. ल्यूसीला जाणवलं... आपण एका हिंस्र पशूच्या थोबाडीत मारत आहोत. ती काहीशा सौम्य आवाजात म्हणाली, ''प्लीज डोडो सर... फॉर गॉड्स सेक... असं भयंकर काहीतरी बोलू नका. प्लीज... तुमची श्रद्धा नसली तर नसू द्या पण ज्यांची श्रद्धा आहे त्यांची अभंग राहू द्या. यू हॅव नो राइट टू अॅब्यूज सच होली प्लेस... प्लीज!''

डोडोचा हिंस्रपणा तिच्या प्रामाणिक शब्दांमुळं ओसरला. माघार घेत तो

म्हणाला, "ओ के बेबी... आयम सॉरी... पण तरीही फ्रँकली सांगतो... सेक्स म्हणजे सुद्धा एक प्रकारची प्रेअरच आहे... ऑफकोर्स हे माझं मत आहे..."

"सॉरी सर... मी आपल्याशी वाद घालू इच्छित नाही."

"एनी वे... ल्यू... तुझा फायनल डिसिजन काय आहे?"

"डोडो सर... अनेक दुःख वाटेत आली तरी लॉर्ड जीझसनं आपली डेस्टिनी समजून हसत हसत सारी दुःखं स्वीकारली... अॅन्ड... आय वुईल फॉलो जीझस... द पाथ... मे गिव्ह मी प्लेजर ऑर सॉरो... आय मस्ट अॅक्सेप्ट!"

डोडो तिच्याकडं तसाच पाहत राहिला. काही क्षण अस्वस्थ शांततेत गेले. नंतर तो किंचितसा हसत म्हणाला, "ल्यू... तू ज्या धंद्यात आहेस त्या धंद्यात हे असलं आध्यात्मिक तत्त्वज्ञान शोभत नाही!"

"एक्सक्यूज मी डोडो... अध्यात्म ही शोभेची गोष्ट नाहीच!" ल्यूसी ताड्कन उत्तरली.

"ओ ल्यू... कुठं शिकलीस हे तत्त्वज्ञान?" त्यानं छद्मीपणानं विचारलं.

या प्रश्नावर ती हसली. तिचं हसणं आणि डोडोकडं पाहणं काहीसं कुत्सित होतं. ती शांतपणे म्हणाली, "अध्यात्म काय... तत्त्वज्ञान काय... मिस्टर डोडो ते शिकवून शिकता येत नाही... खूप खूप आतून... अगदी अंतःकरणाच्या तळापासून उमलून येतं... जमिनीत पेरलेलं एखादं बीज रुजून अंकुर फुटावा ना... तसं! तासन्‌तास केलेल्या प्रार्थना... कर्मकांड यातून तत्त्वज्ञान कधीच येत नाही... एका सजग क्षणी, निर्व्याज स्नेह देणाऱ्या एखाद्या व्यक्तीचा एखादा शब्द, एखादं वाक्य आयुष्यभराचं तत्त्वज्ञान शिकवून जातं!... साऱ्या कर्मांपासून अलिप्त बनायला शिकवतं!..."

डोडो तिचं बोलणं मन लावून ऐकत राहिला.

तिनं निःश्वास टाकला व पुढं म्हणाली, "एनी वे... मिस्टर अॅल्टोंना माझी दिलगिरी सांगा... थँक्स फॉर युअर ऑफर... थँक्स!"

डोडोनं हवेत हात उचलले व झटकत म्हणाला, "तुझी मर्जी! मला वाटतं... तू कॅरनलासुद्धा सोडावंस आणि संन्यासी बनावंस! किंवा तुझ्या जीवनाचा शेवट..."

त्याचं वाक्य तोडत ती पट्कन म्हणाली,

"जशी डेस्टिनी असेल तसं होईल! गुडबाय सर..."

ल्यूसी बाहेर आली तेव्हा तिला बाहेरचा गारठा चांगलाच जाणवला. तिनं गळ्यात टाकलेला स्कार्फ आवळून घेतला.

मात्र नेहमीसारखी ती शहारली नाही. का कोण जाणे पण तिला खूप हलकं हलकं आणि प्रसन्न वाटत राहिलं. डोडोला एवढा स्पष्ट नकार कुणीही दिला

नसेल. पण तिनं दिला! एक आत्मिक बळ तिला स्वत:मध्ये जाणवलं आणि त्या क्षणी तिला सॅरिना ग्रॅमाची तीव्र आठवण झाली.

ती कारपाशी आली त्या वेळी डोडोचा हस्तक त्याचं काम उरकून त्या कारपासून दूर गेला होता. ल्यूसी कारमधे बसली. आज रात्री कोणतंही काम नाही या विचारानं ती अधिक रिलॅक्स झाली. 'मॅड के' ग्रुपचा अल्बम सुरू करून तिनं कार हायवेवर घेतली. कार सुसाट वेगानं पळू लागली. तिला गारठा जाणवला. म्हणून हीट ब्लोअर चालू करण्यासाठी तिनं हात पुढं केला. तेवढ्यात तिचा सेल वाजला. तिनं नंबर पाहिला. कॅरनचा फोन पाहून खरंतर क्षणभर वाटलं - ऑफ करावा. पण... तिनं फोन अटेंड केला.

''हॅलो ल्यूसी...'' कॅरन अधीरपणे म्हणाला.

''कॅरन...? आज ल्यूसी म्हणालास मला! नेहमीसारखं पूसी कॅट...?''

''ल्यूसी... ताबडतोब कार थांबव आणि असशील तिथं कार सोडून टॅक्सीनं माझ्याकडं ये... ताबडतोब बी क्विक!''

''व्हॉट हॅपन्ड?'' ल्यूसीनं उत्सुकतेनं विचारलं.

''ही वेळ प्रश्नोत्तराची नाही... प्लीज माय डिअर ल्यूसी... प्लीज...''

''अरे पण... काय झालं ते तरी सांग...'

''मूर्ख मुली... तू डोडोबरोबर मीटिंग करत होतीस तेव्हा त्याचा खास माणूस तुझ्या कारपाशी रेंगाळत होता. तू कार थांबव... इट मे ब्लास्ट एनी मोमेंट!'' कॅरननं घाईघाईनं सांगून टाकलं.

ल्यूसी क्षणभर स्तब्ध झाली. तिच्याही नकळत कारचा वेग मंद झाला. डोडोबरोबर माझी मीटिंग होती हे कॅरनला कळलं तर! आणि त्यानं पाळत ठेवली! नक्कीच काहीतरी सीरिअस प्रकार आहे. नाही तर कॅरन एवढं सौम्य बोलला नसता. काय घडलं असेल? डोडो... येस डोडोच पण डोडोनं आपला नकार गृहीत मानला होता का? आणि तसं मानून आपल्याला संपवण्यासाठी... पण...! आणि तिला अचानक आठवलं... मीटिंग संपताना डोडोनं त्याचे दोन्ही हात हवेत उचलून झटकले होते.

''कोनोकोच्या जवळच तिनं काही अंतरावर कार थांबवली व ती कारमधून उतरून थोड्या दूरवर उभी राहिली. रस्त्यावरून कंटेनर्स, कार्सची सुसाट वर्दळ अव्याहत चालू होती. बाहेर चांगलाच गारठा होता. अचानक तिच्या लक्षात आलं - मोबाइल चालूच होता पण कारमधेच राहिला होता. कॅरनचं वाक्य ऐकून आपण कार थांबवली आणि...! कॅरननं अजून फोन चालू ठेवला असेल का? तिनं पाहिलं. हवेमध्ये बर्फाचे सूक्ष्म कण लहरत होते. तिला थंडीची तीव्र जाणीव झाली.

ती पट्कन कारपाशी आली, मोबाइल बाजूच्या सीटवर होता. ती ड्रायव्हिंग सीटवर बसली. तिनं मोबाइल उचलला. कॅरनचा फोन कट झाला होता. तिला हुडहुडी भरली. हीट ब्लोअर लावायची तीव्र इच्छा तिला झाली, पण... तो मोह टाळून ती पुन्हा कारमधून बाहेर पडली. तिनं मोबाइलकडं पाहिलं. बटण दाबताच रिंग वाजली.

"हॅलो..."

"हॅलो ल्यूसी... फोन का लागत नव्हता तुझा. तू कुठं आहेस?" कॅरननं उतावळ्या स्वरात विचारलं.

"हायवेवर... क्विक ट्रिप जवळ."

"तिथंच थांब... मात्र कारपासून लांब रहा... मी येतोय तुला घ्यायला..."

कॅरननं फोन कट केला.

ल्यूसीची उत्सुकता तिला गप्प बसू देईना. दबकत दबकत ती कारपाशी आली आणि तिनं कारखाली वाकून पाहिलं. तिला काहीही दिसलं नाही. डोडोच्या माणसानं बॉम्ब लावला असता तर दिसला असता एव्हाना ब्लास्टही झाला असता. तिनं कारचं निरीक्षण सर्व बाजूंनी केलं. तेवढ्यात हायवे पोलीस पेट्रोलिंग व्हॅन तिथं थांबली.

"व्हॉट हॅपन्ड मिस?" व्हॅनमधून उतरत ऑफिसरनं विचारलं. त्याला काय सांगावं ते तिला पट्कन सुचेना. थंडीमुळे तिला बोलता येईल असंही वाटेना. ऑफिसर काही क्षण तिच्याकडं पाहत राहिला.

"कारमधे बिघाड आहे का?" त्याने विचारलं.

"बहुतेक!" पट्कन ल्यूसी उत्तरली. तिच्या डोक्यात तिच्याही नकळत कल्पना वळवळली. बॉम्ब असेल तर कार स्टार्ट करताना ब्लास्ट होईल ऑफिसर मेला तरी आपण वाचू! तिनं पाहिलं - ऑफिसरनं कारचा दरवाजा उघडला. तो आत बसला. ल्यूसी काही पावलं दूर सरकली. ऑफिसरनं कार स्टार्ट केली आणि काचेतून तिच्याकडं पाहिलं. ती कारपासून एवढ्या लांब गेल्याचं पाहून त्याला काहीसं आश्चर्य वाटलं. त्यानं तीन वेळा कार बंद करून पुन्हा चालू केली. ल्यूसीला धीर आला. ती कारजवळ आली.

"कारला काहीही झालेलं नाही." असं म्हणत ऑफिसर व्हॅनकडं गेला. ल्यूसी थंडीनं कुडकुडायला लागली होती. कसला बॉम्ब आणि कसला धोका! तिनं विचार झटकला व ती कारमध्ये बसली. थरथरत्या हातानं तिनं कार स्टार्ट केली. पेट्रोलिंग व्हॅन निघून गेली.

कॅरनसाठी थांबलं पाहिजे या विचारानं ल्यूसी थबकली. पण ही थंडी! तिनं हीट ब्लोअरचं बटण दाबलं आणि एक उग्र दर्प तिच्या नाकात घुसला. ती

बसल्या जागी कोलमडली ब्लोअरच्या पाइपमधील सायनाईड पावडरनं आपलं काम चोख पार पाडलं होतं!

पुढच्याच मिनिटाला कॅरनची कार तिथं आली. त्यानं पाहिलं - ड्रायव्हिंग सीटवर बसलेली पूसी कॅट कलंडली होती. त्यानं ओळखायचं ते ओळखलं आणि तिथं क्षणभरही न थांबता तो निघून गेला.

इकडं डोडोनं ॲल्टोला मेसेज दिला, ''पूसी कॅट इज नो मोअर!'' ॲल्टोनं 'गुड' एवढा एकच शब्द उच्चारला.

टेंथ ॲव्हेन्यूच्या टुमदार घरांच्या रांगेत पाचवं घर सुस्त होतं. चिरडली गेलेली ट्युलिपची फुलं वाळून गेली होती. दारापाशी जमलेल्या धुळीमध्ये 'हॉट-शॉट' मॅगॅझिनचा अंक बेवारस पडला होता. त्यावर एका कोपऱ्यात ल्यूसीचा छोटा फोटो व एक ओळ होती - 'झेनेसस मेट इज नो मोअर!' सॅरिना ग्रॅंमानं घराकडं क्षणभर पाहिलं आणि एक उसासा टाकत ती वाळलेल्या पानांवरून पुढं निघून गेली.

दूर वर्ल्ड ट्रेड सेंटरमध्ये कॅरन आपल्या केबिनमध्ये एका नव्या गर्लचा इंटरव्ह्यू घेत होता.

◆

किस्त्रीम, दिवाळी २००७

मी आणि नंदिनी

सगळं काही सर्वांना सांगायची खरंतर मला खूप लाज वाटतेय. स्वत:ची स्वत:लाच शरम वाटणं खूपच लज्जास्पद असतं; पण आता पराकोटीची लाज वाटूनही उपयोग नाही. मला फक्त माझं मन मोकळं करायचंय. त्याशिवाय मला चैन पडणार नाही. या नदीकाठावर मी बसलोय. रात्र गहिरी झालीय. या नदीला साक्षी ठेवून सांगतो. मी हे सगळं कुणाला सांगितलं नाही तर मी मेलो तरी मला मुक्ती मिळणार नाही. अर्थात सगळ्या प्रकरणाची सुरुवात कुठून आणि कशी करावी याचाच जरासा गुंता होतोय. आई जर अशी अचानक वारली नसती तर किती बरं झालं असतं!

किती छान चाललं होतं आयुष्य! झेडेक्ससारख्या नामवंत बहुराष्ट्रीय कंपनीत पपा मार्केटिंग मॅनेजर. त्यामुळं दु:ख, दैन्य, दारिद्र्य माहितच नव्हतं. आई साधीभोळी गृहिणी! पपांनी स्वकर्तृत्वावर संपत्ती मिळवून पॉश बंगला बांधला. त्या वेळी मी कॉम्प्युटर इंजिनिअरिंगला प्रवेश घेतला होता. फारसा हट्ट न करता मला पपांनी मोटरबाइक दिली होती. कॉलेजच्या आवारात मी त्या वेळी एखाद्या राजकुमारासारखा वावरायचो. मुली माझ्याकडं चोरून पाहत असत. कारण मला माहीत होतं, मी देखणा होतो.

छान चाललं होतं आयुष्य!

पण एक दिवस मात्र....

घडलं असं की मी नेहमीप्रमाणं कॉलेज संपवून घरी आलो. सकाळी निघतानाच आई म्हणाली होती की, आल्या आल्या जेवायला वाढते. तुझ्या आवडीची आमटी तयार ठेवते. घराजवळच्या कोपऱ्यावर गर्दी होती. मी तसाच वळसा

मारून घरी आलो. बेल वाजवली. शिट्टी वाजवत दोनेक मिनिटं वाट पाहिली. पुन्हा बेल वाजवली. पुन्हा थांबलो. मग मात्र तीन-तीनदा बेल वाजवली. आतून कसलीच हालचाल जाणवली नाही. आई कुठंतरी बाहेर गेली असेल या विचारानं मी दारातच घुटमळलो. नंतर मी स्वत:लाच बावळट म्हणत टप्पल मारली. कारण माझ्याकडं लॅच की होती. आणि तरीही मी बेल दाबत राहिलो. अर्थात माझ्यावर किल्ली वापरून दार उघडायची वेळ आली नव्हती. आईच नेहमी दार उघडायची.

मी दार उघडून आत आलो. आई नव्हतीच. तेवढ्यात कामवाली सखू पळत आली. घाबऱ्याघुबऱ्या आवाजात मला म्हणाली, लवकर चला... बाईसायेबान्ला आक्सिडंट झालाय.

पायातलं त्राण जाणं म्हणजे नेमकं काय ते मला त्या क्षणी जाणवलं. कसाबसा सावरलो. धावत सुटलो. कोपऱ्यावरच्या ज्या गर्दीकडं दुर्लक्ष करून मी घरी आलो होतो त्याच गर्दीत माझी आई रक्तबंबाळ होऊन पडली होती. कोथिंबिरीच्या काड्या इतस्तत: विखुरल्या होत्या. पपांना फोन केला. पपा हॉस्पिटलमध्ये आले. त्यांनी खूप संयम बाळगला होता; पण तरीही त्यांना जबरदस्त धक्का बसल्याचं त्यांच्या चेहऱ्यावर दिसत होतं. डॉक्टर शर्थीचे प्रयत्न करत होते. त्या वेळी कॉरिडॉरमधल्या बेंचवर पपा गळाठून बसले होते. मी सुन्नपणे उभा होतो.

...आणि काही वेळानंतर सारं संपलं! अज्ञात वाहनानं फक्त आईलाच नाही तर तृप्तीनं भरलेल्या एका सुखी घरालाच धडक दिली होती! आईचा देह निष्प्राण झाला, पण पपांचं आणि माझं मन निष्प्राण झालं. अर्थात त्या वेळी तरी असं वाटलं होतं. कारण नंतर फार वेगळंच घडत गेलं.

~

मी जे केलं ते योग्य की अयोग्य हे मला सांगता येत नाही. तसंही मी ते सांगण्याच्या अवस्थेत नाहीच आहे. खोल खोल अंतर्मनात मात्र थोडी शुद्धी आहे. त्यातच जाणवतं की आता योग्यायोग्य ठरवण्यात काय अर्थ आहे! कामाचे ताणही होतेच. मार्केटिंग मॅनेजर म्हणे! प्रत्यक्षात मा.मॅ. म्हणजे कंपनीचा हरकाम्याच! कंपनीची कार असलेला, सहा आकडी पगार असलेला, कामानिमित्त विमानप्रवास करणारा, फाइव्ह स्टार हॉटेलमध्ये मुक्काम करणारा मार्केटिंग मॅनेजर ऊर्फ सांगकाम्या गडी! अर्थात याच पदामुळं समाजात मानमरातब लाभला, आलिशान बंगला बांधता आला. किती छान चाललं होतं आयुष्य! ॲक्सिडेंटमध्ये सुमती अचानक वारली नसती तर किती बरं झालं असतं!

त्या दिवशी नंदिनीबरोबर लाँग ड्राइव्हला जायचं होतं. सगळा प्रोग्राम आधीच ठरला होता. पण सुमतीचा अपघाती मृत्यू झाला आणि सारं चित्रच

पालटलं. पण त्याआधी? नंदिनीशी सूत जुळलं होतं. तिला सर्वप्रथम पाहिलं ते सेल्स स्ट्रॅटेजी मीटिंगमध्ये! नव्यानं जॉइन झाली होती. ग्रुप लीडर म्हणून! ती खूप देखणी वगैरे नव्हती पण... तिच्या डोळ्यात प्रचंड जादू होती. तशी अंगापिंडानं ठसठशीत! आणि कामातही वाकबगार! अल्पावधीत तिनं कंपनीचा सेल आठ टक्के वाढवून दाखवला. त्याच काळात तिचं माझ्याकडं येणं-जाणं वाढलं. कधी ते नेमकं आता आठवत नाही पण असंच कधीतरी तिला घेऊन एका मोठ्या क्लायंटकडं गेलो होतो. येताना लंचसाठी थांबलो. त्या वेळी

"सर... तुम्ही ग्रेट आहात... आय लाइक यू... आय मीन युवर स्टाइल..."

तिचं वाक्य खरंतर बॉसची स्तुती करणारं जनरल स्टेटमेंट होतं पण त्या वाक्यात तिची विलक्षण नजर मिसळली होती. त्यामुळं ते वाक्य मला मोरपिसाच्या स्पर्शासारखं सुखावून गेलं.

"अच्छा!' मी उगीचच काहीतरी बोलायचं म्हणून बोललो.

"येस सर... आय मीन इट."

"पण नंदिनी... प्रेझेंटेशन तर तूच केलंस."

"हो सर... पण तुम्ही सोबत होता ना!"

"ओह्... म्हणजे मी सोबत असेन तर तू असंच सक्सेस..."

"डेफिनेटली सर... आय प्रॉमिस" असं म्हणत तिनं हात पुढं केला. मलाही मनोमन तिच्या स्पर्शाची ओढ लागलीच होती. यापूर्वीसुद्धा माझ्या केबिनमध्ये डिस्कशन करताना, कागदपत्र देताना-घेताना, प्लॅन पेपर्स दाखवताना तिचे ओझरते स्पर्श झाले होते. पण...

मी तिचा हात हातात घेतला. त्या मुलायम स्पर्शानं मी जणू दहा-वीस वर्षांनी तरुण झाल्याचा भास झाला. तिनं तिचा हात काढून घेण्याची घाई केली नाही आणि मी ही तिचा हात सोडला नाही.

खरंतर तिच्या माझ्या वयात बरंच अंतर आहे. ती जेमतेम चोवीस-पंचवीसची आणि मी पन्नाशीचा! पण त्या स्पर्शानं वयातलं अंतरच पुसून टाकलं. त्या दिवसानंतर कामानिमित्तानं गाठीभेटी वाढू लागल्या. नजरेतून, चोरट्या स्पर्शातून, सांकेतिक शब्दांमधून आमच्यातलं आकर्षण वाढतच गेलं. तिनं माझ्यासारख्या संसारी आणि प्रौढ माणसात काय पाहिलं ते तीच जाणे. पण तिच्या तशा प्रतिसादामुळं मी मात्र तजेलदार होत गेलो. कधीकधी मनात प्रचंड अपराधीपणाची भावना घर करून राहायची. सुमतीसारखी सोज्ज्वळ आणि गृहकृत्यदक्ष बायको असताना, सौरभसारखा राजबिंडा तरुण मुलगा असताना मी हे असं कसं वागतोय! उद्या चुकून कुणी मला नंदिनीबरोबर पाहिलं तर...? कंपनीतल्या बेरकी लोकांच्या लक्षात आलेत आमचे संबंध! संबंध म्हणजे प्रत्यक्ष संबंध नाहीत, पण

आमचं परस्परांकडं ओढलं जाणं चाणाक्ष नजरांनी टिपलंय. त्यांच्यापैकी कुणी घरी निनावी पत्रानं किंवा फोननं कागाळी केली तर...? अशा शंका येत असत. पण नंदिनीच्या अनावर आकर्षणाच्या वावटळीत या शंका पालापाचोळ्यासारख्या उडून जात असत. आमचे तसे शारीरिक संबंध आले नव्हते. त्या दिशेकडं पावलं मात्र पडत होती. मी तर त्या कल्पनेनं त्या वयातही मोहरून जात असे. एकदा मी तिला तसं सूचितही केलं. त्या वेळी आम्ही औरंगाबादच्या इंडस्ट्रियल इस्टेटमधील गेस्ट हाउसवर मुक्कामाला होतो. दिवसभर मीटिंग्ज घेऊन, चर्चा करून परतलो होतो. मी नेहमीच्या सवयीनुसार माझे दोन पेग घेत बसलो होतो. त्या बाबतीत पूर्वी मी फार काटेकोर पथ्य पाळायचो. दोन पेगच्या वर प्यायची नाही.

नंदिनी फ्रेश होऊन आली. बहुधा तिनं शिणवटा घालवण्यासाठी टबमध्ये बाथ घेतला असावा. त्यामुळं ती अतिशय टवटवीत दिसत होती.

"नंदू... छान दिसतेयस..."

"थँक्यू..."

"फक्त थँक्स...?"

ती हसली. फक्त हसली आणि शेजारच्या खुर्चीत बसली. तिनं लावलेल्या टॅल्कम पावडरचा मंद सुगंध माझ्या रंध्रारंध्रात शिरला. मी तिचा हात धरला. तिला ते अपेक्षित असावं. ती पुन्हा हसली. मी न राहवून पुढं झालो आणि तिच्या गालाचं चुंबन घेतलं. तिनं विरोधही केला नाही पण प्रतिसादही दिला नाही.

"नंदू... आज एकच रूम वापरू."

"चल... चहाटळ कुठचा!"

असं म्हणत तिनं माझ्या हातावर चापट मारली.

"ए... चालेल ना?"

"अं हं..."

"का?"

"अं हं..."

"का ते सांग ना... मी तुला आवडतो ना?"

"हो...'

"मग?"

ती काहीच बोलली नाही.

"नंदू... प्लीज..."

"नको रे..."

"का नको? कारण सांग." मी हट्ट केला.

“नाही. कारण असं काही नाही पण...”

“मी तुझ्यापेक्षा वयानं प्रौढ आहे म्हणून...”

“काहीतरीच बोलू नकोस.”

“मग नकार का देतेस?”

“या ट्रिपमध्ये नको. पुढच्या वेळी बघू...”

“बघू नाही... प्रॉमिस दे...”

ती खळखळून हसली आणि म्हणाली,

“बरं... प्रॉमिस...”

त्यानंतर मी अक्षरश: संधीची वाट पाहत होतो. तशी संधी लवकरच समोर आली. आठेक दिवसात वापी (गुजरात - महाराष्ट्र बॉर्डरजवळ) इंडस्ट्रियल एरियात एक असाइन्मेंट होती.

...आणि अचानक सुमतीचा ॲक्सिडेंट झाला!

आजही आठवतंय... दवाखान्याच्या कॉरिडॉरमध्ये बेंचवर बसल्या बसल्या मनात वादळ घोंघावत होतं. एका बाजूनं सुमतीच्या अत्यवस्थतेची वावटळ होती आणि त्याचवेळी नंदिनीच्या सहवासाची संधी हुकली हा विचारही भिरभिरत होता. अत्यंत बेचैन होतो मी! बिचारा सौरभ गांगरून उभा होता. माझ्या मनात मात्र नको नको ते विचार घोळत होते. सुमतीचा अपघात हा दैवाचा संकेत असेल का? ती जर वाचली नाही तर...? तर मी एकटा कसा जगू शकेन? पन्नाशीनंतर कामजीवन संपतं असं थोडंच आहे! कामजीवनाचं जाऊ द्या, पण सहवासाचं काय? पुरुषाला स्त्रीचा सहवास हवाच! मग वय कोणतंही असो. सुमती जगली तर छानच! पण समजा ती अपंग झाली तर...?

असंख्य विचार त्या वेळी मनात घोळत होते. बिचाऱ्या सौरभला वाटलं की पपांना आईच्या ॲक्सिडेंटमुळं फार मोठा धक्का बसला! तसा धक्का बसला होता पण धक्क्याचा भर ओसरताच माझ्या मनात नंदिनीबद्दल विचार येत राहिले होते. मला माझी चीडही येत होती आणि लाजही वाटत होती. पण मी माझ्या मनापुढं हतबल होतो. आमच्या कंपनीत एक श्रद्धाळू आणि देवपूजा वगैरे करणारा सेल्स मॅनेजर आहे. कंपनीच्या ॲन्युअल फंक्शनमध्ये ड्रिंक्स घेतल्यावर तो मनमोकळ्या गप्पा मारताना एकदा मला म्हणाला होता,

“.... खोटं नाही सांगत तुम्हाला... अहो, देवपूजा करताना कधी कधी मनात गलिच्छ विचार येतात. टाळायचं म्हटलं तरी मनावर ताबा राहत नाही...”

वगैरे वगैरे.

माझी गत तशीच झाली होती. सुमतीचं पिंडदान करताना मनामध्ये भलतेच विचार येत होते.

मनापुढं हतबल ठरलो मी.

हे सगळं कसं घडलं हे अजूनही मला उमजत नाही. सेल्स स्ट्रॅटेजी मीटिंग झाली तेव्हा मी सुधाकरला भेटले. तो कंपनीचा मार्केटिंग चीफ. वयाच्या मानानं दिसायला तरुण. रंग सावळाच पण अंगापिंडानं मजबूत! मी त्याच्या प्रेमात पडेन असं मला स्वप्नातही वाटलं नव्हतं. पण हळूहळू त्याच्याकडं मन ओढ घेऊ लागलं. तो विवाहित आहे, त्याला एक तरुण मुलगा आहे, हे सगळं माहीत असूनही मी त्याच्याकडं आकर्षित झाले. याचं कारण शोधताना मी खूप विचार करत असे. शारीरिक ओढ हे कारण मला पटलं नाही. कारण कंपनीमध्ये सुधाकरपेक्षा देखणे, गोरेगोमटे यंगस्टर्स कमी नव्हते. त्यातले काही जण तर माझ्यावर लाइनही मारायचे. काहीबाही निमित्तानं मला छोटंमोठं प्रेझेंट देणं, कॉफीसाठी बरिस्तामध्ये बोलावणं, माझी स्तुती करणं असे प्रकार ते करत असत. मला ते जाणवायचं. समीर काय, योगेश काय किंवा दुसरे यंगस्टर्स काय... माझ्या मनात कुणाबद्दल ओढ अशी निर्माण झालीच नाही. त्यामुळं शारीरिक आकर्षण हा माझाच मुद्दा मला पटला नाही. मी सुधाकरकडं का ओढले गेले? अनेक शक्यतांपैकी एक शक्यता मला पटणेबल वाटली.

माझ्या अजाणत्या वयात माझे वडील वारले. आईनं मला वाढवलं. पण शालेय वयात एक उणीव म्हणा, खंत म्हणा मला जाणवायची. शाळेतल्या मैत्रिणींचे वडील काही निमित्तानं शाळेत येत असत. त्या वेळी वडील-मुलीचं नातं किती लाघवी असतं हे मला जाणवायचं. त्या वयात हे असं स्पष्टपणे कळत नव्हतं. पण मला वडील नाहीत ही उणीव भासायचीच.

कदाचित सुधाकरच्या स्नेहपूर्ण वागण्यात मी माझे वडील पाहत असेन. अर्थात त्याचं माझं रक्ताचं नातं नसल्यामुळं या नात्याला केवळ नर आणि मादीचं सनातन नातं अटळपणे चिकटलं. सुधाकरदेखील माझ्याकडं आकर्षित झाला. अधिकाधिक ओढला गेला. इतका की औरंगाबादच्या टूरवर असताना त्यानं माझ्याकडं सेक्सची उघड मागणी केली. त्या वेळी माझा मंथली डिस्टर्बन्स चालू होता. कसं सांगायचं? संकोच वाटला. त्यानं खूपदा विनवलं, कारण विचारलं त्या वेळी मी त्याला प्रॉमिस दिलं की पुढच्या टूरमध्ये तुझी इच्छा पूर्ण करीन.

पण टूरवर जाण्याआधीच त्याची बायको ॲक्सिडेंटमध्ये गेली. कंपनीतल्या सहकाऱ्यांबरोबर मी सांत्वनाला गेले होते. त्या वेळी त्याची विद्ध नजर पाहून माझा जीव गलबलला. त्या क्षणी त्याचा चेहरा मला सांगत होता,

"नंदू... मला तुझ्या कुशीत शिरून खूप रडायचंय!"

सुमतीबाईंचे दिवस पार पाडून तो कंपनीत जॉइन झाला. आम्ही लाँग ड्राइव्हला गेलो तेव्हा खरोखरच तो लहान मुलासारखा माझ्या कुशीत शिरून रडला. त्या क्षणी माझ्या मनात त्याच्याविषयीचं प्रेम उफाळून आलं. आणि मी त्याला होकार देऊन बसले.

आई प्रचंड संतापली. पन्नाशी ओलांडलेल्या एका विधुराशी मी लग्न करणार हे ऐकून ती बेभान झाली. संतापाच्या भरात वाट्टेल तसं बोलली आणि एका कडेलोटाच्या क्षणी माझ्या मुस्काडीतही मारली.

"का असा छळ मांडलास कार्टे... यांच्या पश्चात कष्ट करून तुला वाढवलं, शिकवलं ते यासाठीच का?" वगैरे बोलली. तिच्या रागाचा भर ओसरेपर्यंत मी गप्प बसले. तिच्या शिव्या निमूटपणे ऐकून घेतल्या. मारही खाल्ला. कारण माझा निश्चय पक्का झाला होता. नंतर मी तिला म्हटलं,

"आई... तुझ्या जागी मी असते तरी असाच अकांडतांडव केला असता. चूक तुझी नाही. मी तुला दोषही देणार नाही; पण मी तरी काय करू? मला सुधाकर आवडतात, त्यांचा सहवास हवाहवासा वाटतो..."

"बंद कर थोबाड..." आई पुन्हा वसकली. क्षणभरानं म्हणाली,

"अगं, मनाची नाही तर जनाची लाज तरी बाळग की... त्या थेरड्याला मोठा मुलगा आहे... त्याचा तरी विचार कर... लोक तोंडात शेण घालतील..."

"घालू देत... मला लोकांची पर्वा नाही."

"खरंय गं बाई... तुला जन्मदात्या आईचीच पर्वा नाही तर तू लोकांची पर्वा कशी करशील!"

"आई प्लीज..."

"जगातले सगळे तरुण मेलेत ना... म्हणून तू त्या थेरड्याला धरलंस!"

"आईऽ"

"एक शब्द बोलू नकोस. चार दमड्या मिळवायला लागलीस म्हणजे शिंग फुटली नाहीत... मी हे लग्न होऊ देणार नाही."

त्या क्षणी आईचा पारा इतका चढला होता की, मी खरोखरच गप्प बसले. मी एक शब्द जरी बोलले असते तरी आईला काहीतरी झालं असतं. तिचं दुःख, अपेक्षाभंग, व्यथा, संताप हे सारं मला कळत होतं. पण मला सुधाकरशी लग्न करणं या एकाच विचारानं झपाटलं होतं. खरंतर आईनं माझ्या भावना समजून घ्याव्यात, शांतपणे त्यावर चर्चा करावी अशी माझी अपेक्षा होती. अर्थात ही अशी अपेक्षा 'जगावेगळी महान अपेक्षा' होती हेही मला जाणवत होतं; पण आई आणि मुलगी यामध्ये मैत्रीचं नातं ठेवलं गेलं तर हे अंशतः शक्य होतं. इथं मात्र आईनं मला तिनं केलेल्या उपकाराचं, पालनपोषणाचं आणि अधिकाराचं नातं

दाखवलं होतं. म्हणून मी अधिकच ठाम झाले.

~

खरंच सांगतो, आईशप्पथ मला प्रचंड धक्का बसला. आई जाऊन दोन-चार महिने होतात न होतात तोच पपांनी त्यांचा प्रस्ताव माझ्यासमोर मांडला. आधी प्रस्तावनेची खूप लांबड लावली होती पपांनी! ते कसे दु:खी आहेत, एकटे आहेत वगैरे वगैरे. ते असं बोलत होते तेव्हा मला कणभरही कल्पना नव्हती की ही पपांची (म्हणजे एका पुरुषाची लबाड) प्रस्तावना आहे. आणि पुढच्या क्षणांमध्ये ते स्वत:च्या पुनर्विवाहाचा प्रस्ताव मांडणार आहेत. आजही मी त्यांचे शब्द विसरलेलो नाही.

"सौरभ... एक वर्षात तुझं शिक्षण पूर्ण होईल, वाढत्या आय.टी. कंपन्यामुळं तुझा नोकरीचाही प्रश्न उरणार नाही. मग तुझं लग्न होईल. तू तुझ्या संसारात रमशील त्या वेळी मी अजूनच एकटा पडेन. आयुष्याची उरलेली वर्षं एकट्यानं कशी काढू? म्हणून मी ठरवलंय... मी लग्न करणार आहे!"

मी उडालोच! माझ्या चेहऱ्यावरचे भाव पपांनी (म्हणजे एका कावेबाज पुरुषानं) क्षणार्धात ओळखले. ते म्हणाले,

"कळतंय मला. तुला धक्का बसलाय. तुझ्या मनात माझ्याविषयी अनेक प्रतिकूल भावना आल्या असतील. पण सौरभ, तू माझ्या जागी आहेस अशी कल्पना कर म्हणजे माझी अगतिकता तुझ्या लक्षात येईल. आणि एक लक्षात ठेव. काळ बदललाय... या वयात दुसरं लग्न करणं म्हणजे काही आभाळ कोसळण्यासारखी गोष्ट राहिलेली नाही..."

पपा मला पटवत राहिले. त्यांचे शब्द माझ्या कानावरून जात राहिले; कारण माझ्या मनात माझे विचार चालू झाले होते. त्या वेळी मी पूर्णत: पपांवर अवलंबून होतो. कॉम्प्युटर इंजिनिअरिंगच्या शिक्षणाचा खर्च बापाचं कर्तव्य म्हणून जरी पपा करत असले तरी वेळ पडली तर ते त्याचा हत्यार म्हणून वापर करू शकणार होते. जर मी पपांना विरोध केला, त्यांच्याशी भांडलो तर ते मला वाऱ्यावर सोडायला कमी करणार नाहीत हे त्यांच्या अधीर शब्दांतून मला जाणवलं होतं. मी असाही काहीसा निर्घृण पण वास्तववादी विचार केला की आई काही आता परत येणार नाही. मला आमटीमध्ये ताजी कोथिंबीर आवडते हे लक्षात ठेवून भले ती कोथिंबीर आणायला बाहेर पडली होती, पण त्या वेळी ती गेली; कायमची! मग आता पपांना विरोध का आणि कशासाठी करायचा? पपा बोलतच होते.

"... आणि सौरभ, तू लोकांच्या नावं ठेवण्याचा विचार करू नकोस. लोक चारी तोंडानं बोलतात. लोक आपल्याला खाऊ घालत नाहीत. सुमती गेल्यापासून... खरं सांग... ती गेल्यापासून तुला सुग्रास जेवण मिळालंय? स्वयंपाकीण बाई

जेवण बनवते पण ते सारं 'मोले घातले रडावया' स्टाइलनं! नातेवाईक जेवढ्यास तेवढे असतात. आपलं स्वत:चं दु:ख चिरंजीव असलं तरी नातेवाइकांच्या दृष्टीनं ते औटघटकेचं असतं. म्हणून मी हा निर्णय घेतला. घराचं घरपण बाईमुळंच असतं. घरात आपल्या हक्काची स्त्री असेल तर शोभा असते...''

ब्ला... ब्ला.... ब्ला.... व्हॉट नॉट! पपा वटवट वटवट करत राहिले. असंख्य शंका त्यांनी स्वत: काढल्या... त्यांची उत्तरंही स्वत:च दिली. स्वत:च आरोपी, स्वत:च न्यायाधीश बनले आणि शेवटी म्हणाले,

"....माझा निर्णय पक्का झालाय सौरभ. आता तुला जर हे पटत नसेल तर...''

माझा अंदाज खरा ठरला. मी विरोध केला तर पपा (म्हणजे दुसऱ्या पत्नीसाठी अधीर झालेला एक पुरुष) मला वाऱ्यावर सोडणार. मला त्यांचा प्रचंड राग आला होता. त्यांच्याविषयी मनात घृणा दाटली होती. त्यांच्या चारदोन मुस्काडीत माराव्यात असाही एक सो-कॉल्ड असंस्कृत विचार डोकावला होता. पण... या 'पण' मुळेच मी सारा संताप गिळला. या माणसाचं अर्ध्यापेक्षा अधिक आयुष्य सरलंय.... माझं करिअर अजून सुरूही झालेलं नाही. अशावेळी मी माझ्या उज्ज्वल भवितव्यावर बोळा का फिरवायचा!

"का रे... बोल की... एवढा वेळ मी तुला समजावलं आणि तरीही तू गप्पच?'' पपा म्हणाले. मी हसलो. ते चकित झाले कारण मी हसेन अशी त्यांची अपेक्षाच नव्हती. अर्थात माझ्या हसण्यामुळं ते पुढच्या क्षणी आश्वस्त झाले. मी कावेबाजपणे (त्यांचाच मुलगा ना) म्हणालो,

''पपा... तुम्हाला काय वाटलं... मी विरोध करेन? नाही पपा... हे बघा... आई तर गेली. आता उरलेलं आयुष्य कसं जगायचं हा निर्णय तुमचा तुम्हीच घ्यायचा. तो तुम्ही घेतलात. त्यात मी विरोध का करायचा? आणि दुसरी गोष्ट म्हणजे तुम्ही जर लोकांची फिकीर करत नाही तर मी का करू?''

माझ्या प्रत्येक वाक्यागणीक पपांचा चेहरा उजळत गेला. त्यांना झालेला आनंद त्यांच्या चेहऱ्यावर ओसंडून वाहू लागला. कोणत्याही प्रकारची कटुता न येता आपल्या तरण्याताठ्या मुलानं एवढा समजूतदारपणा दाखवला याचं त्यांना भयंकर कौतुक वाटलं. त्यांनी चक्क माझ्यासाठी बिअर मागवली आणि म्हणाले,

''लेट्स सेलिब्रेट... घे घे... मला माहितीय... आजकालची तुम्ही तरुण पोरं ड्रिंक्स घेता... घे लाजू नकोस!''

बिअरच्या कडवटपणानं मी माझ्या मनातला कडवटपणा मारला. मात्र मी एक केलं, त्यांना त्यांच्या दुसऱ्या पत्नीची जागा घेणाऱ्या स्त्रीविषयी चकार शब्दानं विचारलं नाही. ठरवलं की एकही प्रश्न विचारायचा नाही. ते मात्र

तिच्याविषयी भरभरून बोलत राहिले त्या वेळी मला तिचं नाव समजलं... नंदिनी!

~

सहा वर्षांच्या नोकरीत मी अगदी आवश्यक तेवढेच पैसे खर्च करत होते. आईला घरखर्चासाठी दरमहा विशिष्ट रक्कम दिली की बाकी पगार मी सहसा बँकेतच ठेवत असे. क्वचितप्रसंगी एक-दोन साध्या साड्या, एखादी सलवार कमीज आणि कॉस्मेटिक्स घेत असे. त्या वेळीसुद्धा मी दहादा विचार करत असे की मी अनावश्यक खर्च तर नाही ना करतेय? मला वडील नाहीत. आईची जबाबदारी मी मुलगी असूनही माझ्यावरच आहे या जाणिवेनं मी खूप काटकसर करत आले.

...आणि मग हे सगळं अचानकच घडलं. सुधाकरशी लग्न करायचं हा निर्णय झाला. आईनं कडाडून विरोध केला नसता, मला चार गोष्टी समजूतदारपणे समजावल्या असत्या आणि एक आई या नात्याबरोबरच एक बाई या नात्यानं वैवाहिक जीवनातील खाचखळग्यांचे अनुभवी बोल ऐकवले असते तर... तर कदाचित मी या लग्नाचा पुनर्विचार केलाही असता. प्रेमीजनांच्या आईवडिलांच्या लक्षात येत नाही की त्यांच्या कडव्या विरोधातून त्या कोवळ्या (किंवा क्वचित जरठसुद्धा) प्रेमिकांची जिद्द फोफावते. माझंही तेच झालं.

मी आणि सुधाकरनं रजिस्टर लग्न करायचं ठरवलं. वर्तमानपत्रात रीतसर नोटीस दिली. त्यानंतर मी माझ्या बँकखात्यातील एकूण जमा रकमेतून फक्त दहा हजार रक्कम माझ्या स्वत:साठी ठेवली आणि उरलेली रक्कम काढून घेतली. त्याच बँकेत आईच्या नावे मी मुदत ठेव खात्यात ती रक्कम (टू बी ऍक्झॅक्ट दोन लाख तीस हजार) ठेवली.

आईला ती पावती मी दिली तेव्हाचा आईचा चेहरा मी कधीच विसरू शकणार नाही. मी म्हटलं,

"आई, मला जर एखादा सख्खा भाऊ असता तर मी तुझी काळजी केली नसती. तुला न सांगतासवरता, कटुता येऊ न देता सुधाकरचा हात धरून पळून गेले असते, पण दुर्दैवानं मी तुझी एकुलती एक मुलगी आहे. बाबांच्या पश्चात तुझी जबाबदारी माझ्यावर आहे असं मी मानते. म्हणून ही एफ.डी. तुझ्याकडं ठेव."

आई त्या पावतीकडं काही क्षण बघत राहिली. मला आधी भीती वाटली होती की आई रागाच्या भरात पावती फाडूनबिडून टाकेल. (अर्थात मी दोन-तीन झेरॉक्स काढून ठेवल्या होत्या.) पण तसं काही घडलं नाही. आईनं विद्ध नजरेनं माझ्याकडं पाहिलं. म्हणाली,

"नंदिनी... एवढी जाणीव ठेवलीस त्यात भरून पावले. पण मला तुझा एक पैसाही नको."

"आई... प्लीज..."

"नको नंदिनी... हातपाय चालत आहेत तोवर मी माझं भागवू शकते. तू लहान होतीस तेव्हा पोळपाट-लाटणं घेतलंच होतं ना हातात. पापड-लोणची करतच होते ना... तू कमावती झालीस. मला ती कामं बंद करायला लावलीस म्हणून मी..."

काही क्षण ती थांबली. जणू तो काळ त्या क्षणांमध्ये तिच्या डोळ्यांसमोर आला असावा. नंतर ती म्हणाली,

"... माझे अजून किती दिवस उरलेत मला माहीत नाही."

"आई..."

"मरण येईल तेव्हा येवो. जोपर्यंत मी हातीपायी धड आहे तोवर कामं करीन. जेव्हा थकेन, जर्जर होईन तेव्हा बघेन काय करायचं ते, पण एक मात्र ध्यानात ठेव.. तुझ्या दारात येणार नाही आणि..."

"आई..."

"... आणि तूही माझ्या दारात येऊ नकोस. ज्या क्षणी तू त्या माणसाशी लग्न करशील त्या क्षणी समज की तुझी आई मेली."

"आई..."

माझे डोळे पाणावले. पण आई मात्र अत्यंत स्थिर होती. शांत होती. तिच्या शब्दाशब्दांतून तिचा दृढ निश्चय कळत होता.

"... तुला वाटेल नंदिनी... आई दुष्ट आहे, कठोर आहे..."

"नाही गं नाही... असं..."

"वाटू दे... वाटलं तरी चालेल पण नंदिनी... तू जशी तुझ्या आयुष्याचा निर्णय घेऊ शकतेस तसा मी घेतला तर कुठं बिघडलं? तेव्हा... हवं ते कर...'

त्या क्षणी मला रडू आलं. पण आईपुढं चकार शब्द न बोलता उठून निघून गेली. एफ.डी.ची पावती तिथंच ठेवून गेली. माझं मन मलाच उमजत नव्हतं त्या वेळी. असं कोणतं भारावलेपण असतं जे प्रेमासाठी रक्ताची नाती तोडायला सिद्ध असतं? हे कसलं आकर्षण म्हणायचं? सुधाकरच्या जागी एखादा तरुण असता तर हे सगळं टळलं असतं का? की त्यातही पुढं जातीचं, धर्माचं (अर्थात तो तरुण विजातीय- विधर्मीय असता तर) वादळ उठलं असतं? मुळात मला सुधाकरची एवढी अनावर ओढ का लागली?

त्या संध्याकाळी एकांतात सुधाकरनं मला खूप मोठा मानसिक आधार दिला. मला खूप समजावलं. मी सावरले आणि ठरल्याप्रमाणे काही दिवसातच मिसेस सुधाकर झाले.

~

विवाह नोंदणी कार्यालयात मी आणि नंदिनी कायदेशीररीत्या पती-पत्नी झालो तेव्हा तिथं सौरभ होताच. खरंच त्या वेळी सौरभ मला माझ्या पोटच्या मुलापेक्षा एक सहृदय मित्र वाटला. किती सहजपणे स्वीकारलं त्यानं हे सगळं! त्या वेळी मला त्याचं प्रचंड कौतुक वाटलं. मी नंदिनीशी विवाह करणार ही बातमी कंपनीत समजली होती. याचं कारण आमच्या कंपनीत एक कर्मचारी आहे. आदित कानडे. त्याला इतरांच्या खासगी गोष्टीत, का कोण जाणे, पण खूप इंटरेस्ट वाटतो. मिळेल तिथून हरप्रकारे सर्वांची मिळेल तेवढी माहिती उकरून काढणं हा त्याचा छंद आहे. त्यामुळं वर्तमानपत्रात मी आमच्या लग्नासंदर्भात दिलेली जाहीर नोटीस त्याच्या नजरेतून सुटली नव्हती. त्याला ती माहिती म्हणजे अलिबाबाच्या गुहेतील खजिना वाटला असणार. त्यानं यथावकाश सर्वांना त्या नोटिशीची झेरॉक्स कॉपी दाखवली.

त्यामुळं झालं काय... की विवाह नोंदणी कार्यालयात काही कर्मचारी पुष्पगुच्छ वगैरे घेऊन आले. आदित कानडेही आला. त्यांनी माझं अभिनंदन वगैरे केलं. मॅडम, मॅडम म्हणत नंदिनीचंही अभिनंदन केलं. त्या प्रसंगी त्या सर्वांना का आलात, कुणी बोलावलं होतं असे प्रश्न विचारणं मला प्रशस्त वाटलं नाही. खरंतर मला थोडंफार बरं वाटलं. माझ्या मनातील खंत, बोच काहीशी निवळली. पण एक मात्र मला जाणवलं. नंदिनीच्या गळ्यात पुष्पमाळ घालताना माझे हात किंचितसे थरथरत होते. सुमतीचा मृत्यू होऊन जेमतेम चार महिने उलटले होते. तिचं वर्षश्राद्ध व्हायच्या आधीच मी पुन्हा बोहल्यावर चढलो होतो! शिवाय ज्या नंदिनीचं मला प्रचंड आकर्षण होतं ती नंदिनी त्या क्षणी पूर्णतः माझी आणि फक्त माझीच झाली होती. एक प्रकारचं अनामिक दडपण आलं होतं. कदाचित त्यामुळंच माझे हात थरथरले असावेत आणि अगदी मनापासून कबूल करायचं तर मी अत्यंत निर्लज्ज आहे. अशा विचाराचा क्षोभ मला त्या वेळी छळत होता. तसा मी खूप संवेदनशील आणि सभ्य म्हणून ओळखला जात होतो. अगदी परवा-परवापर्यंत. म्हणजे नंदिनी माझ्या आयुष्यात येईपर्यंत! ती आली, आमची जवळीक वाढली. त्या वेळी लोकांची म्हणजे कंपनीतील कर्मचाऱ्यांची कुजबुज कानावर येऊ लागली, पण मी तिच्या लोभात पडलो. कुणाचीच पर्वा वाटेनाशी झाली. आणि मग चक्क दुसरं लग्न करेपर्यंत मजल मारली! सुमती वारली नसती तर...? तर काय झालं असतं? असेही निरुत्तर करणारे किंवा भयंकर अनैतिक संभाव्य शक्यता दर्शविणारे प्रश्न माझ्या मनात येत होते.

पण सगळं पार पडलं!

मी एखाद्या तरुणाला लाजवेल अशी पूर्वतयारी केली होती. हनिमूनसाठी दक्षिण भारतात हिंडायला जायचं म्हणून रेल्वेचं बुकिंग केलं होतं. कुपेमध्ये पूर्ण

एकांत मिळावा म्हणून दोनऐवजी चार स्लीपर्सचं रिझर्वेशन केलं. सौरभचं मन एवढं मोठं की तो स्वत: आम्हाला स्टेशनवर निरोप द्यायला आला होता. त्यानं मला नंदिनीसमोरच म्हटलं,

"पपा... आजवर मी तुम्हाला एका शब्दानंही काही विचारलं नाही, पण आता मात्र एक महत्त्वाचा प्रश्न विचारणार आहे."

त्याची प्रस्तावना ऐकून माझ्या पोटात खड्डाच पडला. हनिमूनला जाताना हा पोरगा काय विचारणार या विचारानं ते चारदोन क्षण विमनस्क झालो. हनिमूनचा मूड-ऑफ करतो की काय या काळजीनं हैराण झालो. शिवाय या पोराच्या प्रश्नानं नंदिनी दुखावली गेली तर...

"पपा..."

मी सगळ्या चिंता झटकून, कानात प्राण आणून त्याचा प्रश्न ऐकू लागलो. तो म्हणाला,

"पपा... मी यांना (म्हणजे नंदिनीला) काय म्हणून हाक मारायची?... हे मी विचारतोय कारण आई म्हणावं इतकं यांचं वय नाही. या खूप तरुण आहेत. आई असं म्हणणं मला योग्य वाटत नाही... तुम्हीच सांगा... काय म्हणू?" त्याचा हा साधा सरळ निर्विष प्रश्न ऐकून माझा जीव भांड्यात पडला. मी रिलॅक्स होत हसलो. नंदिनीदेखील लाजून हसली. सौरभ पुढं म्हणाला,

"तुम्ही दोघं मिळून ठरवा आणि सांगा." मलाही पट्कन सुचेना. सौरभचा प्रश्न योग्यच होता. मी विचारलं,

"नंदू... तुला काय वाटतं?"

"इश्श... मी काय सांगू?"

असं म्हणत नंदिनी इतकी सुंदर लाजली की मला त्या क्षणी तिला कवटाळावं असा मोह झाला. तो विचार बाजूला सारत मी म्हटलं,

"सौरभ... पूर्वीच्या जमान्यात असा प्रसंग यायचा, वहिनीच्या बांगड्या वगैरे टाइप सिनेमात! एक काम कर... तू हिला वहिनी म्हण..."

"नको पपा... वहिनी म्हणणंही ऑड वाटतं."

"बरं... तर मग सरळ नावानं हाक मार.. चालेल ना तुला नंदिनी?"

नंदिनीनं हुंकार दिला. तेवढ्यात गाडीनं हिरवा सिग्नल दिला. गाडी हलली. सौरभनं आम्हाला 'एंजॉय' अशा एकाच शब्दात शुभेच्छा दिल्या. गाडीनं हळूहळू वेग पकडला. नंदिनी खिडकीतून बाहेर पाहत होती. मी कुपेचा दरवाजा आतून बंद केला. तिच्या शेजारी बसावं असं क्षणभर वाटलं पण मी तिच्या समोर खिडकीत बसलो.

"नंदू..."

“ऊं...”

“कसं वाटतंय?”

ती काही क्षण गप्प बसली. बाहेरची नजर तिनं माझ्याकडं रोखली.

“बोल ना... कसं वाटतंय?’

“छान!”

“खरंच नंदू?”

“हो... सुधाकर... एक विचारू?”

“विचार ना...”

“पुरुषाचं वय कितीही असलं तरी त्याला स्त्रीचं आकर्षण असतंच. पण तुझ्यात असं काय भारावलेपण आहे की मी तुझ्याकडं एवढी आकर्षित झाले?” खरंतर या प्रश्नाचं उत्तर मीच द्यायला हवं पण... मला उत्तर सापडत नाहीये म्हणून...”

मी उठून तिच्याशेजारी बसलो. तिचा हात हातात घेतला. कुरवाळला. तिच्या मनातील भावनिक आंदोलन मला जाणवलं. मी म्हटलं,

“नंदू... माणसाचं मन म्हणजे एक अजब चक्रव्यूह आहे. कधीकधी तो चुटकीसरशी भेदता येतो, पण कधीतरी आपण त्यात असे काही गुरफटतो की प्राण कंठाशी आले तरी सुटका होत नाही. अशावेळी आपण एकच करावं... सारं काही विसरून... वास्तव स्वीकारावं! नंदू... कारणांचे तपशील हवेत कशाला? तू माझी झालीस! हक्काची बायको झालीस! बस्! आता सारे प्रश्न विसरून जा.”

माझं बोलणं ऐकून नंदिनीनं माझ्या छातीवर तिचं डोकं टेकवलं. मी तिला प्रेमानं थोपटलं.

गाडीनं आता खूप वेग पकडला होता. दूर क्षितिजावर मावळत्या सूर्याचा सोनेरी प्रकाश पसरला होता. दूरवर कुठंतरी सांजवेळीचे दिवे लुकलुकत अदृश्य होत होते. झाडंझुडपं, शेतं, खांब वेगानं मागं पडत होते. आता अंधारून आलं होतं.

मी नंदिनीला जवळ ओढलं. तिची हनुवटी धरून तोंड वर केलं. मला तिचं चुंबन घ्यायचं होतं; पण मी पाहिलं. ती रडत होती.

“नंदू...”

तिला एकदम गहिवरून आलं.

“काय झालं नंदू?”

काही क्षण थांबून, रडतच ती म्हणाली,

“तुझ्याशी जन्मभराचं नातं जोडताना जन्मदातीशी नातं तुटलं... आईनं मला...”

तिला पुढं बोलवेना. मी तिला अधिक जवळ घेतलं. मलाही खूप वाईट वाटलं. खरंतर तिच्याही नकळत एकदा मी तिच्या आईला भेटायला गेलो होतो. त्या वेळी त्या करारी स्त्रीनं माझा अपमान करून मला हाकलून दिलं होतं. नंदिनीची आई म्हणून मी सारा अपमान गिळला होता. नंदिनीला घडल्या प्रकाराची एका शब्दानंही ओळख दिली नव्हती. पण एवढं होऊनही नंदिनीची व्यथा मला बोचली. काहीही झालं तरी एका तरुण मुलीला लग्नप्रसंगी 'आई' हे अलवार नातं हवंहवंसं वाटत असतं हेच खरं.

"नंदू... जाऊ दे... तू रडून काय उपयोग? हे बघ... काळ हे सर्व प्रश्नाचं अंतिम उत्तर असतं. तुझ्या आईलाही काही काळानं जाणवेल की ती तुझ्याशी किती वाईट वागली. नंदू हे खरंय की मी तुला सूट नाही... माझ्यासारख्या पन्नाशी ओलांडलेल्या विधुराशी..."

तिनं माझ्या तोंडावर हात ठेवला. मी क्षणभर गप्प राहिलो. तिचा हात हळुवारपणे बाजूला करत म्हटलं,

"नंदिनी... सत्य ऐकायला घाबरतेस का! तुझ्या आईच्या दृष्टीनं, जगाच्या दृष्टीनं हे सत्य आहे की मी तुझ्यासाठी योग्य नाही! पण तरीही घटनाच अशा घडत गेल्या की.... तूच सांग... सुमतीचा अपघाती मृत्यू घडला नसता तर? तर आपलं लग्न झालं असतं का? कदापि नाही. फार फारतर... सॉरी टू से नंदू पण कदाचित आपले विवाहबाह्य संबंध आले असते! सुमती गेली... हा एक नियतीचा संकेतच असावा!"

मी गप्प बसलो. आता डब्यात पूर्ण अंधार झाला होता. एखादं गाव, एखादं स्टेशन जाताना उजेडाची तिरीप डब्यात येऊन जात होती. त्या संपूर्ण कुपेमध्ये आम्ही दोघेच होतो. पण मला शृंगाराची त्या क्षणी ओढ वाटत नव्हती.

~

माझी त्यावेळची मन:स्थिती कशी होती हे मला आजही सांगता येणार नाही. पन्नाशी ओलांडलेल्या माझ्या वडिलांना आणि तरण्याताठ्या नंदिनीला हनिमूनसाठी मी स्टेशनवर पोचवायला गेलो! पपांची कीव येत होती, रागही येत होता आणि मनाच्या कोपऱ्यात कुठंतरी क्षीणशी सहानुभूतीसुद्धा होती! अर्थात या सर्व भावनांपेक्षा दशांगुळं मोठी होती ती माझी स्वार्थभावना. माझ्यासाठी पपा हवा तेवढा खर्च करत होते. मी खुशीनं (खोटी का असेना) परवानगी दिल्यामुळं ते माझ्यावर बेहद्द खूश होते. हनिमूनला जाण्यापूर्वी त्यांनी चक्क माझ्या हातावर दहा हजार रुपये कॅश ठेवले. म्हणाले- मजा कर.

म्हणून तर त्या रात्री माझं सगळं फ्रेंड सर्कल माझ्या घरी जमलं. पपा पंधरा दिवसांसाठी जाणार होते म्हणून मी सगळी तयारी केली होतीच. जवळच्या

मित्रांना बोलावलं होतं. माझा ग्रुप अधूनमधून पार्ट्या करतो. त्या रात्री आम्ही धमाल केली. ड्रिंक्स आणलं. निवांतपणे एंजॉय केलं. मग डान्स केला. बाहेरून मागवलेलं व्हेज-नॉनव्हेज फूड घेतलं. तोवर रात्रीचा एक वाजला होता. त्यानंतर सॅमनं आणलेल्या पॉर्न सीडीज डीव्हीडीवर पाहत बसलो. त्यापूर्वी मी एकदोनदा तशा पॉर्नफिल्मस पाहिल्या होत्या पण घाईघाईत. माझी स्वतंत्र रूम असली तरी मधेच कधीतरी आई तिथं यायची. त्यामुळं टेन्शन असायचं. त्या रात्री मात्र कणभर टेन्शन नव्हतं. त्या फिल्म्स पाहताना संपूर्ण शरीर ताठरलं. कामभावना संपूर्ण शरीरावर पसरली. आणि कसं कोण जाणे पण मला त्या स्त्री-पुरुष मॉडेल्सच्या जागी माझे पपा आणि नंदिनी दिसू लागले. रेल्वेच्या कुपेमध्ये त्यांचा शृंगार कसा चालला असेल याचं कल्पनाचित्र डोळ्यांसमोर येऊ लागलं. मी भयंकर अपसेट झालो. मला ती दृश्यं नकोशी झाली. मी डोळे मिटून घेतले. पण तरीही डोळ्यांच्या आत पपा व नंदिनीच दिसत राहिले. मित्रानं विचारलं,

"सौरभ... झोप आली का?"

दुसरा पट्कन म्हणाला,

"झोपतोय कसला... डोळे मिटून त्या पुरुषाच्या जागी स्वत:ला पाहत असेल!"

सगळेजण हसले. मीदेखील हसलो. तासाभरानं सर्वांना त्या पॉर्नफिल्मचा कंटाळा आला. कारण व्हरायटी दाखवून दाखवून किती दाखवणार? शेवटी सेक्स म्हणजे तरी काय! स्त्री आणि पुरुषांचं पतन!

त्या रात्री मला गाढ झोप लागली नाही. ड्रिंक्स आणि जेवण होऊनही मला झोप अशी लागली नाही. ग्लानी येत राहिली पण सतत पॉर्नफिल्ममधली दृश्यं मिटल्या डोळ्यांसमोर येत राहिली... त्या दृश्यांमध्ये मधूनच पपा आणि नंदिनी दिसायचे त्या वेळी मी दचकून जागा व्हायचो. पहाटे पहाटे कधीतरी डोळा लागला. आणि त्या गाढ झोपेतच माझा नाइटफॉलही झाला.

~

हनिमूनवरून मी परतले. सुधाकर नेहमीप्रमाणं कामावर जॉईन झाला. त्यानं मला प्रेमानं आग्रह केला म्हणून मी नोकरी सोडून दिली. तसंही पाहता मला नोकरीचा कंटाळा आला होता. कॉलेजचं शिक्षण घेता घेता मी मार्केटिंगची कितीतरी कामं करत होते. धुण्याच्या पावडरी, सॅनिटरी नॅपकिन्स, कॉस्मेटिक्स कितीतरी वस्तू डोअर-टू-डोअर जाऊन विकत असे मी. त्यानंतर दोनतीन कंपन्यांमध्ये नोकरी केली आणि शेवटी सुधाकरच्या कंपनीत आले. आतापर्यंतच्या लाइफमध्ये निवांतपणा असा अनुभवलाच नव्हता. म्हणूनच सुधाकरच्या प्रेमळ आग्रहाला मी चट्कन होकार दिला. सुधाकरचं खरंच खूप प्रेम आहे माझ्यावर पण...

या 'पण'मुळंच विचीत्र परिस्थिती उद्‌भवली!

असं काही विपरीत घडेल किंवा मी असं वागेन असं मलाही वाटलं नव्हतं; पण वागले हे खरंय!

हनिमूनच्या काळात मला जाणवलं. सुधाकरची तब्येत दणकट असली तरी शृंगारात त्याचं वय क्षीण झालंय. माझं तारुण्य त्याला झेपलं नाही हे कटु सत्य मी पचवलं. आणि फक्त त्याच्या प्रेमावर समाधान मानायचं ठरवलं पण...

लग्नानंतरचे काही दिवस सुधाकरला माझी ओढ होती. पण हळूहळू आमच्या वैवाहिक जीवनात तो मागं पडू लागला. माझी शृंगाराची भूक जागी व्हायच्या आत तो दमून जात असे. त्यानंतरची रात्र माझ्यासाठी काळरात्र ठरत असे. कुणी कितीही म्हणू दे की मनाचं समाधान हेच अंतिम सुख असतं, पण वस्तुस्थितीमध्ये मात्र तरुण शरीराचं समाधान झालं नाही तर काय क्षोभ होतो हे सांगून समजणार नाही! तो घोरत असायचा आणि मी तळमळत पडलेली असायची.

याच दरम्यान ती घटना घडली. वेळ दुपारची. म्हणजे साडेचार-पाचची. मी सौरभसाठी पोहे करायला घेतले होते. पोह्याचा डबा घेताना माझा पाय मुरगळला. मी कळवळून ओरडले तसा सौरभ धावत किचनमधे आला. माझी अवस्था पाहून त्यानं मला उचललं. त्या क्षणी, खरं सांगते, मला त्याचे दणकट बाहू... त्याची पकड जाणवली. पायाची रग जाणवण्याऐवजी मला सौरभच्या तारुण्याची रग प्रकर्षानं जाणवली. त्यानं मला बेडवर झोपवलं. बामची बाटली घेतली. दुखऱ्या भागावर बाम चोळून देऊ लागला. त्याचा स्पर्श मला इतका हवाहवासा वाटत होता की मी पुरे म्हटलंच नाही. तो म्हणाला,

''चल.... आपण दवाखान्यात जाऊ.''

''नको... तू हात फिरवत राहा...''

मी साडी अंमळ वर घेतली होती. त्या बिचाऱ्याच्या मनात खंत होती की त्याच्यासाठी पोहे करताना माझा पाय मुरगळला. पण त्याच्या स्पर्शानं माझं मन बेभान झालं होतं. मी त्याचा हात धरला व म्हटलं,

''संपूर्ण शीर दुखावलीय रे... जरासं वरपासून खालपर्यंत चोळतोस का?''

असं म्हणत मी साडी थोडीशी अधिक वर केली. गुडघ्याच्या वरपासून घोट्यापर्यंत तो बाम लावून चोळू लागला. मी पायाची वेदना विसरून गेले होते. सौरभनं बराच वेळ पाय चोळून दिला. मला खूप बरं वाटलं. मनात आलं माझा नेहमी नेहमी असा अपघात व्हावा आणि त्यानिमित्तानं सौरभचा स्पर्श लाभावा.

~

बापरे! तो प्रसंग माझ्यासाठी विचित्र होता. नंदिनीचा पाय मुरगळला आणि मी तिला उचलून बेडवर ठेवलं. ती माझ्यासमोर आडवी पडली होती. तिनं साडी वर

घेतली होती. ती माझी सावत्र का असेना पण आई आहे ही ठोस जाणीव असूनही तिचं तरुण-घट्ट शरीर माझ्या नजरेत भरत होतं. गुडघ्याच्या वर साडी घेतल्यामुळं तिची पुष्ट मांडी सतत समोर होती. आणि स्पर्श! तरुण स्त्रीचा स्पर्श इतक्या जवळून मी प्रथमच अनुभवत होतो. मी सतत नजर दुसरीकडं वळवत होतो, पण माझ्याही नकळत माझी नजर पुन:पुन्हा नको त्या बाजूला वळत होती. त्यातच तिनं संपूर्ण शीर दुखावली आहे असं सांगून अगदी वरपासून पाय चोळायला सांगितलं. मी त्या वेळी भयंकर अस्वस्थ झालो. आणि मला प्रकर्षानं जाणवलं (कदाचित तो भास असावा असं त्या वेळी मला वाटलं होतं) की तिची नजर मला काहीतरी सुचवतेय.

त्या रात्री मी झोपू शकलो नाही. माझ्या नजरेसमोर सतत तिची पुष्ट मांडी आणि वरचा भाग येत राहिला. अर्धवट ग्लानीमध्ये मधूनच पॉर्नफिल्मचे सीन्स दिसत होते. त्यामध्ये मॉडेल्सच्या जागी मी आणि नंदिनी असल्याचा भास होत राहिला. ती रात्र माझ्यासाठी भयावह रात्र ठरली.

~

सुधाकरला माझ्या मन:स्थितीची अजिबात कल्पना आली नाही. पण मी मात्र अत्यंत बेचैन होते. पाय मुरगळण्याचं दु:ख केव्हाच पळून गेलं होतं, पण सौरभचा स्पर्श मात्र एक ठसठसणारं सुख बनून मनात खोलवर रुतून बसलं होतं. त्याच्या दणकट स्पर्शानं माझं मन पाखरू झालं होतं. मात्र त्याचवेळी माझी मला शरम वाटत होती. साधं आरशासमोर उभी राहिले तरी मी स्वत:च्या नजरेला नजर भिडवू शकत नव्हते. प्रतिबिंबाकडे नजर गेली की एकच शब्द वारंवार मनात येत होता- 'व्यभिचारी!' ज्या सुधाकरची पत्नी बनून मी या घरात आले त्याच सुधाकरच्या तरण्याबांड मुलाची अभिलाषा मनात उसळू लागली. मी पुन:पुन्हा सौरभचा विचार झटकू पाहत राहिले पण, छे! तो घरात वावरत असताना माझ्या मनाशी बंड करीत माझी नजर सतत त्याला न्याहाळायची, मनात साठवत राहायची. दिवस-रात्र माझं मन दोलायमान होत राहिलं. एके रात्री तर मी सुधाकरला बळजबरीनं शृंगार करायला भाग पाडलं. त्याच्या जागी सौरभ आहे अशी कल्पना केली. त्यामुळं मी बरीचशी आक्रमक झाले. खूपच धसमुसळेपणा केला. सुधाकर म्हणाला सुद्धा 'आज काय भूत संचारलंय का?' मी फक्त हसले. मनात म्हटलं, भूत संचारलं तर उतारा ओवाळून काम भागतं पण जिवंत व्यक्ती झपाटते तेव्हा काही खरं नसतं! सुधाकर दमून गाढ झोपला. मी मात्र जागीच राहिले. कारण मी सुधाकरला कितीही उत्तेजित केलं तरी तो मला 'तारुण्यसुख' देऊ शकणार नाही याची मला खूणगाठ पटली होती.

त्यामुळंच माझं मन सौरभसाठी तळमळू लागलं. त्याला कसं गाठावं? कसं

समजवावं? यासारख्या प्रश्नांची उत्तरं मी शोधत राहिले. नीती-अनीतीच्या कल्पना मनात येत असत पण...

~

किती टाळायचं या बयेला? त्या प्रसंगानंतर मला चांगलंच कळून चुकलं की तिच्या मनात पाप आलंय. तसे पापी विचार तिच्या नजरेतून वेळोवेळी सांडताना दिसलेत मला. चहा देताना, जेवण वाढताना किंवा जमेल त्या प्रसंगी ती माझ्या हाताला स्पर्श करते. पपा समोर असताना तर डोक्यावरून हात फिरवते.. पपांना कौतुक वाटतं की सावत्र असूनही सौरभवर किती माया करते ही! मला मात्र असह्य होतं! तोंड दाबून बुक्क्यांचा मार जणू! अर्थात मी तिला एकटीला दोष देत नाही. मनापासून सांगतो... माझ्याही मनात तिच्याबद्दल नको नको ते विचार येतात. ती तरुण आहे. तिचं शरीर मादक घाटदार आहे. माझी नजर माझ्याही नकळत तिच्या देहावरून घरंगळत राहते. ते विचार, ती नजर आवरू म्हणता आवरत नाही. एका बाजूनं मनाला टोचणी लागते पण दुसऱ्या बाजूनं आकर्षण वाटतं. मला कळून चुकलं की पपा तिला हवं तेवढं सुख देत नाहीत. ते त्यांच्या वयानुसार आता शक्यही नाही. मुळात पपांनी तिच्याशी (किंवा उलटपक्षी तिनं पपांशी) लग्नच करायला नको होतं. पण सो-कॉल्ड प्लॅटॉनिक लव्ह या उच्च कल्पनेला कवटाळून या दोघांनी मूर्ख निर्णय घेतला. आणि आता दोघंही विवश झालेत. पपांचं फारसं जाणवत नाही. कारण त्यांनी भरपूर शृंगारसुख उपभोगलं असणार पण नंदिनीचं काय? एका चुकीची शिक्षा तिला जन्मभर भोगावी लागणार हेही मला पटेना. कारण ती किती काळ उपासमार सहन करील? ती काही जुन्या पिढीतली सोशीक स्त्री नाही. जेव्हा असह्य होईल तेव्हा कदाचित बाहेरच्या कुणा पुरुषाशी...

छे! असं होऊ देणं मूर्खपणा ठरेल!

~

स्मशानभूमीत नंदिनीनं हंबरडा फोडला. तिच्या आईची चिता धडधडून पेटली होती. सगळं अचानकच घडलं. कंपनीच्या कामानिमित्त मला दुसऱ्या दिवशी टूरवर जायचं होतं. मी त्याच कामात व्यस्त होतो. तेवढ्यात नंदिनीचा फोन आला. तिनं गदगदल्या आवाजात मला ताबडतोब घरी बोलावलं. माझ्या काळजात धस्स झालं. मी तातडीनं घरी गेलो तेव्हा समजलं की नंदिनीची आई हार्टफेलनं गेली. शेजारणीनं फोन केला तेव्हा नंदिनीला समजलं.

त्यांना रुचलं नव्हतं, पटलं नव्हतं तरी मी त्यांचा जावई होतो. सारे विधी मीच पार पाडले. नंदिनीच्या इच्छेखातर विद्युत्दाहिनीऐवजी चिता रचली. मी स्वत: चितेला अग्नी दिला त्या वेळी नंदिनीनं हंबरडा फोडला. सौरभला मी खूण

केली तेव्हा त्यानं तिला सावरलं. ती त्याला बिलगून रडत राहिली.

खरंतर नंदिनीला त्या दुःखी अवस्थेत सोडून कंपनीच्या कामासाठी जाणं माझ्या जिवावर आलं होतं. पण व्यवहारी जगात वैयक्तिक सुख-दुःखांना, भावनांना स्थान नसतं हे मी जाणतो. काही प्रसंगी मी स्वत: माझ्या हाताखालच्या कर्मचाऱ्यांना कर्तव्यकठोरता सुनावली आहे. त्यामुळं माझी गोची झाली होती. शिवाय नंदिनीला काय वाटेल हाही विचार होता. परंतु नंदिनीनं मला सुखद धक्का दिला. तिनं स्वत:हून मला जा म्हणून सांगितलं. मी मनातून खूश झालो पण वरपांगी तिला नको, नको म्हटलं. तिनं मात्र मला मनापासून जा म्हटलं. अर्थात मी थांबून तरी काय करणार होतो म्हणा! मला अवतीभवती दुःखद वातावरण नको वाटतं.

मी दुसऱ्या दिवशी सकाळी निघून गेलो. जाण्यापूर्वी सौरभला बजावलं की नंदिनीला एकटं सोडू नकोस. तिला सांभाळ मी पाच-सहा दिवसांनी येतोच आहे.

~

दिवस कसाबसा पार पडला. पपा घरात नव्हते. मी जेमतेम कॉलेजला दोनेक तास जाऊन आलो. नंदिनी वरवर पाहता खूप शांत वावरत होती. तिची आई गेली त्याचं दुःख अजून ओसरलं नव्हतं. पण तसंही म्हणणं धाडसाचंच होतं. कारण स्मशानात तिच्या आईच्या चितेला पपांनी अग्नी दिला तेव्हा ती हंबरडा फोडल्यागत ओरडली. माझ्या हृदयात कालवाकालव झाली, कारण आईचा मृत्यू, तोसुद्धा अचानक होणं यातलं दुःख मी भोगलं होतं. पपांनी खुणावलं तेव्हा मी तिला सांत्वनासाठी जवळ घेतलं. त्या वेळी तिनं मला जवळजवळ मिठीच मारली. पाहणाऱ्यांना काही वाटलं नाही. पण मला मात्र जाणवलं. त्या स्पर्शात केवळ दुःख नव्हतं. तिच्या अश्रूंमध्ये वासनेची, अनावर आकर्षणाची भेसळ होती. मी खूप विचार केला; पण तो भास नव्हता. दुःखाचं निमित्त साधून सर्वांसमोर ती माझ्या छातीवर डोकं ठेवून, माझ्या पाठीवर हात विळखून जवळीक साधत होती. खरंच का वासनेपोटी माणूस असा वागू शकतो? हे असं असेल तर कदाचित पपांनासुद्धा माझ्या आईच्या दहनप्रसंगी नंदिनी आठवली असेल का? कारण ज्याअर्थी त्यांनी तिच्याशी लगेचच लग्न केलं त्याअर्थी त्यांचा परिचय जुना असणार! त्यामुळंच पपांना आईच्या मृत्यूनंतर तिला जवळ करावंसं वाटलं.

मी असा विचार करत असतानाच नंदिनी ग्लासभर दूध घेऊन खोलीत आली. माझं जेवण झालं होतं. मी मनात नसतानाही नंदिनीला बळेच जेवायचा आग्रह केला होता.

"दूध?"

"घे... बरं वाटेल."

"नको... मला सवय नाही."

"घे रे..."

असं म्हणत ती माझ्याजवळ आली. मी अंग आक्रसून घेतलं.

"घे ना... माझ्यासाठी..." तिनं अधिक जवळ येत आग्रह केला.

"प्लीज नंदिनी... आग्रह करू नकोस." मी काहीसं चिडून बोललो. त्यानंतर ती काहीच बोलली नाही. क्षणभरानं माझ्या हातावर काहीतरी पडलं. मी पाहिलं ते पाण्याचे थेंब होते. मी झटकन वर पाहिलं. नंदिनीचे अश्रू होते ते!

"नंदिनी..."

तिला उन्मळून रडू फुटलं. मी भांबावलो. पपा नव्हते. तिला समजावणं, सांभाळणं माझं कर्तव्य होतं. मी तिला समजावत म्हटलं,

"रडू नकोस नंदिनी... गेलेलं माणूस परत येत नाही."

काही क्षणांनी अश्रू पुसत ती म्हणाली,

"...असलेलं माणूस तरी कुठं जवळ येतंय?"

त्या वाक्यानं मला धक्का बसला. तिचा हेतू त्या वाक्यातून डोकावला.

"सौरभ... सौरभ मला समजून घे... प्लीज..." असं म्हणत तिनं माझा हात धरला.

"मला दूर लोटू नकोस...."

"नंदिनी... हे काय चाललंय...." मी ओरडलो. तिच्यावर माझ्या ओरडण्याचा काहीच परिणाम झाला नाही. उलट ती निर्ढावल्यागत माझ्या शेजारी बसली. मी अधिकच आक्रसून सरकलो.

"सौरभ... माझा निर्णय चुकला रे... मी तुझ्या पपांशी लग्न करायला नको होतं!" ती भिजलेल्या आवाजात बोलली. एवढं उघडपणे ती बोलल्यावर मी तिच्याकडं पाहिलं.

"खरंच रे... भावनेच्या भरात लक्षात आलं नाही पण आता..."

"नंदिनी ऽऽ"

"ओरड... अजून ओरड माझ्यावर... रागाव मला... हवंतर मार मला पण...."

"नंदिनी..."

"सौरभ... खरं सांगते... तुझे पपा खूप प्रेमळ आहेत. माझ्यावर त्यांचं खूप प्रेम आहे. माझंही त्यांच्यावर जिवापाड प्रेम आहे पण... कसं सांगू तुला... मनाची भूक तृप्त झाली पण शरीर मात्र... सौरभ... तुझा स्पर्श झाल्यापासून..."

मी ताड्कन उठलो... म्हटलं,

"हे काय भयंकर बोलतेस... अगं, तू माझी आई आहेस..."

"...सावत्र!" ती क्षणाचाही विलंब न करता उत्तरली. क्षणभरानं म्हणाली, "मी तुझी जन्मदाती नाही."

"शी... मला हे ऐकवत नाही..."

"तू समजावून घेतलंस तर बोलायची गरज पडणार नाही."

मला तिच्या युक्तिवादावर काय बोलावं ते सुचेना. ती म्हणाली,

"खूप प्रयत्न केला रे मी. खूप संयम राखला. अविवाहित स्त्रियांचं ठीक असतं... सुखाची चवच माहीत नसते त्यांना. पण मी काय करू? सुख-सुख म्हणत मी धावते पण... मृगजळासारखं ते गवसण्याऐवजी अधिकच तृषार्त करून निसटून जातं! मी त्यांना दोष देत नाही. पुन्हा सांगते... त्यांचं जिवापाड प्रेम आहे माझ्यावर पण... ते प्रेम माझं शरीर तृप्त करू शकत नाही....'

मला तिची व्यथा जाणवत होती. कामभावना मूलभूत असते, तिच्यावरच संसार चाललाय हे ही मी कुठंतरी वाचलंय पण म्हणून....! तिची अगंतिकता पाहून मी म्हटलं,

"नंदिनी... अजूनही वेळ गेलेली नाही. तू घटस्फोट घे आणि दुसरं लग्न..."

"नाही सौरभ नाही..."

"का?"

"मी घटस्फोट घेणं म्हणजे माझ्या लाडक्या सुधाकरची जगभर छी थू करणं ठरेल! त्यांना जगात तोंड वर करायला जागा राहणार नाही..."

मला हे सुचलंच नव्हतं. ती पुढं म्हणाली,

"...आणि कदाचित घटस्फोटामुळं तुझ्या पपांना जबरदस्त धक्का बसेल! तो धक्का त्यांना सहन होणार नाही सौरभ..."

मी सुन्न झालो. काही क्षण तसेच शांततेत गेले. बाहेर रातकिड्यांचं किरकिरणं चालू झालं होतं. मी हताशपणे तिथंच बसलो. ती माझ्या जवळ आली आणि तिनं मला मिठी मारली. क्षणभर... फक्त क्षणभर मला तिच्या वक्षस्थळांचा टणक स्पर्श जाणवला, पण पुढच्याच क्षणी त्या भयंकर कल्पनेनं मी थरारलो. तिला दूर लोटत ओरडलो,

"चालती हो... जा इथून..."

माझं अंग थरथरत होतं. अत्यंत जळजळीत नजरेनं मी तिच्याकडं पाहत होतो. तिचे डोळे लाल झालेले दिसले. ती उठली आणि तिरमिरीनं माझ्या खोलीतून निघून गेली.

मी माझं डोकं गच्च दाबून धरलं. मला माझाच राग आला. तिनं होकार दिला तरी मी पपांना परगावी जाऊ द्यायला नको होतं. मी अस्वस्थपणे उठलो. खिडकीपाशी गेलो. पडदा बाजूला करून बाहेर पाहिलं. माझ्या मनात होता

त्यापेक्षा जास्त अंधार बाहेर दाटला होता. रात्र चढली होती.

हे काय घडतंय! माझी परीक्षा जवळ आली आहे. त्यावर माझं पुढचं करिअर अवलंबून आहे आणि त्यात हे काय घडतंय!

खळ्ळकन काचेची वस्तू फुटल्याचा आवाज आला. मी प्रचंड दचकलो. पुढच्याच क्षणी मी धावत खोलीबाहेर आलो. पपांच्या बेडरूमकडं धावत सुटलो. धाड्कन दरवाजा उघडला आणि समोरचं दृश्य पाहून थिजल्यागत उभारलो.

नंदिनीच्या पायापाशी रॉकेलच्या बाटलीचे तुकडे पडले होते आणि नंदिनीच्या साडीचा पदर पेटला होता. मी जिवाच्या आकांतानं पुढं धावलो. पेटता पदर ओढला. रॉकेलच्या वासानं बरबटलेली साडी खसाखसा ओढत राहिलो. साडी पेटत राहिली. तो पेटता बोळा मी खाली टाकला. माझे हात भाजले होते.

“का वाचवलंस मला? रोज थोडं थोडं जळण्यापेक्षा एकदाच जळून जाऊ दे...”

असं म्हणत नंदिनी माझ्याजवळ आली. मी पाहिलं. तिचा परकर आणि ब्लाउझ रॉकेलनं भिजले होते. तिनं काडेपेटी उचलण्याचा प्रयत्न केला तेव्हा मी रागानं ती हिसकावून घेतली आणि फेकून दिली. तिचा परकर खस्सकन ओढला. नाडी तुटून तिचा परकर खाली पडला...

“मरू दे मला... का वाचवतोस?” असं बेभान वेडेपणानं ओरडत ती माझ्या जवळ आली. मी संतापानं तिच्या दोनचार मुस्काडीत मारल्या. तिचा आवेश संपला आणि उन्मळून रडत ती माझ्या गळ्यात पडली. तिनं दुःखाच्या आवेगात मला गच्च मिठी मारली.

खरं सांगतो... त्या क्षणी मला तिचं तारुण्य प्रकर्षानं जाणवलं. तिच्या देहावर फक्त ब्लाउझ आणि निकर होती. ती रडत होती पण आता मला त्या अश्रूंमध्ये शृंगाराची तळमळ दिसत होती. तिनं मिठी सैल केली. मी तिला बेडकडं नेलं. तिला बेडवर बसवलं. तिनं बेडवर आडवं होत मला जवळ ओढलं.

ते क्षण, तो प्रसंगच असा होता की मी स्वतःला विसरून गेलो. ती तर केव्हाच स्वतःला हरवून बसली होती. त्या क्षणी सारी नाती, नीती-अनिती... पाप-पुण्य, स्वर्ग-नरक सारं सारंकाही विरघळून गेलं आणि त्यासोबत जन्माला आलं एकच नातं... एक नर आणि एक मादी! कामातुर मादी आणि तटतटलेल्या तारुण्यानं पेटून उठलेला नर!

माझ्या आयुष्यातला पहिला शृंगार! सेक्सबद्दल माझ्या मित्रांनी मला कितीतरी गोष्टी व किस्से ऐकवले होते. सॅम तर त्यातला ‘किडा’च! इंटरनेटवर कॉलगर्लचे फोन नंबर्स त्यानंच मला सांगितले होते. तो तर कितीदा अशा पोरींबरोबर

झोपलाय. त्या प्रसंगाची वर्णनं ऐकवलीत. पण मी कधीच त्या वाटेला गेलो नव्हतो. माझ्या आईचे संस्कार आड आले होते. पण नंदिनीमुळं... (तिला एकटीला दोष देण्यात अर्थ नाही, कारण मीसुद्धा तिच्याइतकाच दोषी आहे.)... सारे संस्कार वाहून गेले. मी पाहिलं... बेडवर माझ्या शेजारी नग्नावस्थेत नंदिनी क्लांत पहुडली होती. ग्रीष्माच्या काहिलीनं बेजार झालेली धरती मुसळधार वळवाच्या पावसानं तृप्त व्हावी तद्वत ती तृप्त होऊन झोपली होती. अगदी गाढ! तिच्याकडं पाहता पाहता मला वस्तुस्थितीचं भान येत गेलं!

हे मी काय केलं? का केलं? यासारख्या जीवघेण्या प्रश्नांचं मोहोळच उठलं. मला स्वत:चीच भयंकर लाज वाटू लागली. स्वत:ला मी नीच... अधम... अशी असंख्य दूषणं दिली. मन किती निर्ढावलेलं बनू शकतं बघा! माझ्या मनानं माझ्याशी युक्तिवाद केला की- नंदिनीनं फशी पाडलं म्हणून हे घडलं. या दुबळ्या युक्तिवादाला अर्थातच माझ्या मनानं झिडकारलं. मलाच धुत्कारत ते म्हणालं, तिनं लाख भरीस घातलं तरी तू का कठोर नकार दिला नाहीस? तू का शेण (किंवा) खाल्लंस? तिच्या तरुण देहाचा मोह तुला पडलाच ना!

मी उठून शॉवरखाली खसाखसा अंग चोळून अंघोळ केली. आरशात मात्र मी स्वत:कडं पाहताना गुन्हेगाराकडं पाहावं तसं पाहत राहिलो. आता मी पपांच्या नजरेला नजर देऊ शकेन का उभ्या आयुष्यात? एवढ्या नीच पातळीवर मी उतरलोच कसा!

मला काही सुचेना. मी रात्रभर तळमत राहिलो. पहाटे साडेसहा सातला मी घरातून बाहेर पडलो.

~

अखेरीस मी सौरभकडून सुख मिळवलंच. खरंतर मी खरोखर जाळून घ्यायचं ठरवलंच होतं; पण म्हणतात ना मन कितीही निरिच्छ झालं तरी मनाच्या सांदीकोपऱ्यात कणभर आशा शिल्लक राहतेच. त्याच अणुमात्र आशेनं मी रॉकेलची बाटली मुद्दामच जमिनीवर जोरात फोडली आणि मगच पदराला काडी लावली. मी तो जुगारच खेळला होता. सौरभनं तो आवाज ऐकला नसता तर...? तर मी नक्कीच होरपळून मेले असते! अतृप्त मनानं मी मेले असते आणि मग...? पण माझा दुसरा अंदाज खरा ठरला. त्या आवाजानं तो धावत आला. पदराची आग विझवली आणि पदराआडचीसुद्धा! त्यानं त्या भावनावेगात का असेना पण मला उत्कट सुख दिलं! मी तृप्त होऊन चक्क झोपून गेले.

सकाळी उशिरा उठल्यावर तो घरात नव्हता. मी सगळं रोजच्यासारखं आवरलं. बेडरूम लखलखीत स्वच्छ केली. मात्र मला त्या सुखाच्या मागं चोरपावलांनी येऊ शकणाऱ्या अनेक कुशंकांनी घेरलं! सौरभ कॉलेजलाच गेला

असेल ना? की...! तो सुधाकरला घडलेला प्रकार सांगेल का? छे:! कोणता मुलगा आपल्या वडिलांना इतका नीच प्रकार...

नीच हा शब्द माझ्याच मनात रुतला आणि मी त्या क्षणापासून बेचैन झाले. हे मी काय करून बसले? सुधाकर भाबडा आहे त्याला हा प्रकार कधीच कळणार नाही, पण माझं मन मला कसं माफ करील? कधीच नाही. दिवस उलटला तरी सौरभ घरी परतला नाही! ती रात्र मी त्याची वाट पाहत जागी राहिले. त्याच्या मोबाइलवर सतत संपर्क करीत राहिले, पण त्यानं तो स्विच ऑफ करून ठेवला होता.

सुधाकरचा मात्र दोनदा फोन आला. त्यानं मोठ्या जिव्हाळ्यानं माझी चौकशी केली. माझ्या आईचा मृत्यू झाला म्हणून मी दु:ख करत बसू नये, वेळच्या वेळी जेवावं, स्वत:ची काळजी घ्यावी वगैरे अनेक प्रेमळ सूचना केल्या. सौरभची चौकशी केली. मी थाप मारली की तो अभ्यासाला गेलाय मित्राकडं. सुधाकरनं पुन्हा मला स्वत:ची काळजी घे म्हणून बजावलं. त्याच्या त्या भाबड्या प्रेमामुळं माझं मन मला अधिकच कुरतडू लागलं. सुधाकरशी प्रतारणा केल्याचं पाप मला सहस्रबाजूंनी डसू लागलं.

त्या पाच-सहा रात्री (सुधाकर येईपर्यंतच्या) मी भयानक मन:स्थितीत काढल्या. विचार करून करून ग्लानी यायची त्या वेळी मधेच भास व्हायचे. कधी माझी आई समोर यायची तर कधी सौरभची आई! त्या काहीच बोलत नसत. फक्त माझ्याकडं पाहत राहायच्या. माझ्या आईचे डोळे वटारलेले! त्या वटारल्या डोळ्यांमधून नि:शब्द निर्भर्त्सना माझ्यावर अविरत बरसायची.

"चांडाळणे... कुठं फेडशील हे पाप... साऱ्या कुळाला बट्टा लावलास... नीच, कुलटा! जन्मल्या जन्मल्या मेली का नाहीस..."

तिचे ओठ बंद असत पण ती डोळ्यांनी मला दूषणं द्यायची आणि मी भेदरून जागी व्हायची!... तासन्‌तास टक्क डोळे ताणून पलंगाच्या कोपऱ्यात गुडघे छातीशी घेऊन बसून राहायची मी! पहाटे पक्ष्यांची किलबिल सुरू झाली की माझा डोळा लागायचा. कामवाली बाई यायची. माझ्या आईच्या मृत्यूमुळं मी अजूनही अपार दु:खी आहे असं समजून चार शब्द बोलायची. काम करून निघून जायची.

दिवस कसाही सरायचा पण संध्याकाळ झाली की मी प्रचंड दडपणाखाली येत असे. कारण प्रत्येक रात्र माझ्यासाठी दु:सह काळरात्र असायची. सौरभची आई समोर आल्याचा भास व्हायचा. तिची मला भीती वाटायची नाही, कारण ती उग्र वाटत नसे. परंतु तिच्या डोळ्यांतून अखंड व्यथा पाझरत असे. त्या व्यथा मला इंगळ्या डसाव्यात तशा भासत.

"...काय केलंस गं हे! माझ्या पश्चात माझ्या नवऱ्याच्या आयुष्यात आलीस. बरं वाटलं. हे एकटे पडणार नाहीत. यांची आबाळ होणार नाही असं वाटलं पण... पण तू, तू माझ्या मुलाला नासवलंस? माझ्या नवऱ्याशी प्रतारणा केलीस... फार वाईट केलंस गं पोरी... फार फार वाईट केलंस..."

त्यांच्या डोळ्यातून घळघळणारे मूक अश्रू मला असे बोल ऐकवायचे. मग पुन्हा दचकून जागं होणं... रात्रभर पलंगावर दुबकून बसणं, सकाळ व्हायची वाट पाहणं! एके सकाळी बेडरूममधला सुमतीताईंचा मोठा फोटो मी उलटा केला. फोटोची पाठ पुढं आणि त्यांचा फोटो भिंतीकडं केला! पण तरीही.... त्यातच सौरभचा पत्ता नसल्यानं मन पोखरत राहिलं!

~

मी आठव्या दिवशी टूरवरून घरी परत आलो. नंदिनीची अवस्था पाहून मला प्रचंड धक्का बसला. केस पिंजारलेले, डोळे प्रचंड खोल गेलेले, गालफाडं बसलेली... एखाद्या मरणासन्न व्यक्तीसारखी दिसली ती! तिची नजरही खूप खूप अनोळखी वाटली. मनाचा ठाव घेणारी नंदिनीची ती जुनी नजर नव्हतीच त्या डोळ्यात. मी खोदून खोदून विचारलं पण ती काहीतरी असंबद्ध बोलली.

...आणि सौरभ कुठं गेला होता कोण जाणे! त्याचा मोबाइल स्विच ऑफ होता. त्याच्या काही मित्रांकडं मी संपर्क साधला, पण तो त्यांच्याकडंही गेल्या पाच-सात दिवसात फिरकला नसल्याचं कळलं. मी चक्रावलो. आणि सर्वांत आश्चर्य वाटलं ते एका गोष्टीचं! सुमतीचा फोटो उलटा कुणी केला?... आणि का?

~

एखाद्या भणंगासारखा अवतार झालाय माझा. त्या प्रसंगानंतर मी कॉलेजला गेलोच नाही. कुठं कुठं भटकलो... काय खाल्लं तेही उमजत नाही, आठवत नाही. एक मात्र खरं की कुठंही गेलो तरी मला माझा अक्षम्य अपराध पुन:पुन्हा आठवत राहिला.

काल तर मी स्मशानात बसलो होतो. मृतदेह येत होते... नातेवाइकांचे आक्रोश चालू होते. ब्राह्मणाचे मंत्र ऐकू येत होते पण मी दूर एका चिंचेच्या झाडाखाली पारावर बसून निर्विकार नजरेनं ते पाहत होतो... ऐकत होतो. खिशात पैसे होते तोवर मी कुठं वडापाव, भजी वगैरे खाल्लं, पण गेले दोन दिवस मी फक्त पाणी पिऊन काढले. माझ्या मनाला फक्त पापकर्म जाळत होतं. त्या आगीपुढं भुकेचा डोंब जाणवलाच नाही. खरंतर आता मला जगायचीच इच्छा नाही. माझ्यासारखा अधम माणूस या उभ्या जगात दुसरा कुणी नसेल. साक्षात जन्मदात्या वडिलांचा कल्पनातीत विश्वासघात केला मी! पापाची परिसीमा

गाठली मी! या बोचऱ्या भावनेतून या जन्मी सुटका नाही. त्या पापापेक्षाही काळीज चिरणारी गोष्ट ही की ज्या खोलीत मी नंदिनीशी रत झालो तिथंच भिंतीवर माझ्या आईचा फोटो होता! आई वारली हे खरं पण तिच्या फोटोसमोर मी ते अधम कृत्य केलं ही जाळणारी भावना या जन्मी विझवता येणार नाही! म्हणूनच...

~

पोलिसांचा फोन आला आणि मी तातडीनं हॉस्पिटलमध्ये धावत गेलो. सौरभ गुंगीमध्ये होता. सलाईन लावलेलं होतं. पोलीस इन्स्पेक्टर कुलकर्णींनी जे सांगितलं ते ऐकून मी बधिर झालो.

सौरभनं नदीत उडी मारून आत्महत्या करण्याचा प्रयत्न केला होता. त्याचं (आणि माझंही सुदैव म्हणायचं) सुदैव असं की दोन-चार तरुणांनी ते पाहिलं. दोघांनी स्वतःच्या जिवाची पर्वा न करता नदीत उड्या टाकल्या. सौरभला वाचवलं. मी धीर धरला. इन्स्पेक्टर कुलकर्णींनी मला अनेक प्रश्न विचारले. मुख्य प्रश्न होता- सौरभनं आत्महत्येचा प्रयत्न का केला? काय उत्तर देणार होतो मी? टूरवरून परत आलो... तेव्हा नंदिनीची अवस्था बघूनच मला काहीतरी अभद्र घडल्याचं जाणवलं होतं; पण काय? एक अभद्र कुशंका मनाला चाटून गेली होती की सौरभ आणि नंदिनीनं...! पण तो विचार मी झटकून टाकला होता. इन्स्पेक्टर कुलकर्णींनी माझी मनःस्थिती जाणली. सौरभच्या करिअरचासुद्धा त्यांनी सहृदयतेनं विचार केला. काहीतरी मार्ग काढू म्हणाले. जीवनदान देणाऱ्या त्या कॉलेज तरुणांचे तर मी पाय धरायचंच बाकी ठेवलं. खरंच... देवदूत होते ते माझ्यासाठी, सौरभसाठी.

~

सुधाकर टूरवरून परत आला. माझी अवस्था पाहून तो खूप अस्वस्थ झाला होता. त्यातच सौरभची ती घटना; पण एक खरं... सुधाकर आल्यापासून मला मानसिक आधार मिळाला असं वाटू लागलं. त्याला बहुधा अंदाज आला असावा. तो बोलत काहीच नाही. प्रश्नही विचारत नाही, पण त्याच्या नजरेत खोलवर दिसतं त्याचं दुःख. सौरभ उद्या हॉस्पिटलमधून घरी येणार आहे. माझं मन मला टोचतंय. वाटतंय... खरं खरं ते सांगून टाकावं सुधाकरला. ...आणि निघून जावं त्याच्या आयुष्यातून... दूर दूर.

~

काय काय केलं या कालावधीत मी. बंगला विकला. या पॉश कॉलनीत तीन बेडरूमचा फ्लॅट घेतला. नंदिनी आणि सौरभ सावरले आहेत. आय नो... त्यांचं मन त्यांना क्षणोक्षणी दूषण देत आहे; पण मी त्यांना दोष देणार नाही. नंदिनीशी

मी लग्न केलं तो माझा मूर्खपणा होता. तारुण्याचा आव आणता येतो. हेअरडायनं केस रंगवता येतात. शेलका आहार, फळं, फळांचे ज्युस घेऊन त्वचा टवटवीत ठेवता येते. फेशियल करून, जिमला जाऊन तंदुरुस्त राहता येतं पण... नैसर्गिक तारुण्याचा जोश कुठं मिळतो? उत्कट भावनांचा खळाळता उत्साह कुठं मिळतो? विसरलो होतो मी? तारुण्याचा खळाळता जोश असलेल्या नंदिनीशी लग्न केलं. मी तिला सुखी करू शकेन असा वृथा भ्रम होता मनात. सारं भौतिक सुख दिलं पण... ती अतृप्त राहिली. काय चुकलं तिचं?... आणि सौरभचं? दोघं तारुण्यानं मुसमुसलेले... सहवास... एकांत... मोहाचे क्षण भल्याभल्यांना अवचित गाठतात, करकचून धरतात... मनात असो वा नसो... घोंघावणाऱ्या वादळात वाळकं पान भिरभिरावं... तसं मन भोवंडून टाकतात ते क्षण. वाळकी काटकी प्रवाहपतित व्हावी तसा देह वाहत जातो कामभावनेच्या प्रपातात. भान येतं तेव्हा जाणवतं सारं काही. नंदिनी सौरभची सख्खी आई नव्हती; नाही. तरीही दोघांनाही बोच लागली असणार. त्यातून सौरभनं... त्या दोघांना मी समजावणार आहे. जे घडलं ते घडलं. विसरण्याचा प्रयत्न करा.

~

पपांना मी खरंच मानलं. सारंकाही समजलं त्यांना; पण धीरोदात्तपणे त्यांनी सारं प्रकरण निभावून नेलं. नंदिनी वेडसरपणाच्या काठावरून परत आली ते पपांमुळंच. बरं झालं... पपांनी तो बंगला विकला. तिथं पाऊल टाकणं शक्य झालं नसतं मला. पोलिसांना जबाब दिला... चक्कर आली म्हणून नदीत पडलो. प्रकरण मिटलं. पण मी जाणतो... पपांनी इन्स्पेक्टर कुलकर्णींशी बोलून प्रकरण मिटवलं. अन्यथा...

आता ठरवलं. कॉलेजची फायनल परीक्षा झाली की मिळेल ती नोकरी घ्यायची आणि दूर जायचं... नंदिनीपासून... पपांपासून. पापाची सावलीसुद्धा नको त्यांच्या आयुष्यावर. ठरवलंय मी.

~

किती महिने झाले? सहा... आठ... की दहा?... भयानक स्वप्न होतं ते. दुःस्वप्न संपलं. सुधाकरचं मन केवढं मोठं आहे. मी सौरभबरोबर नको तसं वागले पण त्यानं मला माफ केलं. खरोखर देवमाणूस आहे सुधाकर. सौरभ पास झाला... नोकरी लागली आणि गेला दुसरीकडं. निरोप घ्यायला आला होता तेव्हा पाया पडला. पायावर डोकं ठेवून म्हणाला... आई... आभाळाएवढं मन आईचं... क्षमा कर... पुन्हा येईन भेटायला... जखमा भरून आल्यानंतर. पपा... आईपेक्षा तुम्ही थोर आहात...

बोलवेनाच त्याला पुढं काही. ढसाढसा रडला... उन्मळून रडला. कदाचित

सारी खंत वाहत होती अश्रूंसंगे... त्याची आणि माझीसुद्धा. मीही त्याच्याबरोबरच सुधाकरच्या पायावर डोकं ठेवून मनसोक्त रडले. ज्ञानी लोक म्हणतात की खऱ्या अश्रूंनी पाप धुतलं जातं. कदाचित ते आमच्याबाबत अनुभूतीत आलं. सौरभ गेला. मोकळ्या मनानं आणि माझंही मन स्वच्छ झालं.

आता मी सुधाकरच्या जीवनात पूर्ण विरघळून जात आहे.

◆

किस्त्रीम, दिवाळी २०१३

बाईची गोष्ट

गोष्ट कुनी सांगतया म्हनलं का आवतीभवतीचे समदेच कान लांब करतात. आन् तुमी गोष्ट बाईची हाय म्हनलं का लईच लांब लांब व्हतात समद्यांचेच कान. का की बाईची गोष्ट म्हनलं का बाप्ये लोकान्‌ला समदं 'बाईपन' आठवतं. मनामधी, काय कारन ना वारन पन, उगा गुदगुल्यागत व्हतं. रानामधी गुरं-ढोरं गपगुमान चरत आसताना एकादा गुराखी उगा हाळी घालतो का नाय तसं व्हतं... आपली आपली घरातली नाय तर भायेरची बाई मनामधी हाळी घालते. मंग लय इंट्रेस्ट पैदा होतो गोष्ट ऐकन्यापायी.

मी आता शेहरात राहातो पन खाल्लो-पिलो-वाढलो ते गावामधी. शेहरात आल्या आल्या माजी भाषा लय गावठी व्हती. उगा संकोच दाटून यायाचा. मंग आस्ते आस्ते... आयकून आयकून शेहरी भाषा शिकलो. तरी बी लय साजूक नाजूक शेहरी भाषा... ते काय तरी हाय-हाय, का हाय-पाय भाषा आजून बी नाय येत तोंडामदी. पन आगदी गावठी बी नाय बोलत. पन गावच्या आवलीची... म्हंजी बाईची गोष्ट मातर मी माज्या मातीतल्या भाषेमधीच सांगनार हाय. का की जशी घडली तशी सांगाय रंगत यावी. गोष्ट घडली ती मी वयात येत व्हतो तवा. वयात येताना कायबाय घडतं ते नाय सांगत बसत. कारन समद्यास्नी ठावं आसतंया ते आन् जे कुनी आता वयात आजुन आलेलं न्हाईत त्येंना आदीच कशापाय कळू द्याचं? उगा वयाच्या आदीच जवानी आल्यागत व्हईन. आन दुसरं म्हंजी गोष्ट बाप्याची नव्हं तर बाईची हाय. आवली नावाच्या बाईची. आवली नाव काय दिलखेचक नाय. पन नावावरनं अंदाज बांधू नये म्हनतात शानी मानसं. का की कदी कदी नाव आसतंया चंद्रकला पन बाईला आलेली आसती

कळा. बाप्याचं नाव आसतंया हिंमतराव पन गडी आसतो उंदरालाबी टरकनारा. तर सांगायचं कारन आसं की आवली नावावरनं तिचा अंदाज नाय येनार. तिचं कातडं गोरं बी नाय आन् काळं बी नाय. आसा मधलाच रंग तिचा. बदामी म्हनावा आसा. आंगापिंडानं लई टमटमीत. आन् केस म्हनाल तर पार पन्हाळीपत्तोर टेकलेले. पन्हाळी म्हंजी काय ठाव नव्हतं मला. हां... पैशेवाल्यांच्या घराच्या छपराला पावसाचं पानी न्यायासाठी पत्र्याचं आसतंया ते तर शेंबडं पोर बी वळखतं. ह्ये पन्हाळं वायलं. पन्हाळी शब्द पयल्यांदा ऐकवला मला पाटलाच्या सुभान्यानं. सुभान्या माज्यापरीस चार-सा पावसाळं थोरला. आंगानं गडी लय भरल्याला. मजबूतच. आसनारच ना तसा. का की पाटलाचा पोर. आन् पाटलाच्या वाड्यावर खायापियाला काय कमी? खळ्यामधी- कणगीमधी धान्याचा सुक्काळ. गोठा हा भला मोठा लांबलचक आन् तितं जित्राबाची रांग. म्हस म्हनू नका... गाई म्हनू नका... रेडकू... वासरं... खिल्लारी जित्राबं. मंग दूध आन् तुपाची काय कमी. सुभान्या सांगतो ना... कोंबड्यानं दुसरी बांग दिली का त्याची म्हातारी लोटाभर दूध प्याया लावती त्येला. ताजं-ताजं... निक्तच काढल्यालं. हा गडी बसल्या जागी चार भाकऱ्या ढकलतो. चिकान न् मटनाच्या रश्श्यासंगत. त्यापायीच तो वयापरीस लय वाढल्याला. तर त्येनं नेल्तं माला शेंदरी बुद्रुकच्या जत्रत तमाशा बघाय. जमनाबाय अकलूजकर आन् पार्टीचा तमाशा. पदरमोड त्येनंच केली. तर सांगायाची गंमत म्हंजी... जवा नाचनाऱ्या बाईनं पदर उचलून पाठन दावीत नाच सुरू केला तवा ह्यो गडी मला म्हनाला... 'आयला काय पन्हाळं हाय बाईचं.' काय उमजलं नाय मला त्या टायमाला. मंग खुलासा केला त्येनंच. म्हनला... 'पन्हाळं म्हंजी बाईच्या पाठीवरची मधली घळी. जी पार खालपत्तोर आसतीया... दोन डोंगराच्या खिंडीत जानाऱ्या पायवाटेसारकी.'

तर सांगायचं म्हंजी सुभान्यापायी आसं कायबाय कानावर पडतं. म्हनून म्हनलं. आवलीचे केस म्हनाल तर पार पन्हाळीच्या खालच्या टोकापत्तोर पोचलेले. आन बाकी ऐवज आपापल्या जागी. टचटचीत. बघनाऱ्याची नजर रिंगवनारा. आवली कोन कुनाची, कुटनं आली हे कुनालाबी ठावं नव्हतं. आली गावात तवा आसन जवानीच्या उंबऱ्यावरची. लय ग्वाड दिसायची. मी आसन त्या टायमाला पंधरा-सोळाचा. म्हंजी जवानीच्या उंबऱ्यावरचाच पन अर्ध्या इजारीतला... साळंत जानारा. गावात घर आन् रानात वावर व्हतं. घर म्हंजी पाटील देशमुकाच्या तालेवारासारकं नाय... उगा आपलं कच्च्या मातीत बांधल्यालं आन् वावर म्हनाल तर एक-दीड एकराचं. बाबा राबायचा तितंच. कायबाय पिकवायचा. सालभराची बेगमी व्हायाची. माजी साळा म्हंजी बाबाची दुश्मन व्हती. मी साळंला जातो त्यावरनं लय कावायचा, गुरगुरायचा. त्येला वाटायचं... पोरानं तालेवाराची गुरं

रानात न्यावी. सुगीच्या टायमाला चार बागायतीत मजुरीला जावं. धान्य आन् पैका कमवावा. लय तनतनायचा. पन माजी साळा बंद नाय करू शकला. का की कारन व्हतं मजबूत. सुभान्या. येकेक यत्तेत तो गचकत गचकत राहिला तोपत्तोर मी त्याला गाठला. तो आन् मी यकाच यत्तेत आलो. सुभान्यासाटी मी लय लकी झालो, का की नंतर तो कदी फेल झाला नाय. आता मला परीक्षेच्या टायमाला दोन दोन पेपरं लिहावी लागायचं ती येगळी गोष्ट. पन त्येला माज्या संगतीचा फायदाच झाला. त्यापायी सुभान्यानं माज्या बास्नी म्हनलं, 'माळीकाका, चंद्याची... म्हंजी माजी साळा तोडायची नाय.' बा ला लय उचंबळ आली बोलायची पर तालेवाराचं टगं पोर सांगतंय म्हनल्यावर उगा चुळबुळत राहिला बा. उगा तोंडातल्या तोंडात बोलल्यागत म्हनला, 'धाकलं सरकार... आमा गरिबास्नी काय कराची वो साळा आन् बुकं... रोजगाराला जायल तर नड भागती घराची.' बाचं बी बरोबर व्हतं. मला बी कदी कदी वाटायचं साळा शिकून काय भेटनार... द्यावी की सोडून. बा म्हनतो तसं जावं रोजगाराला. पन साळंची बुकं लय आवडायची मला. वाचूवाचूशी वाटायचं. गुर्जी म्हनायचे पोरान्ला... 'बगा जरा चंद्याकडं. कसा पटापटा वाचतो.' तर मग अशापायी साळा चालू राहिली. सुभान्या बा ला म्हनला, 'माळीकाका, कदी काय नड आड आली तर सांगावा द्या. मी भागवन तुमची नड पन चंद्याची साळा नाय बंद कराची.'

त्याच टायमाला आवली गावामदी आली. कोन थारा देनार वो. कोन कुटची... कुटं काय लफडंबिफडं करून आली का काय हेबी ठावं नाय कोनाला तर मंग कोन टिकू दील ओसरीत. उगा हिंडली गावभर. मंग वेशीवरल्या सावता म्हाराच्या तुळसानं तिचं बूड बशिवलं. तिच्याच खोपटाजवळ एक खोपटं दिलं उभारून. तुळसाबायला आवलीनं काय हिस्टरी सांगितली ते इठ्ठलाला ठावं पन तुळसाबायनं तिला थारा दिला. का की एकली पोरगी. ती बी जवानीत पाय ठेवल्याली कुठं सोडायची. तशी तुळसाबाय एकलीच. का की तिचा नवरा सावता गावच्या बेलदारासंगत गावोगावी कामं करीत हिंडायचा. पैका कमवायचा. कदीमदी गावात यायचा. तुळसासंगत चार दिस राहिचा की पुन्यांदा पायाला भिंगरी लावल्यागत जायाचा. म्हनून तर तुळसाबायनं आवलीला खोपटं उभारून दिलं. एवडंच नाय तर सोतासंगत ती आवलीलाबी रोजगार हामीवर न्याया लागली. आवलीलाबी पोटासाठी रोजगार भेटाय हवाच व्हता.

त्या टायमाला नाय पन आता जानवतं की बुवा... मानूस जसं जमंल तसं जगाय आपसूक शिकतो. सुख आन दुख येतंय बी आन् जातंय बी. का की कालावर नाय ना त्येन्ला बी मात करता येत. त्यापायी व्हतंय आसं की दुख जरा मागं पडलं का मानूस सुख मानतो. आन मंग हाये त्यामदी जिवाला चैन घेतो.

आवलीचंबी तसंच झालं. गावात आली तवा कायतरी दुख होतं तिच्या आतमदी. तिच्या नजरंत ते दिसायचं. पयल्या पयल्यांदा माझी आन तिची पहचान असायचं कायबी कारन नव्हतं. पन कदीमदी दिसायची तवा मी बगायचो टुकुटुकु. बगत ऱ्हावंस वाटायचं. का की मी वयात येत व्हतो ना. मंग नजर जायाची तिच्याकडं. ती रोजगार कराय लागली. सोता कमवाय लागली. खाया-पियाला लागली आन बरी दिसाय लागली. आन तसंबी पाहिलं तर कुनाच्याबी जिंदगीत आसंच आसतंय ना? कष्ट उपसावेत... भाकर खावी आन् द्यावी तानून की मंग कुनीबी आसू दे, आतनं तरारतो. आवलीचंबी तेच झालं. तिची जवानी झेंडूगत फुलाय लागली. गावच्याच नव्हं तर पंचक्रोसीच्या नजरंत भरू लागली. शेतामदी ऊस तरारला का कोल्ही येनारच ना... आन् जुंधळा टरारला की पाखरंबी येनारच की दानं टिपाय. भूक तर आसतीच ना. गावात आसतातच टगे. आमच्या बी गावात व्हते. त्येंची येरझार झाली की सुरू. एरवी ती गावंढी गावातल्या पारावर आसायची. उगा टंगळमंगळ करीत बसलेली. बसल्या बसल्या उगा खोड काडायची जानार येनाऱ्याची. चंची उघडायची. पानं खायाची. तमाकू खायाची. बसल्या जागंवरून पिचकाऱ्या हानायच्या ह्योच उद्योग. पन जशी का आवलीची जवानी नजरंत मावंना झाली तशी हे टगे बाप्ये बसाय लागले वेशीजवळ. गावानं वेशीजवळ मारुतीचं देऊळ उभारलं व्हतं. वडाच्या झाडाखालती पारबी बांधला व्हता. टग्यांची सोय झाली आपसूक. तितं बसाय लागले समदे. पन एकदा गंमत झाली. म्हाद्या नावाचं एक बेणं व्हतं टोळक्यात. आंगानं किडकिडीत. आसं की फुंकर मारली तर जायल उडून, पन मुलखाचा उचापत्या व्हता म्हाद्या. एकडाव त्येनं आवलीला पाहिलं. ती आल्ती रोजगारावरनं. आता काय कारन ना वारन. पन म्हाद्यानं घसा खाकरत दुसऱ्या टग्याला म्हनलं, ‘का रं एकला एकला राहातोस... भ्या नाय का वाटत... बोलव मला कदीबी सोबत.. रातच्याला येईन की मी, पर एकला ऱ्हावं नग.’ हे बोलनं काय खरंखुरं दोस्ताला नव्हतं. आवलीला परभारे बोलला व्हता. आवलीच्या ध्येनात आलं. त्येन्ला वाटलं... जायल बापडी मान खालती घालून. पन इपरित घडलं. आवली तरातरा आली त्येंच्याम्होरं. डोळं वटारलेलं. म्हनली म्हाद्याला- डायरेक्ट म्हनली... ‘चल की रं... येतो का सोबतीला... चल की...’ आसं म्हनत ती त्येच्याजवळ आली. म्हाद्या गळपाटलाच. का की त्येला आपेक्षाच नव्हती ना की ती आसं सामोरं येईन. तिनं त्येचा दंड धरला तवा तर तो लटलट कापाय लागला. ती म्हनली, ‘आरारं... काय रं तुजा दंड... चिपाडागत हाय. तू काय रं सोबत करनार माजी? आँ? बोल की रं भाड्या... आंगात दम हाय का ते बग आदी... तुजा बा सुकट बोंबालगत व्हता का रं... तसाच आसनार. म्हनून तर पैदा झालं तुज्यासारकं

पाप्याचं पितर... जा, जरा तालमीला जा... मेहनत कर, हाडांवर मास चढव आन् मंग ये की सोबतीला.'

गावभर कळली म्हाद्याची न्यूज. आजकाल च्यानेलवर आसतीया ना ब्रेकिंग न्यूज, तशीच. म्हाद्याला तोंड दावाय जागा उरली नाय. फ्या फ्या झाली समदी. आवलीचा धसका बसला टग्यांना. तवापास्नं मारतीचा पार ओस पडला. कुनीबी तिच्या वाटंला उभं राहीना. आगदी दहशतच बसली तिची समद्यांना.

त्याच टायमाला मलाबी जवानीचा मतलब जादाच कळाय लागला व्हता. लय आपरूप वाटाय लागलं व्हतं. कायतरी नवं नवं गवसल्यागत म्हना की. म्हंजी एखांद्या लेकराला कसं नवं खेळनं मिळावं का नाय आगदी तसंच. दिस काय उगवाय-मावळायचा ऱ्हात नाय. दिस तर येत आन् जात व्हतेच. कालेजला जातायेता दिसायची आवली. आन मंग तिचं तराटलेलं आंग बगूबगूच वाटायचं. नजर हाटायचीच नाय तिच्यावरनं. लय ग्वाड वाटायचं तिच्याकडं बगून. वाटायचं तिच्याजवळ जावं.... तिला जवळ घ्यावं. पाखरं कशी बसत्यात ना चोचीला चोच लावत... पंखात पंख घालून तसं बसावं आवलीसंगट. कदी नजरंला नजर भेटली का ती हासायची माज्याकडं बघून. काळजात लकऽ लक् व्हायाचं. काय सुदरायचंच नाय. मंग कालेजात बी तीच आटवत राह्यची. आन् रातच्याला तर काय व्हायाचं ते सांगायची सोय नाय. डोळं मिटलं का यायची पापन्यांच्या आतमदी. हासायची... जवळ घ्यायाची. धिंगाना व्हायाचा. कान गरम.... आंगांग गरम... आन् जे काय व्हायाचं पुढं... त्येलाच जवानी म्हनतात आसं बोराड्याचा नानू म्हनायचा. कदी कदी लय वंगाळ वाटायचं.

पन आवली मातर मला कदी चंद्या तर कदी चंदर म्हनून हाक मारायची. सोबत चल म्हनायची. मला बी नको म्हनावं नाय वाटायचं. हवंहवंसंच वाटायचं. जायाचो तिच्या सोबतीसाठी तिच्या संगट. कदी गावाभायेरच्या हिरीपत्तोर तर कदी रोजगार केंद्रापत्तोर. आसंच एकडाव तिच्यासंगट जात व्हतो तवा इचारलं तिला... तू कोन कुठची, कोनाची, कंच्या गावावरनं आली... तुजा बा आय कुटं आसत्यात. माज्या सवालांनी काही येळ ती मिटल्यावानी झाली. इझल्यागत झालं तिचं डोळं. मला उगा कानकुंड झालं. सोतालाच भोसडलं मी. मनातल्या मनात. काय घेनं ना देनं... कशापायी इचारलं आसं कायबाय आलं मनामदी. हिरीतनं पानी काडता काडता ती म्हनली... "चंद्या, जिमिनीत गाडल्याली मुळं उकरू ने रे बाबा... फळ सुकतं आशानं..." बस. एवडंच बोलली आन गप राहिली. मला तर काय सुदरलं नाय तिचं बोलनं.

सुभान्याला मी समदं सांगायचो. सांगायचो म्हंजे सोताहून नाय. तो इचरायचाच. का की त्येचं ध्यान आसायचंच माज्यावर आन् आवलीवरबी. त्येला कायबी

सांगूशी वाटायचं नाय. पर सांगनं भाग व्हतं. त्येच्या जिवावर शाळा झाली तशी कालेजची पदरमोड बी त्येनंच केली. त्याचं झालं आसं की दहावीची परीक्शा म्हंजी बोर्डाची परीक्शा. तसं पाहिलं तर आमच्या शेंटरला लय काप्या हानायची पोरं. पोरांचे बाप, भाऊ, चुलते मामे... झालंच तर गावातले टगे परीक्शेच्या टायमाला बिल्डिंगीला चिकटायचेच. ढेपंला मुंगळं चिकटावेत तशे. काप्या पुरवायचे. आसा आख्खा गावच यायाचा शेंटरला. गर्दी व्हायाचा. मंग मास्तर लोक तरी कुटवर आवरनार. त्ये बी गिपचिप राह्यचे. का की गावात राह्याचं मंग गावाशी कसा पंगा घ्यायाचा? मास्तरांची काय बिशाद व्हती? आयपत बेलदाराची आन चोपदाराचा आव कसा आननार त्ये? पन जवा का पेपरमंदी ह्यो समदा गर्दा छापून आला... फोटो बी छापले व्हते. कुनी खिडकीतून चिठ्ठ्याचपात्या टाकतंय तर कुनी खांबावर चढून वरल्या मजल्यावर काप्या देतंय, तवा समदी बोंबाबोंब झाली. आन मंग बोर्डानं पेशल बंदोबस्त लावला शेंटरला. करमाची गत आशी की त्या तशा बंदोबस्तात सुभान्या घावला. त्येला काय म्हनता कायच लिवता आलं नाय. कसं येनार! कदी एकबी बुक वाचलं आसंल तर येयल ना. पठ्ठ्या माजल्या वळूगत बोंबलत हिंडायचा हिकडं तिकडं. मंग काय व्हायाचं? दहावीत गचकला गडी. मी पास झालो तवा म्हनला. "चंद्या, तू शीक रं मैतरा... तुज्या बाला राजी करतो मी, पैक्याची फिकीर करू नगंस. तर आसं घडलं आन मी कालेजची पायरी चढलो सुभान्यामुळं. त्या टायमालाबी बा लय पिसाटला कालेजचं नाव काडताच. माजं टकुरंच फोडलं आसतं त्येनं पन ऐन वक्ताला सुभान्याच आला. सुभान्याला बगून माजा बा गळक्या बारदानावानी ढेपाळला. सुभान्यानं बा ला समजावलं. म्हनाला, "माळीकाका, चंद्याचा भेजा लय पावरबाज हाय. त्येला जावं द्या कालेजला. म्या फी भरतो त्येची आन बुकं बी देतो." आसं काय काय बोलला. माज्या बा ची शामत नव्हती त्येला काय उरफाटं बोलायची.

तर आसं झालं. उपकारचं वझं व्हतं. मंग सुभान्याला समदं सागनं भाग व्हतं. तो इचारायचाच. गेल्ता का आवलीसंगट. काय म्हनली. तिचं आंग लय मऊ हाय ना रं चंद्या... आसं कायबाय इचरायचा. कसं लपवनार. आन् गंमत म्हंजे हे समदं ऐकायसाठी तो मला हायवेवरल्या ढाब्यावर न्यायाचा. बायजवार ऐकायसाठी तितं समदं मागवायचा. सोता क्वाटर घ्यायचा मला बी चार दोन घोट द्यायाचा. नग म्हनलं तरी घेच म्हनायचा. मला बी बेस वाटायचं घोट मारून. तरंगल्यावानी व्हायाचं. मटनमच्छी- चिकन खात खात मी त्येला आवलीचं बोलनं सांगितलं... तेच ते मुळं फळ. त्येला उमजलं ते. त्याचे डोळे पानावले. नशा बी झाल्ती पन म्हनला मला... "चंद्या... तिला पुन्यांदा कदी बी इचरू नगंस ती कोन कुटची म्हनून. काळजात घाव आसतील रं तिच्या... उगा उघडं व्हतील ते."

मला तवापास्नंच जानवलं. सुभान्याचा जीव जडलाया आवलीवर. जवानीत तर आसलं कायतरी व्हतंच. कालेजात बी बगत व्हतो ना मी. आकरावीची पोरं ती केवडी पन नजर भिरभिरायची पोरींवर. ही कशी हाय... ती कशी हाय... आमकीचे केस लय भारी हायेत. तमकीचं ते भारी हाय. आभ्यास राहिला बाजूला आन यांची बोलनी हीच. एखादीनं निस्तं बगितलं तरी पोराला वाटाय लागायचं... लाइन देतीया. आन मंग कायबाय लिवायचे. कविता केली म्हनायचे. मायला ह्यांच्या... आसं आसतं व्हय प्रेम... पन मी गिपचिप आसायचो.

आन मंग एक दिस सुभान्या म्हनला, "दोस्ता, एक काम कर गड्या माज्यासाठी." मी म्हनलं, "बोल की." तर म्हनला, "काय बी कर, कसं बी कर पन आवलीशी माजं सूत जमवून दे." हे आयकून माजा जीव बेचक्यात आडकल्यावानी झाला. गांगरलोच मी. आयला हे कसलं काम... लचांड सालं. नाय बी म्हनता यिना आन पट्कन व्हय बी येयना तोंडातनं. काय सुधरना. तर पठ्ठ्यानं बुलेट काढली वाड्यावरनं. बस म्हनला. बुम् बुम् करत नेली हायवेला. मला वाटलं, ढाब्यावर नेनार. पन गडी आसा भाद्दर की नेलं त्यानं एका मोठ्या हाटेलात. थंडगार रूममदी. एशीच्या हवेत बसवलं. लय मोटा घाट घातला तितं. दोन दोन क्वाटर, काजू, चीज आसलं काय काय मागवलं. वर आणिक भारीच्या शिग्रेटी. तोंडी लावाय सुक्कं मटन. पिता पिता रडाय लागला. एवडा थोराड बाप्या... पन लोन्यावानी मऊ झाल्ता. "कसं बी कर मैतरा... काय बी कर पन एकडाव आवलीला भेटव मला."

बोलता बोलता माज्या पाया पडाय लागला. मी बी नशेत व्हतो. डोळ्यात पानी आलं माज्या. म्हनलं... "दोस्त म्हनतोस आन पाय कसलं धरतोस रं... सुभ्या... लेका तुज्यासाटी एवडं बी करनार न्हाय का मी... चल् डोळं पूस... बगतो मी काय, कसं करायचं ते." माजं हे बोलनं आयकून गडी लय खूशीत आला. माज्या गालाचा मुका घेतला. जनू काय आवलीचाच गाल हाय. आन खरं सांगायचं तर मला बी नशा झाल्ती मला बी वाटलं. मनामदी व्हतीच आवली. 'आवलीचे ओठ आसे गालावर टेकले तर! दोघांच्याबी मनात आवलीच व्हती. मला तर तिचे ओठच दिसत राहिले. जवळून पाहिलेत ना मी. टप्पोरे ओठ. उन्हामदी सुकलेले आसतात पन जवा का ती जीभ फिरवती तवा काय दिसतात. वले वले रसरशीत... कदी पानी पिती तवा तर बगतच राहावंसं वाटतं... लालसर गुलाबी ओठ. बगितलं का दात सळसळतात चावायसाठी.'

त्या राती नींद काय आली नाय. कायबाय भलतंसलतं दिसत राहिलं सपनात बगावं तसं. मदीच दिसलं... का आवली आन् सुभान्या तिच्या झोपड्यात निजलेत, एकाच कांबळ्यावर. आन दोघंबी नागवेच. मी बगतोय दोघांकडं. टक

लावून. कसली रानगट धसमुसळं... आन् एकदम दिसलं का मी बी नागडाच हाय. दोगांच्या मदी जायाचंय मला. म्हंजी मनात तसं चाललेलं... समोर हे आसं दिसतंय... मी मदी घुसू बघतोय... मायला... गल्लीबोळातल्या कुत्र्यावानीच वाटलं झोपंत आसूनबी. आन् वरकड झाली सपनातच... आमचं तिघांचं बी आसं झोंबनंबिंबनं चालू हाय तेवड्यात कुटून कसा देव जानं... पन माजा बा आला तितं. आमनधपक्या आला. बा ला बगून मी गळपाटलोच. काय झाकू आन् काय उघडं टाकू कळंना झालं... नशीब म्हनायचं की त्याच टायमाला जाग आली.

~

लय बेकार वाटलं अंधारात. कसनुसं झालं मनामधी. आबनावेंची याद आली. कॉलेजातले प्रोपेसर. बाकीच्यांपरीस आबनावे लय छान वाटतात. त्येंचं बोलनं ऐकत ऱ्हावंसं वाटतं. मलाबी असं बोलता याया पायजे आसं वाटतं. चांगलंचुंगलं सांगत राहतात आबनावे सर. हेच वय असतं ध्येय ठरवायचं. मनापासून अभ्यास करायचं. मोठं स्वप्नं बघा मुलांनो.! जिद्द बाळगा. कष्टाची तयारी ठेवा. या वयात शरीरात जे बदल होतात त्यानं गोंधळायला होतं. भिन्न भिन्न आकर्षणांकडं मन ओढ घेऊ लागतं. सिगारेट, तंबाखू, दारूसारखी व्यसनं करावीशी वाटतात. त्यापासून लांब राहा. महात्मा गांधींपासून विकास आमटेंपर्यंतच्या महान लोकांचा आदर्श ठेवा डोळ्यांसमोर. कॉम्प्युटर शिका, इंटरनेट शिका पण त्यावरच्या घाणेरड्या वेबसाइटपासून दूर राहा. वगैरे वगैरे. बरंच काही सांगत असतात सर. ते आठवलं की माझी मलाच शरम वाटायची. त्या रातीला मंग जागाच राहिलो.

दुसऱ्याच सकाळी कालेजला निघलो. मनामधी कायबाय विचार घुसळत व्हते. तेवढ्यात 'चंद्या' आशी हाक ऐकू आली. बगतो तर काय आवली व्हती. बघतच राहिलो की तिच्याकडं. रानात फुललेल्या टपोऱ्या ताज्या झेंडूगत दिसत व्हती. केसबी वलेच व्हते. न्हायली व्हती. सुभान्या कायबाय सांगतो तेच आठवलं. महिन्यातनं एकडाव न्हातात म्हने बाया. त्या टायमाला लई टप्पोऱ्या दिसतात त्या. सुभान्याचे शब्द कानात भिरभिरत व्हते. तर आवली माझ्या गालावर चापट हानत म्हनली, "काय बगतो रं टुकुर टुकुर" काय बोलनार? वंगाळ वाटलं. कसंनुसं हसत म्हनलं... "लई गोड दिसतीया तू." तर ती खळखळा हसली. झऱ्याच्या पान्यावानी. तिच्या ओठातून दात दिसलं तिचं. हारीनं मांडलेले मोतीच जनू. "चल् च्या घेऊ." आसं म्हनत ती झोपडीकडं गेली. कालेजला जायाचं व्हतं पन म्हनलं जाव दे... पयला तास इंग्रजीचा आसतोया. फाड फाड इंग्रजी बोलतो सर. थोडं कळतं पन बाकी जातं डोस्क्यावरनं. बुडला तास तर बुडू दे. तसंबी आवलीला सुभान्यासाठी पटवायचंय. मी गेलो तिच्या मागं मागं.

झोपडं तिचं ते केवडं... डुचकं खोपटं. पन आवलीनं झ्याक ठेवल्यालं.

कानाकोपरा एकदम टकाटक. एका कोपऱ्याला मातीची चूल. काड्याकाटक्याचं सरपन... बाजूला ठेवल्यालं. चुलीच्या वर दोनेक फुटाची खिडकी. काथ्याची दोरी करून खिडकीला जुन्या फडक्याचा पडदाबी केलेला. पडदा पायजेच की. कापडं बदलताना उगा कुनी तितनं बगाय नको. आवली शिकल्याली न्हाय पन जगता जगता, ते बी एकटीनं, बरंच काय शिकली आसनार. चुलीच्या बाजूला तीन भगुली... जर्मनची पन घासू घासू लखलख वाटनारी. तिनं कांबळं हातरलं. 'बस' म्हनली, 'च्या करते.' बसलो. वर काथ्याच्या दोरीवर तिचं लुगडं होतं आन शेजारी झंपर. झंपराकडं बगता बगता नजर हाटना तितनं. आवलीकडं एकडाव नजर टाकली. च्या टाकन्यात ती गुंतली व्हती. डोळं पुना गेले झंपरकडं. मंग मीच कावलो माज्यावरच. मायला तुज्या... बिचारीनं मोकळ्या मनानं च्याला आनलं आन् तुजी नजर कुटं जातीया... सोताला वंगाळ शिव्या घातल्या तवा कुटं नजर हाटली तितनं. आवलीकडं बगितलं. चुलीत फुंकर घालताना पदर खाली आला. बदामी रंग जादाच गोरा व्हता. बोराड्याचा नानू लय पोचलेला... सांगतो कायबाय... बायकांबाबत. झाकल्यालं आंग लय गोरं गोरं आसतया म्हने. ते आयकून राजा कदमानं त्येची लय खेचली व्हती. म्हनला त्येला... "नान्या... आसं बोलतोयसा की आख्ख्या गावाला बिनकापडाचं पाहिलसा जनू. आन काय रं बेण्या, तू तर कापडं आसूनबी काळा कसा रं... तुजं झाकल्यालं आंग बी कोळशागतच हाय की." राजाची कामेंट आयकून समद्यांनी नान्याची लय टर उडवली. तवापास्नं नान्या घोळक्यात आसला की गपगुमान आसतो. कदीमदी मी एकटा घावलो की कायबाय चावट ऐकिवतो मला एकट्यालाच.

'चंद्या... काय झालं रं,' आवलीनं माज्यासमोर च्या ठेवला पन मी भानावर नव्हतो ना. तंद्रीत व्हतो. मंग आलो भानावर. म्हनलं, 'काय नाय'. तर इचारलं तिनं 'एवडा कसला इच्यार करतो?' आता काय सांगावं... तुजी छाती बगून मनात काय काय आलं ते का सांगायचं व्हतं? मंग एकदम मला सुभान्याची रिक्वेस्ट आठवली. च्या पिता पिता म्हनलं, "आवले, इचार करत व्हतो... सुभान्याचं आन् माजं मागल्या जल्मीचं कायतरी नातं आसनार बघ..." हे आयकून तिच्या चेहऱ्यावर सवाल उभा राहिला. मी म्हनलं, "बग ना.. त्येच्यापायी माजं कालेज चाललंय. पदरमोड करून मला शिकवतोय. का की बुवा. चंद्या डोकेबाज हाय पन गरीब... कसा शिकनार... करू आपन पदरमोड. त्येचं उपकार कसं फेडायचं?" आवली विचारात पडली. च्या पीत राहिली. मंग म्हनली, 'चंद्या, वाण्याकडचा तराजू माह्यतेय ना तुला... पाहिला आसशील... एका पारड्यात लोखंडाचं माप आन् दुसऱ्या पारड्यात माल... दोन्ही बी लायनीत आली का, वरचा काटा सरळ व्हतोया...' ती पळभर गप झाली. मला काय

झेपंना तिचं बोलनं. कुटं सुभान्याची पदरमोड आन् कुटं तराजू. काय बोलून राहिली आवली खुळ्यागत. तर ती पुढं म्हनली, "मानसाचं बी आसच आसतंया, पाप आनि पुन्य... आपल्या आयुक्ष्याचा तराजू, दोन पारडीच रं..." माझ्या तोंडावरचा बावचळ भाव बगून हासली. लय गोड वाटलं! एकदम वाटलं, पुढं व्हावं आन् मुका घ्यावा तिचा. ती म्हनली, "आन्ना पाटील काय धुतल्या तांदळागत नाय. कामावरल्या जुन्या म्हाताऱ्या सांगत आसत्यात. पाटलानं काय काय धंदे केलं जुन्या जमान्यात ते. त्येचं पाप फेडायचं तर त्या भाड्याच्या पोरानं केली पदरमोड तर पुन्य साठंल नां..."

मी आवलीकडं बगतच राहिलो. काय डोकं चालतंय हिचं. आबनावे सरांगत. ते बी कदीमधी आसंच कायतरी बोलतात. मानसानं चांगलं काम करावं. वंगाळ कामं म्हंजे पाप आसतंया. स्वर्ग आन नरक कुटं वर आभाळात नसतो... तो हितच आसतो. पुन्य म्हंजे चांगली कामं केली का म्हने जिंदगीत आनंद साठतो त्योच मानसाचा स्वर्ग... आन् जो कुनी वंगाळ म्हंजी पापाची कामं करतोया त्येला लय तरास भोगावा लागतो. हितंच. त्योच नरक आसतोया हितला. आवलीनं माजा हात धरला आन् डोक्यातले इचार गायब झाले. अंगभर झुंजूमुंजू झाल्यागत गोड पाखरं किलबिलली. "चंद्या... माजा बा लई तालेवार गडी व्हता. बा म्हंजी माज्या आयचा नवरा नव्हं बरं का, आसाच. बाजल्यावरचा धनी. त्येनं आयला सांभाळली पर जवा ती पोटुशी राहिली तवा त्यो घाबरला, अब्रूला. जिच्यासंगत झोपायचा त्याच माज्या आयवर किटाळ घालून गावातनं हाकलून लावली..."

आवलीचे डोळे पानावले आईच्या आठवनीनं. ती गप झाली. मी तिचा हात धरला आन् तिच्या खांद्यावर थोपटलं. ती हरवल्यागत नजरेनं म्हनली, "आयनं मरन्याआदी समदं सांगितलं रं मला... लय मोठी नव्हते रं मी. आसन दहा-बारा वर्साची... म्हनली, चंदा जग म्हंजी मानसांची नव्हं, जनावरांची जत्रा हाय... एकली पोर तू... माजा काय भरोसा नाय... जपून राहा. मानसाचं कातडं पांघारलेली जित्राबं वळखाय शीक. आन् त्याच मानसाच्या आतला देव बी जानून घे. समदी वंगाळ नसत्यात पोरी... तसं आसतं तर ही जत्रा कवाच इस्कटून गेली आसती, पर तसं नाय. काय काय मानसं भेटतात देवावानी. मी फसले गं पोरी... पन तू फसू नगंस."

माजी नजर आवलीवर खिळली व्हती. ही आवली नाहीच. ही तर चंदा. निष्पाप... निरागस. आईच्या आठवनीनं गजबज झाल्याली. तिचे गाल आसवांनी भिजले व्हते. मी धीर केला. माज्याच दस्तीनं तिचे गाल पुसले. त्या वक्ताला माजं मलाच जानवलं... माजी नजर बदललीया. तिच्या जवानीकडं जानारी नजर आता तिच्या काळजात गेलीया. तिला बी ते जानवलं आसनार. तिनं माज्या

खांद्यावर डोकं टेकवलं. आपसूक जवळ आली ती. माजे हात तिच्या पाठीवर कदी गेले ते माजं मला बी उमजलं नाय. कितीतरी टायम आमी आसेच बसून राहिलो कळलं नाय. तिच्या मनात काय चाललं व्हतं ते तीच जानं, पन माज्या मनात मातर लय प्रेम दाटून आलतं. हिला सुभान्याच्या संगट लावून द्यायाची? छ्या. तो तर मुसळागत आडदांड हाय. त्याचं समदं ध्यान हिच्या अंगा-अंगावर... बाईपनाच्या ऐवजावर.

माज्या मनानं ठरिवलं. हिला सुभान्यापास्नं दूर ठेवायची. 'चंदा...' मी हाक मारली तशी ती बावचळलीच. माज्याकडं बघाय लागली. "कावलीस माज्यावर... चंदा म्हनलं म्हनून?" मी इचारलं. ती आतून खळबळली. एकदम पुढं झाली. माज्या गालाचा मुका घेतला. कपाळाचाबी मुका घेतला. मंग म्हनली, "हे नाव फकत तू घ्यायाचं... गावासाठी मी आवली पन माज्या चंद्यासाठी... चंदा... नीघ आता... कालीज बुडन..."

मी बाहेर पडलो खरा पन काय बी सुदरलं नाय दिसभर. कालेजला गेलो खरा पन तितं ध्यान रमलं नाय. घरला आलो. भाकरतुकडा बी रोजच्यागत गपागपा हानला नाय. उगा कुत्र्यानं हाडूक चघळत बसावं तसा खात राहिलो. सारखं सारखं चंदाचं वागनं बोलनं मनात घोळत राहिलं. डोळं मिटलं की तीच डोळ्यांच्या आत... आन् डोळं उघडलं तरी बी तीच... जनू सामोरीच. खुळ्यागत झालं. ती बोलल्यालं सारखं सारखं कानामदी घुमत राहिलं. देवळातला गुरव घंटा बडिवतो त्येचा आवाज घुमत ऱ्हावा आगदी तसंच. 'गावासाठी मी आवली पन माज्या चंद्यासाठी मी चंदा. माजा चंद्या... या शब्दांनी घुम्मटच धरला. काय करता काय सुदरना. छातीमदी उगा गुदगुल्या व्हत राहिल्या. सारखं वाटाय लागलं का जावं तिच्या झोपड्यात... तितंच राहावं. तिच्याकडं बगत बसावं. तिला जवळ घ्यावं. माझी माय मला लहान्या आसताना कुशीत घ्यायाची तसं चंदाला कवळा घालून बसावं. तिच्या मऊ अंगाशी लगटून बसावं. तिच्या अंगाखांद्यावर हातपाय पसरून निजावं.'

आसंच कायबाय सपनागत विचार करीत पडलो व्हतो झाडाखालती. उटावंसं वाटतच नव्हतं. तेवड्यात बुलेटचा बुक् बुक् आवाज कानी पडला. आवाज जवळ आला. 'चंद्याऽ' सुभान्यानं आवाज टाकला. उठून बसलो. 'कुठाय रं तुजा पत्त्या...' त्येनं इचारलं. गाडी स्टॅन्डवर लावून तो बी जवळ आला. माज्या शेजारी बसला. 'का रं गड्या... आज कालेजला गेला ऱ्हाईस...' त्येनं इचारलं. 'गेलो रं पन जराशा टायमानं गेलो...' 'तरीच रं... पयली दोन लेच्चर व्हईपत्तोर मी व्हतो तितं. तू दिसलाच ऱ्हाई... मंग निघलो तितंन... कुटं व्हतास चंद्या?' त्येनं डायरेक्ट इचारलं. आन् मी पेचात पडलो. काय सांगावं? खरं सांगावं तर

हे बेणं आवली काय काय बोलली... मंग मी काय काय बोललो... किती टाइम तिच्याकडं व्हतो... आसं समदं उकरू उकरू इचारनार. मंग पुन्यांदा लाइन जोडायचं काय बोल्ला का ते बी इचारनार... काय सांगावं? खोटं सांगावं तरी बी पंचाईत. देवाला सोडलेल्या वळूगत हिंडत आसतो हा गावभर. समजा यानं पाहिलं आसन मला तिच्यासंगट आन बळंबळंच सोंग काढून मला इचरत आसंल तर? खोटं पकडलं जाईल... हा भाड्या गचांडी धरून हानायला कमी करनार नाय. 'आरं ऐ गड्या... बावळल्यागत सुम्म का झाला रं?' त्येनं माजं थोबाड निरखत इचारलं. मी सोताला धीर देत सावरलं. उगा घसा खाकरला. मंग म्हनलं, 'सुभान्या... तुज्याच कामात व्हतो...' 'काय सांगतो रं दोस्ता...' त्याचं थोबाड एकदम फुललं. 'सांग रं गड्या.. लवकर सांग... काय म्हनली आवली... तयार झाली का...' 'ए सुभ्या... दम धर की... उगा माजावर आल्यागत का करू राहिलास.' बोलन्याच्या ओघात कसं कोन जाने मी बैल शब्द बोललो नाय. बोललो आसतो तरी काय वांदा नसता झाला का की तो त्या आवलीच्या इचारानं खुळा झाल्ता. 'उट रं चंद्या.. उट चल.' त्येनं एकदमच हात धरून मला उठवलं. बुलेटवर बसवलं. 'आरं ए सुभ्या...' 'गपगुमान बस. लेका आशा गोष्टी करायच्या तर ऐशमधी... झाडाखाली न्हवं... चल्.'

सुभान्यानं भारी हाटेलात नेईपत्तोर माज्या डोक्यात समदा डाव रेडी झाला. सुभान्याला थोडातरी झुलवत ठेवायचा... तोवर चंदाचं आन माजं सूत रेशमाचं हाय का तरटाचं ते बी कळन... मंग बगू काय करायचं ते. आसाच समदा प्लान मेंदूत रेडी झाला. मंग बिनघोर झालो मी. मनात म्हनलं सोतालाच... करून घे मज्जा लेका...

सुभान्याला आसा काय रंगवू रंगवू मनचाच परसंग सांगितला की गडी एकदम सुसाट झाला. रिंगवायलाच घेतला मी त्येला. तोबी खुळाच. बोलता बोलता मी म्हनलं, 'सुभ्या गड्या, बाईची जात हाय... उगा घाई करून उपेग नाय. दमादमानं घ्यावं लागतंया... तू म्हनशीला की सूत दे जुळवून चारेक दिसात तर कसं जमावं ते? म्हस गाभन झाली का ताबडतोबीनं रेडकू देती का रं कदी... तसंच हाय हे बी. तिच्या काळजात तुजं नाव निस्तं टाकलंय. वावरात बियानं टाकावं तसं... जराशीक रुजू दे... मंग अंकुर फुटंल... काय... येतंय का ध्यानामदी?' आयला एवडं समदं बोललो मी पन माजं मलाच आच्चर्य वाटू राहिलं... का की बुवा, हे मी बोल्लो? जल्माच्या कर्मी कदी नाय चालत डोस्कं... आन् कसं भन्नाट पळलं सुभ्यासामोरी. माजं लेच्चर ऐकून सुभान्या जाम भिरभिरला... काय करू न् काय नाय आसं झालं त्येला. आन् या समद्या बोलाबोलीच्या नादात दोघांनी बी लय ढोसली. मायला या दारूचं गणित काय सुटत नाय कोनालाबी.

गावामदी बगतो ना... लोकान्ला दुख झालं तरी हिच्याच पदराखाल्ती येतात. कदी रडत्यात वराडत्यात. कदी कदी दुखाच्या आयचा घो म्हनत हसतात बी. आन् काय सुखाचं घडलं... खूशी भेटली का लगोलग जातात गुत्त्यावर. हानतात आख्खी बाटली. आशी कशी ही बया? रडनाऱ्या हसनाऱ्या आन् समद्यांना भुलवती... आम्हा दोघांनाबी लय भुलवलं त्या दिशी. म्हनलं मी सुभ्याला, 'दोस्ता, गाडी चालवशीला नीट का काय इपरित करशीला... बुलेट हाय बाबा ती...' तर सुभ्या फसाफसा हसला. त्येचं हासनं बी आडदांडच. म्हनला, 'बस रे मैतरा... बैस बिनघोर... आरं बुलेटच काय आज इमानबी चालवलं मी... बैस...'

बुलेटच्या भन्नाट स्पीडनं दोघान्लाबी वारं भिनलं. पायाच्या नखापास्नं डोस्क्याच्या केसापत्तोर नशाच नशा चढली. अंधारात घरी कसा गेलो, आयबाशी काय गोष्टी केल्या का नाय केल्या... कसा झोपलो काय बी आठवलं नाय. रोज झाकडताच उठायची आदत. पन दुसऱ्या दिशी डोळं उघडलं तेच उन्हं डोक्यावर आली तवा. डोस्कं ठणाणा करीत व्हतं. कपाळामधी घंटेचं टोल पडावंत तसं ठण् ठण् व्हत व्हतं. काय बी सुधरना. सुभ्याच्या नादानं काल लय वंगाळ झालं... 'मायला तुज्या... बा मरतोय रानात राबराबून. आय खस्ता काडतीया घरात आन तू मूत पितोस' असं कायबाय बोल्लो सोतालाच. मनातल्या मनात. आय घुम्म व्हती. च्याचा कप आदळल्यागत ठेवला समोर. समजूत काडावी म्हनून म्हनलं, 'आय'... चवताळलीच वाघिनीगत. 'गप् मुडद्या... भुईतून टीचभर वाडलास आन् हे धंदे करतो... कालेज बुडिवतोस...' चिडीचूप झालो गळपाटून. तिचा पट्टा सुरू राहिला... 'आय बाप मरतात रिंगन घालून... सवसार सावरत... का की लेकरू शिकतंया. कालिजला जातंया... पन भाड्या उलथतो गू खायाला. मूत पियाला त्या परीस रानात जा... बा ला दिलासा तं मिळंल...' आसं कायबाय बोलत राहिली.

बरोबर व्हतं तिचं बोलनं. माजं चुकलं व्हतंच. गपगुमान राहिलो. सुभान्याची संगत सोडली पायजे. मनामधी येत राहिलं पन कसं जमावं. त्योच तर माज्या कालेजची पदरमोड करतो. आन् आता ह्ये नवं झेंगाट लागलं... सूत जुळवून द्यायाचं. लागलं कसलं म्हना... लावून घेतलं माजं मीच. तवाच सांगाय पायजे व्हतं की दोस्ता सुभान्या... आसली भडवेगिरी नाय जमायची. आयला... काय पर्फेक्ट शब्द आला डोस्क्यात आपसूक. भडवेगिरीच म्हनायचं. दुसरं काय. ह्ये म्हंजे आसंच झालं ना... की मोकाट बैलासामोरी जायाचं हिरवा चारा घेऊन... तोंडाला लावायचा आन् फिरून चारा वडायचा. कसं जमावं? लय घोर लागला जिवाला. जीव घालमेल झाला. डोस्कं आदीच जाम व्हतं ते शिळेगत जड झालं. एकदम आठवन झाली आबनावे सरांची. त्यांना सांगावं आसं वाटून राहिलं. पन कसं सांगावं आसलं वंगाळ झेंगाट! म्हनलं सोतालाच... 'कराय लाज नाय

वाटली आन् आता सांगाय लाज कशापायी.’ केला हिय्या आन् गेलो सरांकडं कालेजात. मला बघताच म्हनले, ‘चंदरकांत... दांड्या मारतोस रे आजकाल... दिसत नाहीस वर्गात. काय चाललंय तुझं?... आणि काय रे, कानावर आलं ते खरं का खोटं? सरांच्या नजरंला नजर देवूशी वाटंना. उगा मुंडी खालती घालून उभा राहिलो. त्यांनी वळखलं काय ते. मंग म्हनले, ‘चंदरकांत, आपन गरीब लोक... बापजाद्यांनी काय इस्टेट ठेवली रे आपल्यासाठी? चार हात वावरात तुजा बाप राबतो. आई पन मोलमजुरीला जाती. का... तर पोरगा चांगला शिकतोय... मोठा होईल... आफिसर बनेल... म्हातारपणी सुख देईल. आन् तू थोरामोठ्यांच्या पोरासंगती उंडारतोस... कसं व्हायचं अशानं... हे बघ पोरा, काय सांगतो ते ध्यानी घे... तलवारीला मूठ नसंल तर ती गवत कापायच्याबी लायकीची नसती. तसंच आपलं बी... शिकल्याबिगार आपन गरीब लोक जगायच्या लायकीचे नाही राहात. चांगली संगत धर बाबा... मन उंडारणारं आसतं. त्याला ताब्यात ठेवावं लागतं. जा आता... परत कधी आसलं विपरीत वागू नकोस...’

लय खराब वाटलं. सुभ्या आन आवलीचा विषय काडायचं ठरवून गेल्तो खरा पन सरांना दारूची न्यूज आधीच भेटली. त्यांनी लेच्चर दिलं. आता ते झाल्यावर जर का सूत जुळवायची बात बोल्लो असतो तर पायतानानं हानलंच आसतं... का की हा चंद्या पार वायाच गेलाय आसं समजून. मंग गिपचिप राहिलो. निघलो.

वाटत तुळसा भेटली. म्हनली, ‘सांच्याला आवलीला भेट रं.’ आयला... मनामधी म्हनलं. हिनं कशापायी सांगावा दिला? तो बी तुळसाकडं. काय करावं? रोजगार निपटून ती येनार सूर्य बुडल्यावर तवा जायाचं तिच्याकडं? आधीच हा समदा कुटाना झालाय दारूपायी. आता काय करता काय झालं तर व्हायाचा गर्दा. उगा काला नको डोस्क्याला.

घरी आलो तं बा रानातनं माघारी आल्याला. घराला आसला का तो दाराम्होरल्या दगडावर बसून राहातो. आयसंग कदी कदी बोलतो पन माज्याशी काय वैर धरलं ठावं नाय. कालेजची बात काय त्येला रुचली नाय म्हनूनबी आसन. माज्याशी बात करत नाय. पन मला आल्यालं बगून त्येनं दखल घेतली. ‘चंदर’ हाकबी मारली. मी त्येच्याम्होरं जाऊन उभा राहिलो. तर मला खालवर बगितलं आन् म्हनला, ‘चंदर... आता तू काय ल्हान राहिला नाय बाबा. डोईवर दिसत न्हायत पर शिंग फुटल्याती कालेजला जाऊन... आमी काय शिकीवनार रं बाबा तुला? पर जे काय गावगन्ना गप्पामधी कानावर सांडतया ते काय बरं न्हाई. जवानी तर आमीबी पाहिली पन हे आसले इपरित धंदे नाय केलं तुज्यावानी. आमचं काय म्हननं नाय आन आसलं तर तू काय मुतनारेस आमच्या सांगन्यावर.

आमचं पन्नास गेलं पाच ऱ्हायलं तवा बग तुजं तूच... उंद्याच्याला काय झेंगाट आलं... बालंट आलं तर तुजं तू निस्तर म्हंजी झालं... जा बाबा... जा... तुजा येळ घेतला आडान्या बानं... जा...'

बा ला शॅल्यूटच केला मनामधी. आयला... हे तर आसं झालं का आसूड तर वढायचा पन वळ नाय दिसू द्याचा. आसं बोलन्यापरीस पायतानानं हानलं आसतं तर चाललं आसतं की. गिपचिप आत गेलो. आय व्हतीच. म्हनलं, आता हिचा कालवा सुरू व्हनार. पन ती काय म्हनता काय बी बोलली नाय. थाळा ठेवला. भाजीभाकर घालून माज्या म्होरं सरकवला. घडीभर आलं मनामधी... जेवायचं नाय म्हंजी झक मारत बोलल. पन पुन्यांदा वाटलं. नाय बोलली तर? जेवन बी जायाचं... कालच मऱ्हाटीच्या म्याडमनं कायसंस सांगितलं. गाढावबी गेलं आन् ब्रह्मचर्य बी गेलं. एका धड्यामधी व्हतं ते. बोराड्याचा नानू लय हलकट हाय. भर वर्गात कदीबी इचारलं तरी बोलत नाय पन त्या टायमाला लेकाच्यानं हात वरती केला म्हनला, म्याडम... ब्रह्मचर्य म्हंजी काय वो? म्याडम जराशीक बावरल्या पन नानूनं थोबाड लय भोळं ठिवलं. आता पोरान्ला समदं ठावं व्हतं. तोंडावर हात ठिवून हासत व्हती बेणी. म्याडमनं कायबाय सांगून येळ मारल्यागत केलं. म्हंजी नव्यानं पोहनारा गडी कसा हिरीच्या... नदीच्या काठाकाठानं पवतो का नाय... तसं. पन नानू कसला बेरड. भोळंपनाचा आव आनत म्हनला, 'पन म्याडम, गाढाव कुटं लगीन करत्यात... मंग त्येंचा आन् ब्रह्मचर्य यांच्यात काय संमंध?' म्याडम गडबडल्याच. त्येंचं नशीब जोरावर की त्याच टायमाला घंटा वाजली. म्याडम सटकल्याच. त्या गेल्या आन् नानूनं समद्या टोळक्याला खुल्ला मतलब सांगितला. लय धिंगाना झाला. तर मंग मी बी इचार केला जेवनाला नाय म्हनलं तर जेवन बी भेटनार नाय आन् आय बी नाय बोलनार. त्यापरीस जेवावं. का की लय भूक लागली व्हती. मस भाजी भाकर हानली गपागपा आन् लवंडलो.

~

सांच्याला आवलीच्या खोपटापत्तोर डोस्क्यात लय भुगा झाला. आवलीनं कशापायी बोलावलं आसन... तिला सुगावा लागला आसन का... इचार करत पोचलो तर आवली म्हनली... 'वेशीभायेर चालायला लाग... मी येते माघं माघं.' काय बोललो नाय पन मनामधी कायबाय यायला लागलं. का की गावाभायेर का म्हनली. झोपडीत बसता आलं आसतं तं का नग म्हनली.

वेशीपासनं बराच लांब आलो. वडाची निंबाची झाडं व्हती तितं थांबलो. आवली आलीच. आभाळातला उजेड संपाय आला व्हता. अंधार बी नव्हता पर... 'चंदा... हितं का... झोपड्यात बसलो आसतो की.' ती काय न बोलता

वडाच्या पल्याड बुंध्याजवळ टेकली. पदरानं घाम पुसत म्हनली, 'बैस हितं.' बसलो. तिनं माज्याकडं रोखून पाहिलं. डोळ्याला डोळं लावून. माज्या छातीत कायबाय व्हाया लागलं. येळ आशी दिस मावळायची. आजूबाजूला चिटपाखरू नाय... आन् आवली आशी बसल्याली. आगदी जवळ. 'काय गं... बोल की' मी म्हनलं. तर मंग तिनं माजी झाडाझडतीच घेतली. मी गिपचिप राहिलो का की मला तिच्या तोंडचं शब्द कमी आन् आपलेपना हवाहवासा वाटला. म्हनली, 'चंद्या... त्या हालकट सुभान्याची संगत सोड... लय बेक्कार हाय त्यो... जाता येता आसा डोलं फाडू फाडू बगतो माज्याकडं. आन तू त्येच्च्यासंग दारू पितो... काय म्हनू तुला.' मंग मी बी माजी गोची सांगितली. म्हनलं 'त्येच्याच पैशानं मी कालेज करतोय आन्'... माजं बोलनं तोडत ती म्हनली, 'मी देते तुजी फी' बोलता बोलता तिनं माजा हात धरला. माज्या आंगात ईज चमकल्यागत झालं. मंग मी बी तिचा हात धरला. म्हनलं... 'चंदा... मी लय बेकार हाय गं...' 'कोन म्हनतं?' 'मीच' का रं... तर मंग मी तिला सुभान्याची आन तिचं सूत जुळवायची समदी हकिकत सांगितली. तर मला वाटलं ती कावंल माज्यावर, पन तिचं डोळं भरून आलं... आन् मला जवळ घेत म्हनली, 'कसला रं तू खुळा... माज्या भावना कळंना का तुला?'

आयचा घो... मनामधी उडालो. म्हंजी हिला मी आवडतो? लय शिव्या घातल्या सोतालाच. आन् एकदमच तिला जवळ वढलं. ती बी आनाकानी न करता आली. तिला बी तेच हवं व्हतं. जराशीक धसमुसळ केली आन् तिचा मुका घेत इचारलं, 'चंदा, मी तुला आवडतो. बोलली का न्हाईस?' तर माज्या गालावर चापट मारत म्हनली, 'या गोष्टी बोलायच्या आसतात व्हय रं... वळखायच्या आसतात.' मंग मी जरा पेटलोच. समदी जवानी उसळाय लागली. तर म्हनली, 'पुरं कर... आधी मी सांगते ते करायचं तरच मी तुजी व्हईन... नायतर...' मी तिच्या ओठांवर बोट ठेवलं. मंग आमी सुभान्याचं झेंगाट कसं निस्तरायचं यावरच बोललो. तिनंच एक आयडिया सुचवली. आयकून मी बी चाट झालो. चंदाचं डोस्कं लय भारी. काय आयडिया दिली तिनं... एकदम भन्नाटच. मंग तिला पुन्यांदा जवळ वढलं. ती बी तशी चेतली व्हती पन सावरलं तिनं सोताला. म्हनली, 'तुला समदं हवं ते देईन पन आधी त्या बैलाला हटव बाजूला.' आशा कायबाय गोष्टी केल्या आन् तिचा निरोप घेतला. अंधार लय झाल्ता पन मला कसलं भान नव्हतं. हुरळून गेल्तो. ज्या आवलीकडं बघत ऱ्हावं वाटायचं ती आज मिठीमधी आली. लय गुदगुल्या व्हत राहिल्या.

चार सा दिस निस्ता आदमास घेत राहिलो. या दिसात दोन टायमाला सुभान्यानं मला गाठलं. तेच ते सूत जुळवायचं काय झालं इचारत राहिला. मी बी जराशीक

कावलोच. म्हनलं, 'सुभ्या... लय हातघाईवर येतोस गड्या...जराबी दम खात न्हाईस. तुजं कसं हाय ना... चारी ठाव जेवान तर मिळवायचंय पन शिजेपत्तोर दम न्हाय. आसं कुटं आसतंय का...' लय समजावला. बोलता बोलता म्हनला तो... 'चंद्या... म्होरल्या आयतवारी तालुक्याला जायाचंय. दर टायमाला आन्ना जातात पर या टायमाला मला जा म्हनलेत. हिसाब किताब शिकून घे म्हनले.' मंग मी बी म्हनलं... 'जा की लेका... तालुक्याला थेटरं बी हायत मस पिच्चर बग एखांदा... हिसाब किताब बी कर' तर हळूच म्हनला, 'आवलीसाटी काय तरी आनू का... आनतोच... तू दे तिला... म्हनावं, प्रेमाची भेट सुभान्यानं दिलीया...' काय जास्त बोललो नाय. व्हय बी नाय म्हनलं आन् नाय बी नाय. घाल काशीत म्हनलं मनामधी. का की माज्या डोस्क्यात आवलीनं दिल्याली आयडिया व्हती.

मंग बराबर टायम गाठला. पाटलाच्या वाड्यावर गेलो तवा सुभान्या गेल्ता तालुक्याला. पाटील वसरीवरच्या झोपाळ्यावर पानसुपारीचा ऐवज मांडून बसले व्हते. बाकी गडीमानसं बी दिसत नव्हती. म्हनलं लय बेस झालं. आन्ना पाटील एकलाच हाय. मला बगून म्हनले, 'कोन चंदर... ये रं पोरा ये... बैस.' मी पुढं गेलो. रामराम केला वसरीच्या वर कडंला बसलो. 'काय रं... कालीज कसं चाललंया तुजं...' मी काय बोलायच्या आत म्हनले, 'बाकी काय बी म्हन... पन तू लय हुशार निगालास... नायतर आमचं बैलोबा- सुभ्या...' आसं कायबाय बोलले. मंग म्हनले, 'सुभ्या नाय रं वाड्यावर... तालुक्याला गेलाय.' म्हनलं, 'ठावं हाय आन्ना... मी त्येच्यासाठी नाय... तुमच्याकडंच आलो' 'आँ... माज्याकडं? काय रं पोरा... माज्याकडं काय नड काडलीस?' मी हिकडं तिकडं पाहिलं. मुद्दामच का की आन्नांच्या ध्येनात यावं की गोष्ट सादी नाय. तेच झालं. आन्नांनी झोपाळा पायानं थांबिवला. 'काय रं, बोल की.' 'आन्ना... आवली ठावं हाय ना तुमाला?' 'आवली?... हा हा... येशीजवळ राहाती ती का... तिचं काय?' 'आवो ती भेटली व्हती... म्हनत व्हती... आन्नासाहेब पाटील गरिबावर नाराज हायेत का... इतके दिस झाले... कदी भेटले बी न्हाईत...'

'आस्सं?' आन्नांना लय इंटरेस्ट पैदा झाला. झुपकेदार मिशा ताठरल्यागत झाल्या. मी म्हनलं, 'व्हय... मंग मी म्हनलं तिला... आवले पाटील म्हंजी गावचे राजे... ते येनार व्हय तुज्याकडं... तू जायाचं त्येंना भेटाय... तर आन्ना, लय लाजली ती म्हनली, आमी गरीब मान्सं वाड्यावर कसं जायाचं... लय भेटावंसं वाटतं पन... कसं जायाचं रं चंदर... त्येंच्या घरची मान्सं काय म्हनतील... बरं दिसन का ते... पन तुला जमलं तर सांगावा दे आन्नासायेबांना... या म्हनावं 'एकडाव च्या पानी घ्याया... गरीब आवलीचं खोपटं महालावानी व्हईल तुमी आला तर...'

आन्ना भान इसरून आयकत राहिला. म्हाताऱ्याच्या तोंडातनं लाळ गळायची

बाकी राहिली. त्याला आदी खरं वाटंना... का की आवलीनं म्हाद्याची केल्याली बिनपान्याची हजामत ठावं व्हती त्येंना. तरनीताठी टचटचीत आवली म्हंजी तिकटजाळ मिर्ची हाय हेबी आन्ना आयकून व्हता. म्हनून तर गडी थंड व्हता. नायतर एव्हाना त्यानं जाळं टाकलं आसतं ना. तर मंग मी बी आन्नांना फुगवू फुगवू कायबाय सांगितलं. आन्ना लय सपनात गुरफाटल्यागत झाला. पन्नास रुपयाची नोट म्हाताऱ्यानं कनवटीतनं काडली. मला दिली. गडी एवाना झोपाळा सोडून खालती वसरीवर माज्याजवळ टेकला व्हता. मला म्हनला, 'चंदर एक काम कर... तिला सांगावा दे.... आन्ना येतो म्हनावं तुज्याकडं... कदी येवू तेवडं इचार आन मला सांग.' 'बरं आन्ना... देतो सांगावा' 'पन कुनाला सांगू नग रं पोरा... गिपचिप राहा... तुला म्हायतीय ना गावातलं टगे... वास घेत हिंडत आसतात गावभर. काम ना धंदा भाड्यांना... जरा बी सुगावा लागला तर नस्ती आफत आनतील जा...' मी निघलो. मनामदी खूशी खळबळत व्हती. मला माज्या चंदाचं लय कवतिक वाटलं. काय पन डोस्कं चालिवलं. बायांना बराबर कळतं का बाप्ये लोकान्ला कसं उल्लू बनवायचं ते. बाई म्हनलं का... आन् ती बी तरनीताठी... एकली... आशी बाई म्हनलं का टपाटपा लाळ गाळाय लागत्यात. बाईसंग निजायचं सपान जागेपनी बघत्यात. आता ह्यो आन्ना पाटील. एवडा पिवळं पानागत पिकलाय तरी बी देठ हिरवा आसल्यागत टणटणा कराय लागला. ह्येनं आजपत्तोर किती बाया संगती कायबाय केलं नसंन का... केलंच आसनार. पन आजून बी हाव सुटलीच.

~

आवलीला त्याच वडाखाली सांजच्याला भेटलो. आन्नाची समदी ष्टोरी सांगितली तवा दोघं बी लय हासलो. हासता हासता आमी दोघं बी लय आंगचटीला आलो. अंधार बी दाट झाल्ता. आन् काय वाटलं देव जानं मी आवलीच्या ओठावर ओठ ठेवले. ती बिचकली नाय, दचकली नाय. उलट तिनं तिची जीभ माज्या तोंडामधी घोळवली. लय लुसलुशीत वाटलं. मंग मधीच मी तिचा ओठ चावला तर ती जराशीक चेतलीच. माज्या अंगाला घट धरलं. मी बी लय तापलो. तिच्या आंगा-आंगावरनं हात फिरवला. काय काय जागी दाबलं. लय येळ चालली धसमुसळ. मंग ती म्हनली, 'पुरं आता.' मी जराशीक नाराज झालो. म्हनलं, 'चंदा दर येळंला तुजं हे आसंच... गंजी पेटवायची आन् वर पानी फेकायचं.' मंग तिनं मला लय कुरवाळलं. कुटं कुटं हात लावला मला लय ग्वाड वाटलं. कानामधी वाफा निघल्यागत झालं. आन् एकदमच नको ते झालं. मला लय शरमल्यागत झालं. ती मातर हसली. म्हनली, 'तुला लय घाई आसती चंद्या... जरा बी दम नाय. मी सोता तुला देनार म्हनलं ना समदं.. जरा दम खा की.'

खरंतर तिला सोडून जावूशी वाटत नव्हतं पर सांज टळून लय टायम झाल्ता. तिनं तिच्या पदरानं हात पुसले. मला सांगितलं का अमक्या दिशी आन्नाला यायला सांग. मंग तिला तिच्या खोपटापाशी सोडून घरला आलो. जेवलो खावलो. माय आन् बा काय बी बोलले न्हाईत. आजकाल बोलतच न्हाईत. जनू मी कोनी न्हाई त्येंचा. जेवा खायला देतात गिपचिप तेवडंच. मी बी जादा नादाला लागतच न्हाय. पन या समद्या गचपनात कालेजला लय बुट्ट्या पडल्या. गडाखाचा गोंद्या भेटला त म्हनत व्हता... आबनावे सरांनी इचारलं म्हने... चंदर दिसत नाय वर्गामदी. काय सांगायचा त्येंना हा कुटाना. त्येंच्या जवानीत आसं काय उल्टपाल्टं घडलं आसतं तर कळलं आस्तं त्येंना बी. पन ते लय सादेसुदे. मी बी तसा सादासुदाच व्हतो पन आवली... जाव दे झालं. रात लय गुदरली तरी नींद काय येयना. सारकं सारकं आवली संगतची गंमत डोळ्याम्होरं येत राहिली. जवानी लय खुळी आसती हेच खरं.

ठरलेला दिस उजाडला. आन्ना तर पार येडा झाल्ता. मी तिचा सांगावा द्याया गेल्तो तवा आसा हुरळला, आसा काय हुरळला की फक्त कमरंच सोडून नाच करायचा राहिला. जडीबुटीचा डब्बा दावला मला. म्हनला वैदूनं लय भारी भारी जडीबुटी दिली नगद पाचशे रुपये घिऊन. माह्या सुकल्या आंगावर जाव नगं पोरा... लय जवान वाटतंय आतमदी. मी म्हनलं, मनामधीच... आरं थेरड्या... हाडं गेली मसनात आता उरलास मुतन्यापुरता आन् कसल्या गमजा मारतो रं जवानीच्या. ओषधानं आन् जडीबुटीनं जवानी येती तर समदे म्हातारे नाचले आसते की धोतरं फेडून. तोंडानं काय बी बोललो न्हाई. सांगावा दिला का सांजच्याला पाच वाजता जा तितं. उशीर करू नका.

तर दिस उजाडला तो. मी सुभान्याला सांगावा धाडला व्हता. आन्ना पाच वाजले तवा गेला खोपटामधी. आन् धा मिन्टात सुभान्या आला. त्येला म्हनलं... आवलीनं तुला खोपटात याया सांगितलय. आन्नाचीच अवलाद ती. लय हुरळला. जनू काय खोपटात आवली ह्येच्यासाठी बसनार व्हती हाथरून टाकून. माजं लय कवतिक केलं त्येनं. म्हनला, 'तू कुटं जाव नगं... तिच्यासंगत गोष्टी करतो आन् येतो मंग आपन जाऊ मोठ्या हाटेलात. जंगी पार्टी करू चंद्या... हितंच घुटमळत राहा.'

आसं सांगून गेला टणटणा नाचत.

मी बी झाडाआड दडून राहिलो.

आन् मंग जो काय फजितवडा झाला बाप-लेकाचा का काय सांगता सोय नाय. आन्ना खोपटात गेला तवा आवलीनं "या मालक" म्हनत कांबळं टाकलं... च्या टाकला. म्हाताऱ्याला कांबळं हातरलेलं बगून उकळ्या फुटाय लागल्या. ती आन्नाजवळ बसली. उगा लाडंलाडं कराय लागली. म्हातारं पार पिसाटलं. घाम

फुटला. फुटायचाच की वो घाम. वय वाढलं का आसलं काय झेपत नाय. तर ती म्हनली... कापडं काडा... बरं वाटलं. येड्यानं आंगातलं काडलं. धोतराचा सोगा तर आदीच फिटल्याला व्हता. पार पार खुळा झाल्ता आन्ना. आत्ता धरू का कदी धरू आवलीला आसं झाल्तं आन् तेवड्यात सुभ्या खोपटात घुसला. अरारा... सोताच्या बापाला, आन्नाला आवलीच्या संगत आशा आवस्थेत बगून सुभान्याचं काळीजच बसलं. त्याच्या सपनाचा इस्कोटच झाला. आन्नाची गत तर इचरू नका. छाती झाकू का आनि काय झाकू आशी तिरपीट झाली.

~

चंदा बायजवार मला सांगत व्हती तवा मी हसता हसता वडाखालती गडाबडा लोळलो. आगदी उकिरड्यावरल्या गाढवावानी. हासून हासून डोळ्यामधी पानी आलं. चंदा बी लय हसली. पुनवेच्या चंद्रागत दिसत व्हती. ती काय हजारात देखनी म्हनावी तशी नव्हती पन मला ती लय चिकणी दिसत व्हती. किती टायम गेला तितं ते बी उमजलं नाय. येशीभायेरचा परिसर तो. रातकिडं बोंबलाय लागली तवा आम्ही निघलो.

त्या राती मंग मी तिच्याच खोपटात निजलो. म्हंजी तीच म्हनली, 'चंद्या... आज रातीला हितंच नीज.' आन मंग मायेनं मला जवळ घिऊन म्हनली, 'मला तुज्यापास्नं एक पोर हवंय... तुज्यासारखं हुशार... काटक.' मला तिला बरंच काय इचरायचं व्हतं पन तिनं पुढं काय बोलाय दिलंच नाय. कंदील विझवला आन कवळाच घातला मला. मधी मधी म्हनत व्हती... लय दुख भोगलं रं... आता सुख भोगनार. डोरलं बांधन गळ्यामधी... पन एक लेकरू आसू दे माजं माज्यापाशी... आसंच कायबाय बोलत राहिली. तिनं बोलनं बंद केलं आन् मला जवळ घेतलं. मी इचारलं, 'माज्यापास्नं पोर हवं म्हनतीस पन आसं का? मी काय लय चांगला पोरगा नाय' तर ती म्हनली, 'चंद्या... तुमी मटानमच्छी खाता, दारु पिता का नाय यावरती चांगलं का वायट ते नाय ठरत. तुमचं मन सोच्छ हाय का... ते म्हत्त्वाचं आसतंया... हे बग चंदर... माज्याशी कोन लगीन करंल? ना आय ना बाप. सोयरीक कोन करील? त्यापरीस माजं एखादं पोर झालं तर त्येच्यासंगत जगन की मी... तवा उगा वायफाट बोलू नगंस.' मी काय बोलनार तेवड्यात तिनं माजं तोंड बंद केलं तिच्या ओठांनी. समद्या आंगात ईज कडाडल्यागत झालं. मंग मी सुसाट सुटलो. दोगांच्याबी आंगावरली कापडं कदी भिरकवली ते बी उमजलं नाय. तिचं आंग आंग कुरवाळत राहिलो. तिचं नितंब लय घाटदार व्हतं. कमरवरनं खालती येनारा घाटदार एरिया तर लय भारी. तिचं झंपर बगून एका टायमाला माजं कानशिलं तापली व्हती, पर आंधारामधी तिच्या झंपरातला आयवज हातानं कुरवाळताना काय खूशी व्हत व्हती ते तोंडानं सांगता येनार

नाय. आन नंतर प्रेमाच्या शेवटला डाव. तिच्या तोंडातनं स्स्... आसा कायसासा आवाज आला. दारूची झिंग झक् मारती आशी नशा व्हती ती. मलाबी उमजलं नाय का माज्या आंगात एवडा जोर हाय. आक्षी फुरफुरल्या घोड्यावानी... पिसाटलो व्हतो आमी दोघं बी. कशाचं बी भान राहिलं नव्हतं. बस ती आन मी. वाटून राहिलं का आख्ख्या दुनियेमधी याच्यापरीस दुसरं सुख कोनतंच नाय. बाईचं हरएक आंग आंग म्हंजी बाप्याच्या खूशीचं ठिकान आसतंया. एक बाई... एक बाप्या आन् ताठरल्याली जवानी. मायला देवानं बी काय अजीब कांबिनेसन बनिवलंय. तरनीताठी पोरंपोरी उगाच नाय खुळी व्हत! लय मोठी जादू हाय या इश्कामधी. समदं काय उमजलं त्या राती. कवळ्या कवळ्या जवानीतला पयला पयला शिनगार. तो बी बाईच्या संमतीनं झाल्याला. आवली तर आशी तृप्त जाली जसं काय वैसाखवनव्यालगोलग येनाऱ्या वळवानं भिजल्याली धरती. समदं आटोपलं तरी बी आमी लगटूनच पडलो. आंगावर आंग टाकून. दोघं बी भोंगळंच. मऊ मऊ आंगाची ऊब घेत निजून राहिलो. लय भारी वाटलं. आन कदीतरी झोप लागली. आक्षी मुडदा पडावा तशी.

~

बाईची गोष्ट हितं संपत न्हाई.

झुंजूमुंजू झालं तवा आवलीनं मला जागं केलं. मुडद्यावानी व्हतो मी. घरला जा म्हनली. झोपंमधी कसा घरला आलो ते बी उमजलं न्हाई. जी काय पडी मारली ती उन्हं डोईवर आली तवा जागा झालो.

दिसभर घरीच राहिलो. आराम कराय लय भारी वाटलं. का की रातच्याला समदी ताकद गेल्ती ना धिंगाना करन्यामदी. उन्हं कलंडली तवा जराशीक जान आली अंगामदी. आन् वाटलं भायेर पडावं. आयन्यामदी बगितलं तर माजंच तोंड मला वळकू यिना. मायला हे माजंच थोबाड हाय? एवडं टपटपीत... एवडं तुकतुकं आल्यालं. पुना पुना बगितलं. मंग उमजलं... जिंदगीतली लय भारी खूशी मिळली काल... मन कसं गारेगार झालं आवलीच्या संगतीत आन् आंगातली समदी गर्मी उतरून गेली म्हनून थोबाडावर काळजातली खूशी दाटून आलीया. म्हंजी दुदावर जशी साय यावी का नाय... तशी.

पडलो भायेर. पावलं आपसूक येशीकडं वळली. मानसाचं मन लय वंगाळ आसतया. एकडाव भोगून मन भरतच नाय. पुन्यांदा हवं... अशी हाव सुटतीया. माजं मन बी तसंच. आज बी रातच्याला आवलीकडं राहाया भेटावं... इचाराच्या गुरफाटीतच पोचलो तिच्या खोपटाजवळ. बगतो तर काय... ती आत बी नाय... भायेर बी नाय... आन् झोपडीत तिचं जे चार-दोन डाग व्हते म्हंजी... जर्मनची भगुली... लुगडं... झंपर... आसं काय बी दिसंना.

तेवड्यात तुळसाबाय आली रोजंदारीवरनं. तिला पुसलं तर ती म्हनली, 'कोंबडं आरवलं तवापास्नं नाय दिसली आवली. सामान बी दिसत नाय... गाव सोडून गेल्याली दिसती. मुडदा बशिवला अन्नाचा आन् सुभ्याचा. भाड्यांना एकच बाई घावली मजा माराय... बिचारी... घाबरून गेली निगून...'

तुळसाबाय बरंच कायबाय बोलत राहिली. माजं मन लय खट्टू झालं. निघलो तितनं नाराजीनं तर वाटत भेटला सुभ्या. बशिवलं बळं बळं बुलेटवर. नेहमीचंच हाटेल... समदं काय नेहमीचंच. पन सुभ्या लय रडला. आगदी बाया रडत्यात कुनी गचकल्यावर तसा रडला. आन्नाला... सोताच्या बापाला लय अचकट शिव्या घातल्या. मला जराशीक दुख वाटलं पन म्हनलं जे झालं ते बरंच झालं. सुभ्या नंतर सांगत व्हता का त्येच्या आयनं... म्हंजी पाटलीनबायनं घनघोर तमाशा केला वाड्यावर. आन्ना भिजल्या मांजरावानी दुबकून बसला व्हता. त्येनं जवानीत लय थेरं केली तवा पाटलीनबाय गिपचिप राहिली पन आता आन्ना म्हातारा वाघ झाला म्हनता तिचा समदा काव तिनं भायेर काडला. समदा कारभार सोताच्या हाती घेतला आन् आन्नाला हाग्या दम भरला का पुन्यांदा करतेपना दावशील तर डोस्कं फोडंन तुमचं आन् सोताचंबी.

तर आसा समदा इस्फोट झाला. मला मातर आशा वाटत राहिली का आज ना उद्या आवली येईन परत. दिस लोटले... म्हैने लोटले पन ती नाय आली माघारी. पुढं मी शेहरात आलो... मिळंन तितं काम करीत कालेज केलं. चिंतामनी साठेंच्या 'शी. ए. फर्ममधी कामाला लागलो... समदं रुळावर आलं... दोन खोल्यांचं घर... लगीन... संसार...'

पन आज बी माज्या मनामधी आवली जशी का तशी हाय. जशी त्या रातीला भेटली व्हती. जनू काय माज्या काळजात वस्ती करून राहिलीया. का की तिनंच जवानीच्या ऐन सुगीमधी पयली खूशी दिली त्या राती.

आजबी मला ठावं नाय का आवलीला माज्यापास्नं पोर झालं का नाय. झालंबी आसन तर पोरगी झाली आसन, का पोरगा? ती कुटं हाय, कशी हाय देव जानं. पन एक मातर खरं की तिची याद काळजावर हाय. कदी बी जानार नाय. म्हनून तर काळजात रुतलेली आवलीची... बाईची गोष्ट कुनाला तरी आयकवावी आसं वाटलं.

◆

रानवारा, दिवाळी २०१३

मृत्युदंड

अजून अंधारच... हटत का नाही हा अंधार चेंगट... दाट तरीही दिसतंय अंधार असूनही? रात्र तर नाही. दिवसच. तरीही अंधार. दिवसा कधीच नसतो हा... पण आहे. दाटून साठलाय. घराच्या भिंतीवर सरपटत आहे. सांदी कोपरा व्यापून टाकीत आहे. दिव्याचा उजेड... दिवे लागलेत... हॉल... बेडरूम... ड्राय बाल्कनी... सगळे तर दिवे लागलेत... तरीही काळोख पाठ सोडत नाही आणि वर दाखवतोय सारं काही काळ्या... ह्यांचा चेहरा त्याच अंधारानं काळवंडलाय. गुपचूप रडत आहेत वाटतं... खरंय... पुरुष माणसाला उघडपणे चारचौघात रडता येत नाही. पण वेदनेची... अपार, असीम वेदनेची कळ त्यांच्याही काळजात आलीच ना. बिचारे... अहो, उठा... रडू नका हो... तुम्हीच असे हातपाय गाळले तर आम्ही कुणाकडं बघायचं... ए रोहन... अगोबाई... रोहनच्या हातात चाकू! ए बाबा... ए राजा... नको रे नको... तू आततायीपणा करू नकोस... बघू चाकू... अरे देवा... रक्तानं माखलाय हा... रोहन... रोहन तू त्याला मारलास की काय?... अहो... बघा... बघा... रोहननं खून केला त्याचा... फासावर जाईल अशानं... अंधार हसतोय... बिकट... दाट भोवंडून टाकू लागलाय... आणि मी विरघळून जातेय... अंधारातच... मीच गेले तर... कोण बघेल माझ्या सोनूकडं... सोनूऽऽ... सोनू... कुठं आहेस तू...?

राजर्षीबाई एकदम भानावर आल्या. त्या तिथंच बसल्या होत्या. रूमच्या खिडकीजवळ. खिडकीतून येणाऱ्या झुळकांनी कधी पेंग आली कळलंच नाही. त्यांनी बेडवर नजर टाकली. सोनू अजूनही बेशुद्धच होती. तसाच चेहरा... निर्विकार. बँडेज बांधलेलं कपाळ. डोक्याच्या मागे जखम. चेहेऱ्यावर छोट्या

छोट्या पट्ट्या. ओरबाडल्याच्या जखमांवर. हाताला सलाईनची सुई खुपसलेली. निश्चेष्ट पडलीय. उठ ग पोरी... जागती हो... आई म्हणून हाक मार मला. राजर्षीबाई जागच्या उठल्या. बेडजवळ आल्या. सोनूकडं पाहता पाहता त्यांचे डोळे पुन्हा भरून आले. तिच्या तोंडावरून, कपाळावरून अंगाखांद्यावरून हात फिरवावासा वाटला. पण दचकते ती, बिचकते शुद्धीत नसूनही! तेच ते भयाण क्षण येत असतील कदाचित तिच्या मिटल्या नजरेसमोर, पाशवी क्षण, कसं झालं हे सगळं! कसं तोंड दिलं असेल माझ्या निरागस पोरीनं त्या क्षणांना. थरकाप झाला असेल. काळीज तुटून बाहेर यावं तर... दुष्टानं तोंड दाबून धरलेलं असणार! सोनू... हसती खेळती राणी माझी. बारावं संपून तेरावं सुरू झालं. आठेक दिवसांपूर्वीच तर वाढदिवस साजरा केला होता. नवीन कपडे... शाळेतील मैत्रिणी. बाबांनी हौसेनं घेऊन दिलेला पहिला मोबाइल फोन. फुलपाखरासारखी बागडली आणि...

राजर्षीबाईंना पुन्हा उमाळा दाटून आला. त्या निग्रहानं बेडपासून दूर आल्या. सोनूकडं बघत राहिलं तर तेच ते... तेच ते विचार येतात... मनावर चरे पाडणारे विचार... झोप कुठं लागते आजकाल. देह शिणतो म्हणून ग्लानी येते. पण मन...? मन जागंच राहतं... तळमळतं... माझ्याच निष्पाप पोरीच्या नशिबी हा असा भोग का यावा? बलात्काराची बातमीसुद्धा वाचत नसू आपण. घृणास्पद पण... तेच घडलं पोटच्या पोरीबाबत.

त्यांनी मान झटकली जणू मनात येणारे तेच ते विचार झटकले जावेत. त्यांनी खिडकीतून बाहेर पाहिलं. संध्याकाळ उतरणीला लागली होती. मलूल प्रकाश काळवंडला होता. बाहेरचं जग तसंच होतं. रोजच्यासारखंच रहदारीचं... अनेक गाड्यांच्या आवाजाचं... धावपळीचं... आपापल्या घरट्याकडं परतणाऱ्या माणसांचं... धावपळीचं... चमचमणाऱ्या दिव्यांचं! बाहेरचं जग बदललं नव्हतं. का बदलावं बाह्य जगानं? अनेक जणींवर होतात बलात्कार... घरात, बाहेर, कार्यालयात, हॉस्पिटलमध्ये, शाळेत, आणिक कुठं-कुठं... किंबहुना कुठंही! जागा बदलते... वृत्ती नाही. आणि माणसाकडं नुसतं बघून वृत्ती नाही ना कळत!

त्यांच्या डोळ्यांसमोर शिरीष आला. एकोणीस-वीस वर्षांचा. कॉलनीतच राहणारा रजनीबाईंचा मुलगा. मैत्रिणीचाच. नेहमी ये-जा असणारा घरोबा. स्वप्नातही वाटलं नव्हतं... शिरीष असं काही करील म्हणून. वाटोळं होईल त्याचं. किडे पडून मरेल. माझ्या सोनूचं आयुष्य उद्ध्वस्त केलं हलकटानं. नीच... अधम त्यांच्या मनात आलं. त्याचं काहीही झालं तरी सोनूची अब्रू परत येणार नाही. स्त्री-पुरुषाच्या हळुवार नात्याचं एक विद्रूप चित्र त्यानं तिच्या हृदयात कोरलंय. ती ते जन्मभर विसरू शकणार नाही. त्या प्रकारानं तिचं मन... किती घृणा...

किती किळस वाटेल तिला पुढं? शरीराच्या जखमा बऱ्या होतात पण मनावरचे खोल खोल ओरखडे... ते कसे बुजतील?

त्यांनी पुन्हा विचार झटकायचा प्रयत्न केला. बाहेर आता पूर्ण रात्र उगवली होती. त्यांनी घड्याळात पाहिलं. संध्याकाळी साडेसात वाजून गेले होते.

शंकररावांनी डबा भरला. आठ वाजले होते. त्यांनी देवघरात पाहिलं. समई केव्हाच विझली होती. देवघरासमोर बसून शुभंकरोती म्हणणारी सोनू त्यांच्या डोळ्यांसमोर आली. जणू या क्षणी म्हणत आहे. शुभंकरोतीचे स्वर घुमू लागले कानात. हौसेनं म्हणायची. वळण लावलं होतं. संस्कार होते ते. पण... अशुभ वाट्याला आलं शेवटी. काय दोष बिचारीचा. निरागस... निष्पाप... उमलती कळी.

त्यांचं मन भरून आलं. किचनमधून ते बाहेर आले. हॉलमध्ये अंधार होता. त्यांनी बटण दाबलं लख्ख उजेड झाला. रोहन डोळे मिटून बसला होता. सोफ्यावर कोपऱ्यात उदास पण आतमध्ये ज्वालामुखी खदखदत आहे. त्यांना ठाऊक होतं याला आवरलं पाहिजे, सावरलं पाहिजे, कायद्याची बूज राखली पाहिजे. सुडाला अंत नसतो. सूडचक्र चालू करणं सोपं पण थांबवणं फार फार अवघड. कसं समजवावं या पोराला? ते त्याच्याजवळ आले, 'रोहन...' त्यांनी मऊ आवाजात हाक मारली. त्यानं मिटल्या डोळ्यांनीच हुंकार दिला. 'रागावलास कां... बाहेर जाऊ देत नाही तुला म्हणून?' त्यांनी त्याच्या खांद्यावर हात ठेवत विचारलं. त्यानं किंचित मान हलवत नकार दिला. कळत होतं त्यांना... प्रचंड संताप दाटला आहे त्याच्या अंत:करणात. सख्ख्या बहिणीवर बलात्कार झाला... आणि हे षंढ आई-बाप मला अडवत आहेत. खलास करणार मी शिरीषला... एक घाव दोन तुकडे. कुठेही असू दे तो. पोलिसांच्या ताब्यात असला म्हणून काय झालं... काहीही करीन... कसंही करीन पण त्याला सोडणार नाही. माझ्या लाडक्या सोनूवर... 'सावर-सावर स्वत:ला त्यांनी त्याला थोपटलं... मिटल्या डोळ्यातून अश्रू ओघळले. पुढच्याच क्षणी तो त्यांच्या कुशीत शिरला. त्याचं शरीर गदगदत होतं. 'शांत हो रोहन शांत हो... आपणच धीर सोडला तर राजस खचून जाईल... धीर धर पोरा... नको ते भोग आले वाट्याला पण...' ते समजावीत राहिले. रोहन काहीसा शांत झाला. 'मी डबा घेऊन जातो दवाखान्यात... बळेच खायला घालावं लागतं...' ते म्हणाले डोळे पुसत रोहननं विचारलं. 'मी जाऊ का आज डबा घेऊन... सोनीलाही बघेन...' 'नको, नको...' ते घाईघाईनं म्हणाले, 'तू नको जाऊस... सोनूला बघून उगाच पुन्हा...' ते एकदम गप्प झाले. ती रात्र... तो प्रसंग... नंतर उगवलेली सुन्न भीषण सकाळ... सोनूचा रक्काळलेला देह... कमरेखालचं बीभत्स स्वरूप... रोहन पेटून उठला होता त्याचं नाव कळलं

तेव्हा. मोठ्या मुश्किलीनं थांबवलं त्याला. ते तसं पुन्हा नको घडायला. 'रोहन प्लीज... रागावू नकोस मीच जातो, पण तू घराबाहेर पडू नकोस... हे बघ... रागाच्या भरात काहीतरी करशील तर... आम्ही कुणाच्या आधारावर जगायचं पुढं?...' बोलताना त्यांचा आवाज कातर झाला. 'होईल रे... कायद्यानं त्याला योग्य ती शिक्षा होईलच. तू शांत रहा.' असं म्हणत ते उठले. त्यांनी डबा घेतला. लॅच की उचलली तसं रोहन म्हणाला, 'बाबा बाहेरून कुलूप लावू नका' त्यांनी त्याच्याकडं रोखून पाहिलं. 'नाही जाणार मी बाहेर. खरंच सांगतो. विश्वास ठेवा... आणि बाहेर जाऊन तरी मी काय करू शकणार आहे... तो तर पोलिसांच्या ताब्यात आहे. जा तुम्ही निश्चिंत मनानं, मी घरातच थांबेन...' रोहनच्या शब्दांमुळं त्यांच्या मनावरचं ओझं कमी झालं. 'खरंच थांबेल ना हा घरातच?' त्यांच्या मनात क्षणभर शंका डोकावली. पण त्याचक्षणी त्यांना त्याच्या शब्दातील प्रामाणिकपणा जाणवला. किती बदलला रोहन! हसरा खेळता, उत्साहानं फसफसलेला रोहन जणू हरवलाय. हवा गेलेल्या फुग्यासारखा मलूल झाला आहे. त्यांनी हताश नि:श्वास टाकला. बलात्कार शरीरानं फक्त स्त्रीवर होतो पण तो बलात्कार तिच्या घरादारावर केवढा आघात करतो! संपूर्ण घरावरचाच मानसिक बलात्कार ठरतो. 'तुम्हाला पटत नसेल तर लावा कुलूप...' रोहनच्या शब्दांनी ते भानावर आले. 'नाही... नाही... अरे काही विसरलो नाही ना... ते पाहत होतो.' असं म्हणत त्यांनी लॅच की जागच्या जागी ठेवली, चपला घातल्या आणि बाहेर पडले.

पोलीस मुख्यालयाचा परिसर शांत होता. रात्रपाळीचे पोलीस कर्मचारी नेमून दिलेल्या कामात होते. त्या दगडी इमारतीच्या पश्चिमेकडं बराकी होत्या. शेवटच्या बराकीत एका कोपऱ्यात शिरीष गुडघ्यात मान खुपसून बसला होता. रातकिड्यांचा आवाज... त्याला जाणवला... आपल्या बेडरूमच्या खिडकीतूनही यायचा इथंही येतोय पण... त्यानं मान वर उचलली पाय पसरले. त्याच्या सर्वांगातून वेदेनची लहर सळसळत गेली. तळपाय बधिर असूनही चुरचुरल्याची भावना होती. पोलिसांचे दंडुके पडले होते. कसं घडलं... का घडलं... असं काही घडेल माझ्याकडून... स्वप्नातही कल्पना केली नव्हती. त्याच्या मनात आलं. तेच प्रश्न स्वत:लाच विचारले जाणारे... स्वत:लाच निरुत्तर करणारे, अंधूकशी उत्तरं... उत्तान नाचगाण्याची दृश्यं सिनेमातली... वर्तमानपत्राच्या पेज थ्री वरची, गुळगुळीत पानांवरची नट्यांची अनावृत्त चित्रं... इंग्रजी सिनेमातील उघडानागडा शृंगार... आणि नितीन, अभयच्या सोबत पाहिलेल्या पॉर्नफिल्म्स.

त्यानं दगडी भिंतीवर मान टेकवली. डोळे मिटले. तेच दृश्य... सोनूचा कोवळा देह... चिरफळ्या झालेला... दूर फेकून दिलेला फ्रॉक... अंतर्वस्त्र...

रक्तानं माखलेल्या मांड्या... डोक्याखाली केसामधून झिरपणारं रक्त... तोंडावरचे तीव्र ओरखडे... रक्तरेषा... "नको रे शिरीदादा, हे काय करतोस ? सोड सोड मला. आई गंऽऽऽ ..." आवाज घुमत राहिला. पुन:पुन्हा. वारंवार.

शिरीषनं स्वत:चे कान झाकून घेतले. कान ठणकत होते. इन्स्पेक्टर देशमुखांनी सणसणीत लगावल्या होत्या मुस्काडीत तेव्हापासून कान बधिर होते. पण सोनूचा हतबल आक्रोश ऐकू येतच राहिला. तेच दृश्य... डोळे मिटले तरी... डोळे उघडे ठेवले तरी... सोनू... किती विश्वासानं आली माझ्याबरोबर! आणि मी... त्याच्या कोरड्या डोळ्यात पुन्हा अश्रू तरळले. हे काय... आजवर तिच्या डोळ्यात फक्त माया... प्रेमच दिसलं होतं... भावावर असणारं... निर्भर्त्सनेचे शब्द निदान हवेत विरून तरी जातात पण नजरेतून थेट काळजात घुसणारी निर्भर्त्सना. उद्या पुन्हा कोर्टात जायचं...

टण् टण् टण् टण्... बराकीच्या गजावरून हातातील काठी आपटत रात्रपाळीचा शिपाई पुढं गेला. शिरीषला भयंकर असहाय्य वाटलं. एक क्षण वासनेचा. तिच्या पंजात अडकण्याचा आणि मग कपाळावर शिक्का बलात्कारी. कधीही पुसला न जाणारा.

तो बसल्या जागी लवंडला गुडघे पोटाशी घेऊन. एखादं जुनं, जीर्ण बोचकं पडावं तसा पडून राहिला. रात्र अधिकच गडद झाली होती. अंधार उन्मत्त माजला होता.

~

रोजच्यासारखा रेडिओ लागला नव्हता. दाराबाहेर रांगोळी नव्हती, मॉर्निंग वॉकही नव्हतं. काहीच नव्हतं रोजच्यासारखं. रजनीबाईंनी देहाची सवय म्हणून चहा केला. श्यामराव बसून होते. एरवीची सकाळ असती तर... बाल्कनीत बसून वर्तमानपत्र वाचायला घेतला असता त्यांनी. पण... गेल्या चार दिवसात ना खिडक्या उघडल्या ना बाल्कनीचं दार. कोंडून घेतलं घरातच दिवाभीतासारखं. त्यांनी चहाचा कप श्यामरावांना दिला. त्यांचे डोळे तारवटलेले होते. झोप कुठे लागत होती! पुन:पुन्हा तीच सकाळ डोळ्यांसमोर येत होती. दारात पोलीस आले ती सकाळ. बेडरूममधून शिरीषला ताब्यात घेतलं त्यांनी, ती सकाळ. आदल्या रात्री... बऱ्याच उशिरानं बाहेर काहीतरी गडबड ऐकली होती. पण अर्धवट झोपेत. सकाळचं व्यवधान असायचं. अनूचा आणि श्यामरावांचा डबा... शिरीषचं कॉलेज...

सुन्न सुन्न झालं मन घटना ऐकून. शिरीषनं बलात्कार केला. सोनूवर! दारात पोलीस. कॉलनीतील लोकांच्या नजरा... तिरस्कृत. घृणेनं भरलेल्या. नजरा कसल्या... धारदार बाणच ते. मन दगडासारखं निश्चल झालं... शिरीषनं बलात्कार केला?

माझ्या पोटच्या पोरानं?... मन काळवंडलं... वाटलं मरून जावं त्या क्षणी. किंवा आपलं गर्भाशय खेचून काढावं बाहेर... चिंध्या कराव्यात... का असा नराधम रुजवलास... वाढवलास!...

अनुजा आतल्या खोलीतून बाहेर आली. जड पावलं, 'अनू...' त्यांनी भीतभीतच हाक मारली. अनू काही न बोलता सोफ्याच्या खुर्चीत बसली. पाय वर घेऊन, 'कामावर...' त्या पुढं बोलायच्या आत ती म्हणाली, '... नाही जाणार...' रजनीबाई क्षणभर गप्प राहिल्या. पोरीनं डोक्यात राख घालून घेतली आहे. घटना तर घडून गेली आहे. तोंड द्यावंच लागेल पण ही पोर... मनस्वी... जिद्दी, पहिल्यापासूनच अशी. कसं समजावून सांगावं हिला, जगरहाटी नाही सोडता येत. चार दिवस झाले... ऑफिसला तर नाहीच नाही पण घराबाहेर पाऊलही टाकलं नाही. असं करून कसं चालेल? तोंड लपवून किती दिवस घरात बसून राहणार ही पोर? 'अनू... माझं ऐक पोरी... अशी कुढत बसू नकोस... घरात बसून राहशील तर तेच ते विचार भिरभिरत राहतील... हे बघ अनू...' त्या एकदम थांबल्या. अनूनं त्यांच्याकडं रोखून पाहिलं. तिची नजर घायाळ असूनही धारदार होती. ती आता फडाफडा काहीतरी बोलणार... धारदार शब्दांत बरचं काही ऐकवणार... रजनीबाईंनी मन घट्ट केलं. आविर्भाव तसाच होता. पण पुढच्याच क्षणी ती शांतपणे म्हणाली, 'आई हे तू मला कितीदा सांगणार आहेस?... आणि तू जे मला वारंवार ऐकवत आहेतस ते मला स्वत:ला कळत का नाही! कळतंय ना मलाही पण... नाही गं मी नाही... मला बाहेर पडावसंच वाटत नाही. कोणत्या तोंडानं सामोरी जाऊ जगाला? लोक तोंडावर स्पष्ट बोलतील न बोलतील पण डोळे बोलतील ना... आली बघा... बलात्काऱ्याची बहीण... बघा निर्लज्ज... एवढी निर्घृण घटना घडली आणि बघा कशी वावरतीय... नाही... माझ्या कानात ते सारे शब्द... निर्भर्त्सनेचे, अव्यक्त शब्द घुमत आहेत, त्या हलकट, नीच माणसानं...' 'अनू...' रजनीबाईंना पोटच्या पोराबद्दल त्याच्या बहिणीच्या तोंडून येणारे शब्द ऐकवेनात... 'तुला अजून पुळका येतो त्याचा?' तिनं तुच्छतेनं विचारलं. रजनीबाईचं मन चरचरलं. व्यथित आवाजात त्या म्हणाल्या 'पुळका नाही गं... पुळका नाही, त्यानं अत्यंत वाईट कृत्य केलंय... अतिशय घृणास्पद. मान्य आहे. तुझ्याइतकाच... किंवा तुझ्यापेक्षाही जास्त संताप... तिरस्कार वाटतोय मला त्याचा. पण पण शेवटी आई आहे ना मी त्याची. नऊ महिने पोटात.' अनूनं अतीव तुच्छतेनं हुंकार दिला. ती म्हणाली, 'पोटातच मरायला हवा होता तो.' 'अनू...' श्यामराव काहीसे रागावत ओरडले, 'वाट्टेल ते बोलू नकोस' 'वाट्टेल ते? मी वाट्टेल ते बोलतीय अं? तुम्हाला दोघांनाही...' तिला संतापाच्या, आतून फुटणाऱ्या लाटांनी पुढं शब्द सुचेनात. तिचा आविर्भाव पाहून

श्यामराव काहीसे नरम पडले. म्हणाले, 'असं अभद्र बोलू नये अनू... काहीही झालं तरी तो तुझा धाकटा भाऊ आहे, आमचा मुलगा आहे...' अनू एकदमच हसली. फार भीषण वाटलं तिचं तसं हसणं. डोळे पाणावलेले... लाल झालेले, आणि चेहऱ्यावर हसू. तिचं हास्य निर्मळ खचितच नव्हतं. ती हसतच म्हणाली, 'सॉरी बाबा... सॉरी हं आई... मी विसरले होते... तो तुमच्या वंशाचा दिवा आहे. ते खरंय... येस् खरयं तुमचं...' 'वेड लागलंय तुला... काहीच्या काही...' श्यामराव उद्विग्नपणे म्हणाले, 'नाही बाबा... वेड नाही उलट आता तर मला सत्य उमजलं... मुलगा आहे तो. घडलं त्याच्याकडून दुष्कृत्य जाऊ दे...' 'अनू... अनू प्लीज' 'नाही आई... आईबापानं कितीही आव आणू दे... मुलीपेक्षा मुलाला झुकतं माप देण्याची वृत्ती आत दडलेली असतेच. चूक तुमची नाही... मी तुम्हाला दोषही देत नाही. पण...' क्षणभर थांबून तिनं आपले अश्रू पुसले. मग दोघांकडं रोखून पाहत तिनं विचारलं, 'मला एक सांगा... हाच प्रकार, बलात्कार नाही पण असंच काही समजा माझ्या हातून घडलं असतं तर?... तर तुम्ही ज्या उदारपणे मुलाला मनोमन माफ करीत आहात तेवढा उदारपणा माझ्याबाबत दाखवला असता का?' अनू उत्तराची अपेक्षा न करता काही क्षण गप्प बसली. उत्तराची अपेक्षा नव्हतीच कारण उत्तर माहीत होतं. श्यामराव व रजनीबाई काही बोलले नाहीत अनू पुढे म्हणाली, 'तुम्हाला वाटेल की प्रसंग काय आणि ही पोरगी भलतंच काहीतरी बोलत आहे. पण तुम्ही इतक्या सहजपणे त्याला माफ कसं करू शकता?... आश्चर्य वाटतं मला ते याच गोष्टीचं!' काही क्षण तिघंही स्तब्ध राहिले. श्यामरावांनी मग विचारलं, 'अनू... आम्ही काय करू शकतो... किंवा काय करायला हवं असं वाटतं तुला?... शिरीष आमच्यासाठी मेला असं जाहीर करू कां?... त्यानं गुन्हा केलाय... कबूल. त्याची शिक्षादेखील भोगेल तो... आताही भोगतोय ना पोलीस कस्टडी. तुला काय वाटतं... पोलीस त्याच्याशी कसं वागले असतील?... फोडून काढलं असेल त्याला... लहानपणी एकदाच मारलं होतं मी त्याला. गालावर लाल वळ पाहून हिनं दोन दिवस अबोला धरला होता माझ्याशी... आणि आज त्याच शिरीषला पोलीस कस्टडीत...' श्यामराव अस्वस्थ होत गप्प बसले. अनूनं पाहिलं त्यांचे डोळे किंचित पाणावले होते. ती म्हणाली, 'ठीक आहे. मी हा विषय काढायला नको होता. पण काढला कारण मीसुद्धा एक तरुण स्त्री आहे. स्त्रीची अब्रू कुणीतरी जबरदस्तीनं लुटली तर किती धक्का बसू शकतो याची कल्पना करूनही माझा जीव दडपतो. फक्त कल्पना करा... वाईट आहे पण तरीही करा कल्पना. की समजा माझ्यावर कुणी बलात्कार केला तर' 'गप्प बैस...' आई असहाय्यपणे ओरडली, 'का अभद्र बोलतेस गं... आधीच दुःखानं जीव नकोसा झालाय... त्यात हे काय विपरीत बोलतेस...'

रजनीबाईंचा कंठ रुद्ध झाला. अनू आईजवळ आली. तिनं तिला थोपटलं म्हणाली, 'बघ आई... तुझ्या मुलीबाबत नुसती कल्पनासुद्धा तुला अगदी असह्य होत आहे आणि सोनू तर अजून वयातही आली नव्हती... काय वाटत असेल राज आँटीला... काळीज फाटलं असेल त्यांचं' 'अनू...' श्यामराव म्हणाले, 'आम्हाला कळत नाही कां... सगळं कळतंय पण... काय करू... नको ते घडून गेलंय' 'आणि तरीही बाबा... तुम्हाला मुलाची फिकीर वाटते? मला वाईट याचंच वाटतं की अजूनही बेशुद्धावस्थेत असलेल्या, त्या नराधमाच्या... हो... मी नराधमच म्हणणार त्याला... त्याच्या वासनेला बळी पडलेल्या निष्पाप सोनूच्या असह्य दुःखापेक्षा तुम्हाला तुमच्या मुलाच्या पोलीस कस्टडीत असल्याचं दुःख जास्त वाटतंय... वाईट वाटतं मला ते या वृत्तीचं...' अनूच्या परखड बोलण्यानं दोघांचे चेहरे अधिकच काळवंडले. अनूलाही मनोमन खेद वाटला, त्यांची अवस्था पाहून, सत्य किती विषारी असतं... आपल्याच माणसांना पाजायची वेळ येते तेव्हा. अंतरीच्या वेदनांना सहस्र काटे फुटतात. तिला तिथं थांबवेना ती म्हणाली, 'आई... बाबा, मी कामावर जाते... बोलू दे लोकांना काय बोलायचं ते... निमूटपणे ऐकून घेईन. तू मघाशी म्हटलीस ना... घरात थांबले तर तेच ते विचार भिरभिरत राहतील. खरंय ते. घरी थांबले तर माझ्या फटकळ बोलण्याचाही त्रास होईल तुम्हाला, मी जाते कामावर.' एवढं बोलून ती आत निघून गेली.

~

अक्काबाईंनी टेबलावर डबा ठेवला. आवाज झाला तसं विलासनं टायची गाठ बांधता बांधता आईकडं पाहिलं. कितीदा समजावून सांगायचं हिला... त्याच्या मनात आलं. 'आई...' अक्काबाईंना विषय काढायचा होता पण त्या टाळत होत्या. 'डबा ठेवलाय तुझा. अजून काय हवंय?' त्यांनी तुसड्या आवाजात विचारलं, विलासनं टाय नीट केला. तिच्याजवळ येत विचारलं, 'अजून राग गेला नाही का आई... मी एवढं समजावलं. तरी पटलेलं दिसत नाही तुला...' 'पटणार नाही... शंभर नाही हजारदा सांग पण...' 'आई... आई मी शिरीष घोलेचं वकीलपत्र घेतलं कारण त्याची बाजू कोर्टात कुणालाना कुणाला मांडावीच लागेल.' पण तू ती मांडू नयेस. 'का?... का सांग ना... मी एक क्रिमिनल ॲडव्होकेट आहे... आरोपीची बाजू...' त्याचं बोलण मध्येच तोडत आक्काबाई चिरक्या, आवाजात म्हणाल्या. 'त्या हलकटाची कसली बाजू... कसली रे बाजू... म्हणे त्याची बाजू... अरे अशा नराधमाला भर चौकात नागवं करून चाबकानं फोडलं पाहिजे...' 'आई तुझा राग... तुझाच कशाला... अशा घटनेनंतर संपूर्ण समाजाचा राग उसळून येतो... स्त्रीवर्ग प्रक्षुब्ध होतो. संशयित आरोपीला मध्ययुगात दिल्या जायच्या तशा भयानक शिक्षा जाहीरपणे द्याव्यात अशीही

मागणी करतो समाज. काही देशात आजही तशी शिक्षा दिली जाते. पण आई... शांतपणे ऐक... आपल्या देशात कायदा सर्वश्रेष्ठ मानला जातो. कायद्याचं तत्त्व ठाऊक आहे ना... दहा दोषी सुटले तरी चालेल पण निर्दोष व्यक्तीला शिक्षा होऊ नये.' विलास क्षणभर थांबला. तशा अक्काबाई म्हणाल्या, 'विलास ते काहीही असू दे पण... अरे कोवळी पोर होती रे ती. हलकटानं तिच्यावर... कसं करवलं एवढं घाणरडं कृत्य?... त्या वेळी का नाही तुझा कायदा काही करीत...'

अक्काबाईंचा स्वर हळवा झाला. विलासनं आईचा हात थोपटला. आईच्या भावना जाणत होता तो. 'आई मी फक्त त्याचं वकीलपत्र घेतलंय तो माझा व्यवसाय आहे म्हणून. मी काही देव नाही... जज नाही. कोर्टात साक्षी-पुरावे होतील, न्याय होईल.' 'ते सगळं खरंय रे, पण... मला नाही रुचलं हे, शेजारी-पाजारी... नातेवाईक काय म्हणतील... बघ... विलासनं कुठली केस घेतली... एका हलकटाला वाचवायला धावला,' विलास उद्विग्नपणे हसला. 'आई... एक सांगू... लोक दोन्ही बाजूंनी बोलतात. तू लक्ष देऊ नकोस. हे बघ... मी जो व्यवसाय पत्करला आहे त्या व्यवसायाची नीती पाळतो मी... शिरीष घोलेनं गुन्हा केला आहे तो सिद्ध होईलच ना... पण म्हणून त्याला त्याची बाजू मांडायची संधी मिळायला नको का! गँगवॉरमध्ये जखमी झालेल्यांवर डॉक्टर उपचार करतातच ना... की म्हणतात मरू दे गुंडच आहे हा. असं नसतं आई... प्रत्येकाचं आपापल्या व्यवसायाचं कर्तव्य असतं ते... आणि हे मी नाही सांगत, मूलभूत न्यायतत्व आहे... तेव्हा प्लीज तू...' 'जा बाबा जा... मी काय बोलणार तुझ्यापुढं...' विलासनं काळा कोट आणि डबा उचलला. निघण्यापूर्वी तो आईच्या पाया पडला. त्या म्हणाल्या, 'या केसमध्ये तुला अपयश येवो हीच माझी इच्छा आहे.' विलास काहीही न बोलता बाहेर पडला.

नितीन आणि अभय नेहमीच्याच बरिस्तामध्ये बसले होते. नितीननं वेगवेगळे विषय काढले. क्लासमधील फंडे ऐकविले, पण अभय फारसा बोलत नव्हता. त्याची कॉफी त्यानं पूर्ण घेतली नव्हती. चीज सॅन्डविचही तसंच अर्धवट खाऊन पडलेलं होतं. 'अभय... व्हाय आर यू सो अपसेट... फर्गेट इट यार...' नितीन काहीसा वैतागत म्हणाला, अभयनं त्याच्याकडं रोखून पाहिलं, 'असं का पाहतोस...' 'नितीन... खरं सांग... तुला टेन्शन नाही आलं?' 'ओह कमॉन यार... कसलं टेन्शन...' नितीनचा आवाज वाढला. 'शिरीष' अभयनं विषयाला तोंड फोडलं. 'तो! एक नंबरचा मूर्ख निघाला. माझीच चूक झाली. येस आय मीन इट... पण चूक तरी कशी रे अभ्या... ममी डॅडी पार्टीला गेले होते... आय वॉज अलोन... म्हटलं चलो यार... ऐश करेंगे...' नितीन बोलत राहिला. त्याचे शब्द विरत गेले कारण अभयला सारंकाही स्वच्छ आठवत होतं.

नितीनच्या थ्री बी.एच.के. फ्लॅटवर तो शिरीषला घेऊन पोहोचला तेव्हा जेमतेम साडेसहा सात वाजले होते. नितीनचे मम्मी-पप्पा रात्री उशीरा येणार होते. म्हणून तर त्यानं बोलावलं होतं. नितीननं दोघांना त्याच्या बेडरूममध्ये नेलं. थोड्या गप्पा झाल्यानंतर नितीननं लॅपटॉप उघडला. यू-ट्यूबवर त्यांनी काही गाणी ऐकली. फेसबुकवर चक्कर मारली. कॉलेजमधल्या ज्या पोरींचं अकाउंट होतं ते पाहिलं, काहींना लाईक्स दिल्या. विषय आपोआपच सेक्सवर आला आणि नितीननं पॉर्न साइट ओपन केली. वेगवेगळ्या पॉर्न फिल्म्स पाहता पाहता तिघंही भान हरपले. पपांच्या बेडरूममधून नितीननं नाईंटीचे पेग्ज भरून आणले. स्वप्नवत् वातावरण रंगत गेलं, रात्रीचे दहा वाजले तेव्हा त्यांनी नितीनचा निरोप घेतला.

'फक् यार' नितीन बोलणं संपवीत उद्गारला. काही क्षण दोघंही गप्प बसले. 'मला काय माहीत यार... हा येडा असलं काही करेल म्हणून! अदरवाइज आय वुड...' नितीन उद्वेगानं गप्प झाला. दोघांनाही ती बातमी समजली तेव्हा दोघंही हबकले होते. विशेषतः अभय जास्त धास्तावला. त्याला अजूनही भीती वाटत होती. तो म्हणाला, 'नित्या मला एकच भीती आहे... उद्या शिरीषनं आपलं नाव घेतलं तर...' 'आपलं नाव?' नितीननं विचारलं, 'आर यू मॅड अभ्या... आपला काय संबंध? त्यानं रेप केला तेव्हा आपण नव्हतो त्याच्याबरोबर...' 'ते खरंय... आपण नव्हतो त्या वेळी. पण समजा त्यानं पोलिसांना सांगितलं की मी मित्रांबरोबर ब्ल्यू फिल्म्स पाहिल्या... ड्रिंक्स घेतलं...' 'सो व्हॉट? पॉर्न फिल्म्स आर ओपन टु ऑल यार... बंदी आहे का त्या फिल्म्स पाहायला? तू ना... फार घाबरट आहेस अभ्या... समज, शिऱ्यानं असं काही पोलिसांना सांगितलं तरी त्यामुळं आपण गुन्हेगार ठरत नाही. आपण त्या पोरीवर रेप केला का? नाही. फ़र्गेट इट यार...,' काही क्षण थांबून नितीन म्हणाला, 'ए, पण शिऱ्याचं डेअरिंग आहे ना... साला...! एखाद्या पोरीला पकडून रेप करायचा म्हणजे... सॉलिड ना... जोक नाही यार... त्याला नाईंटीचा पेग जास्त झाला बहुधा... सॉलिड पेटला होता ना... पण साला त्यानं असं काही नको होतं करायला. एवढी आग होती तर जायचं ना कुठंतरी... मला नुसती हिंट दिली असती ना तर मी नेलं असतं त्याला... आय नो सच प्लेसेस...' 'पण नित्या... सेफ नसतं ना रे ते... एड्स...?' 'सोड रे... मी काय कॉमन प्लेसला नसतं नेलं... आय नो एक्सक्ल्युझिव पॉइंट्स ऑफ फ्लेश बिझनेस...' 'म्हणजे तू...' दोघांच्या गप्पा रंगू लागल्या. काही वेळापूर्वी अभयच्या मनावर जो ताण होता तो मावळला आणि तो नितीनचे रंगीत अनुभव मन लावून ऐकू लागला.

श्यामराव घोले कोर्टरूमध्ये एका बाकावर कोपऱ्यात बसले होते. आज

शिरीषला कोर्टात आणलं जाईल, विलासनं सांगितलं होतं त्यांना. पोलीस कस्टडीची मुदत संपली होती. कदाचित ज्युडिशिअल कस्टडी मिळेल. त्यानंतर जामीन अर्ज मंजूर होईल. सारी प्रक्रिया ॲड. विलासनं त्यांना सांगितली होती. कुठं कधी प्रसंग आला होता पोलिसांशी, कोर्टाशी, वकिलांशी... श्यामरावांच्या मनात पुन:पुन्हा विषाद घोळत होता. वर्षानुवर्षं सरकारी खात्यात नोकरी केली. इमानेइतबारे. आपण भले, आपलं काम भलं. टुकीनं संसार करणारी रजनीसारखी बायको मिळाली. दोनाचे चार झाले. चौकोनी कुटुंब... सुखी कुटुंब. खाऊन-पिऊन सुखी. सहाव्या वेतन आयोगामुळे पगार वाढला आणि फ्लॅट बुक केला. सारंकाही नेकीनं चाललं होतं. अनुजा शिकली. नोकरीला लागली. घरात कमावती व्यक्ती वाढली. आणि हुरूप आला. शिरीष ग्रॅज्युएट होईल... अनूचं लग्न....

कोर्टात जेवणाची सुट्टी जाहीर झाली. न्यायमूर्ती चाफळकर उठून चेंबरमध्ये गेले. अजून शिरीषला आणलं नाही पोलिसांनी. कधी होणार सुनावणी...? त्यांनी जणू स्वत:लाच विचारलं. कोर्टरूममध्ये कुणी नव्हतं. श्यामरावांनी हताश मनानं इकडंतिकडं पाहिलं. त्यांच्या जवळ असलेल्या पिशवीकडं लक्ष गेलं त्यांचं. रजनीनं पोळीभाजी दिली होती. 'तुम्ही उपाशी बसू नका. बाहेरचं सोसत नाही. आणि जमलं तर त्याला ही पुरचुंडी द्या. तीन पोळ्या आणि भाजी आहे...' सकाळी निघताना रजनी म्हणाली होती. त्यांना एकदम छातीत दगड बसल्यागत वाटलं. अनूचा राग आठवला, तिचे जळजळीत शब्द आठवले, काय चुकीचं बोलली ती? काहीच नाही. संतापजनक प्रकार केला. अनूला आता नाही कळायचं. स्वत: आई झाली की कळेल पण... अनुजाचं लग्न कसं होणार आता? जगजाहीर झालंय... बलात्कारी भावाची बहीण... कोण पत्करील तिला?... कदाचित त्यामुळेच तिचा एवढा उद्रेक झाला. रजनीची अवस्था वाईट झालीय. एका बाजूला अपराधी पोटचा गोळा... आणि दुसऱ्या बाजूला गर्भनात्यानं बांधलेलं... निर्माण झालेलं दुसरं स्त्रीत्व... अनुजा. ठाऊक होतं बिचारीला. कोर्टात आणणार आहेत. पहाटे गुपचूप उठून पोळीभाजी केली. पोरीला चाहूल लागू न देता. पण ऐनवेळी आली बाहेर अनू. वाद घातला. 'पोटातच मरायला हवा होता...' काळीज चिरत जाणारे शब्द बोलली. चूक नाही तिची पण... पोरानं महापाप केलं, म्हणून का नातं तुटतं? नातं असं पाप-पुण्याच्या हिशेबानं जुळतं का? आणि तुटतं का तरी? मेला असं म्हणण्यानं मरेल का तो? जिवंत राहीलच ना? अंत:करणात! नाव तर तेच राहील ना... शिरीष श्यामराव घोले... कैदी नंबर अमुक अमुक... कसं सांगायचं समजावून पोरीला!

कोर्टाचं कामकाज सुरू झालं. अनेक प्रकरणं, अनेक गुन्हे, अनेक आरोपी, वकिलांची लगबग. सिनेमात किती छान वाटतं बघायला. आखीवरेखीव कोर्टरूम...

वकिलांचे लांबलचक युक्तिवाद... पण प्रत्यक्षात? किती भयंकर काळजी. गुंतलं की व्यथा उमजतात. श्यामराव सुन्न होते. बधिर होते. पोळी भाजीची पिशवी तशीच शेजारी ठेवलेली. बेवारस अन्नाचंही प्राक्तन असेल का? कुणाच्या मुखी जाण्याचं... कुणाची भूक शांत करण्याचं किंवा आहे तिथंच आहे तसंच... प्रतीक्षा करता करता विटून जाण्याचं? बिचारीनं पहाटे उठून रांधलं. निगुतीनं भरून ठेवलं, जसं शिरीषला गर्भात रुजवलं... वेदना देत जन्माला घातलं... वाढवलं... जोजवलं... पण आता त्याचं प्राक्तन?

ॲड. विलासनं खांद्यावर हात ठेवला. शून्य नजरेनं पाहिलं त्यांनी त्याच्याकडे. 'उद्या जामीन मंजूर होईल शिरीषला. कोर्टाची वेळ संपली ना म्हणून... उद्या अर्ज दाखल करू...' बोलत राहिला विलास. श्यामरावांना मोजकं समजलं. उद्या शिरीषला जामीन मंजूर होईल. त्यांनी खिशातील पाचशेच्या चार नोटा विलासला दिल्या आणि जड पावलांनी बाहेर पडले.

संध्याकाळी इन्स्पेक्टर देशमुखांनी शिरीषला जेलरच्या ताब्यात दिलं. जेलरला बलात्काराच्या आरोपाखाली त्याच्याकडं येणाऱ्या कैद्यांविषयी अत्यंत तिडीक होती. त्यांनी शिपायाला हाक मारलं. "शिवा, याला कोपऱ्यातल्या सहा नंबरच्या बराकीत पोचव." "बराय साहेब" "शिवा, पाणी दे त्याला, आणि बराकीतलं बटण लाव." शिवा होकार देत शिरीषला घेऊन निघाला.

कारागृहाचं आवार सुनसान झालं. सर्व कैदी आपापल्या बराकीत गेले. शिरीषला भूक लागली होती पण तुरुंगातील जेवण पाहूनच त्याला मळमळलं होतं. दोन घास खाऊन तो तसाच भरपूर पाणी पिऊन बराकीत परतला होता. त्या छोट्या बराकीत एका भिंतीला सिमेंटचा दोनेक फूट उंचीचा ओटा होता झोपण्यासाठी आणि पलीकडच्या कोपऱ्यात एक खड्डा होता. लघुशंका करण्यासाठी. शिरीष बराकीत उदास मनानं बसला होता. किती छान चाललं होतं आयुष्य... घरचं जेवण... आईबाबांचं प्रेमळ छत्र... अनूताईची माया... कॉलेज... मित्रमैत्रिणी... इंग्रजी, हिंदी सिनेमे... मोबाइल... फेसबुक... आणि काय करून बसलो मी! नितीनच्या लॅपटॉवर त्यानं अश्लील फिल्म्स दाखवल्या बाप रे... उन्मुक्त शृंगार... स्त्री पुरुषाच्या देहाचं संपूर्ण दर्शन... अंग अंग दाखवणारं... झाकलेलं सारं काही उघडंनागडं करणारं! ... आणि... शरीराचा कणन्‌कण जागा झाला. रंध्रा-रंध्रांत लाव्हारस वाहू लागला. शरीर झपाटलं... मेंदू झपाटला. त्यातच नितीननं पेग दिला. खरंतर लॅपटॉपच्या छोट्या पडद्यानंच नखशिखांत नशा दिली होती. शृंगाराची नशा. त्यापुढे यत्किंचित दारूची नशा किती भुक्कड पण... दोघांचा आग्रह. घोटाघोटानं घेतला पेग... दहा वाजले तेव्हा भानावर आलो... नितीनचा निरोप घेतला. मोटरबाइक वळवत निघालो... अभयला घरापर्यंत सोडलं...

वाऱ्याच्या स्पर्शानं गात्रं अधिकच चेकाळली होती. मेंदू भिरभिरत होता. घराकडे निघालेलो. डोळ्यांसमोर सुनसान रस्ता. वर्दळ नसलेला. मेन बसस्टॉप मागे पडला आणि मनात तीच दृश्यं... नग्न स्त्री-पुरुषांची उन्मुक्त... बेबंद समागमाची. कानशिलं तापलेली. तारुण्य धडाडून पेटलेलं.

... आणि अचानक दिसली सोनाली. सोनू रस्त्याच्या कडेनं चाललेली. साप जागा होताच. त्यानं तरारून फणा काढला. ''ए सोनू...'' ''अरे! शिरीदादा...'' ''चल बैस गाडीवर... सोडतो घरी.'' ''नको... मी जाते...'' ''बैस गं... हवा बघ किती मस्त आहे. एक राइड मारू... बुंग बुंग...'' मीपण घरीच चाललोय. बसली. मंद सुगंध जाणवला. यौवनाचा. सुसाट सोडली बाइक. घाबरून गच्च धरलं तिनं. कोवळ्या छातीचा स्पर्श पाठीला. झपाटलं मन. शरीर तर पेटलेलंच. साप केव्हाचाच वळवळत होता... दूर... ''शिरीदादा... इथं कुठं थांबवलीस...'' चल ना परत... निर्जन जागा... निर्मनुष्य... वाढलेली रात्र... सोबतीला अंधार... गच्च धरली... भेदरली कोकरागत... धडपडली... फडफडली... श्वासच कोंडला तिचा. पण मग ओरडू लागली. सैतान जागा झाला... लावल्या कानफडात सटासटा सटासटा... रडायला लागली. पण साप बेभान होता. सैतानानं ओरबाडली वस्त्रं... टराटर ओढून फेकली... ''नको ना... नको ना. शिरीदादा... हे काय करतोस... दादाऽ... सोड... सोड मला...'' दाबावं लागलं तोंड... डोकं आपटलं गडबडीत... ग्लानी आली तिला... पण कोवळे पाय... कोवळ्या मांड्या... ग्लानीतच विव्हळली... ''आई गंऽ...'' किंचितशी किंचाळलीसुद्धा... पण विळखा होता मजबूत सापाचा... ओरडत होती... कण्हत होती...

'टण् टण्... टण् टण्...' कारागृहाच्या टॉवरवर घड्याळात बारा टोल पडले. शिरीष वास्तवात आला. डास घोंगावत होते. तोंडाला हात पायाला कडकडून डसत होते. त्यानं कराकरा अंग खाजवीत असताना पिटाळण्याचा निष्फळ प्रयत्न केला. क्षणभर विखरून ते पुन्हा येत होते. रक्त प्यायला. शिरीष बसल्या जागचा उठला. दोन फेऱ्या मारल्या तिथल्या तिथं. झोप येणं शक्य नव्हतं. त्याला लघवी लागली होती. तो कोपऱ्यात आला. जिथं झोपायचं तिथं कोपऱ्यात लघवी करायची? नको वाटलं क्षणभर. पण... दुसरं काय करणार! त्यानं कोपऱ्यात लघवी करायला सुरुवात केली. ज्या क्षणी लघवीची धार डबक्याला स्पर्श झाली त्या क्षणी त्याच्या जननेंद्रियातून वीजप्रवाह त्याच्या शरीरात घुसला. बेंबीच्या देठापासून बोंबलावं अशी तेजतर्रार वेदना अंगभर भिरभिरली, पण बोंबलायची संधीदेखील त्याला मिळाली नाही. विजेच्या झटक्यानं तो धाड्कन उडाला आणि ओट्याजवळ जमिनीवर आपटला. तो पूर्ण बेशुद्ध नव्हता आणि पूर्ण भानावरही नव्हता. जननेंद्रियाच्या जागी येणाऱ्या मुंग्यांची

असह्य जाणीव होत होती. लघवी पूर्ण झाली नव्हती त्यामुळं ओटीपोटात लघवी तुंबल्याची ठप्प वेदना जाणवत होती. पायाच्या नखापासून झटका मेंदूपर्यंत गरगरत राहिला होता. फरशीवर अंग आपटल्यामुळे मुका मार लागला होता. काही क्षण तसेच गेले. त्याला जाणवलं पडल्या जागीच त्याला लघवी होत आहे. थेंबाथेंबानं मांडीवर लघवी पसरत आहे... उग्र दर्प येत आहे. त्यानं हात हलविण्याचा प्रयत्न केला. हात बधिर झाला होता. संवेदनाहीन भावना. तो तसाच पडून राहिला. असहाय्य. डासांनी आता मुक्तपणे त्याचं रक्त शोषायला सुरुवात केली. त्यांना हाकलण्याइतकीही शक्ती त्याच्या अंगात शिल्लक नव्हती. तो अगंतिकपणे पडून राहिला. सोनूच्या वेदनेची कल्पना करीत.

तेवढ्यात बराकीचं दार उघडण्याचा आवाज आला. त्यानं जड पापण्या कशाबशा अर्धवट उचलल्या. दार उघडून शिवा आत आला. कानशिलावर अश्रू ओघळले. मलूल पिवळट उजेडातही त्याला दिसला जेलरच्या डोळ्यातील तिरस्काराचा अंगार. "कसं वाटतं आता?" जेलरनं तुच्छ आवाजात विचारलं. शिरीष उत्तर देण्याच्या स्थितीत नव्हताच. "बोल की..." जेलर कठोर आवाजात म्हणाला. शिरीषच्या तोंडून बाहेर पडण्यासाठी शब्द धडपडत होते... मोठ्या कष्टानं तो पुटपुटला. 'म... मा... माफ करा साहेब...' जेलरच्या चेहऱ्यावर उग्र भाव उभे राहिले. तुमच्यासारख्या नराधमांना माफ करायचं?... नीच... हरामी... हलकट जात तुमची. वासनांध. माझे हात कायद्यानं बांधलेत म्हणून जिवंत राहता तुम्ही लोक... नाहीतर हाल हाल करून मारलं असतं तुझ्यासारख्यांना... बलात्कार करता भाड्यांनो... कधी विचार केला का रे... त्या पोरीला किती वेदना झाल्या असतील... अं... बाईच्या अब्रूवर दरोडा घालता... पुरुषत्व कापून टाकलं पाहिजे तुमचं... कसं वाटलं शॉक बसला तेव्हा...? बोल ना रे हरामखोर... साल्या...! कायदा आडवा येतो म्हणून सौम्य शॉक दिला तुला... उद्या सकाळी बघ नां... तुझं पुरुषत्व... कसं काळंनिळं झालं असेल... शिरीषला हुंदका फुटला. त्याचं अंग पडल्या जागी गदगदू लागलं. "रडतोय हरामी कुत्रा... नाही नाही... तुला कुत्रा म्हणणं म्हणजे इमानदार कुत्र्याचा अपमान आहे... साला...' असं म्हणत जेलरनं आत्यंतिक त्वेषानं शिरीषच्या पोटात लाथ घातली. शिरीष कळवळला. गुडघे छातीशी घेत कळवळला. वेदनांनी त्याचं गात्रन्‌गात्र ठणाणलं. "चला साहेब" शिवा म्हणाला, 'राग आवरा साहेब. उगा... मरायचा भडवा...' 'मरू दे रे... मरू दे असली कीड. फार फारतर काय होईल... फाशीच होईल ना मला... पण मरताना समाधान तरी वाटेल की मी एका वासनांध बलात्काऱ्याला संपवलं...' 'शांत व्हा साहेब... चला... चला बाहेर' असं म्हणत शिवानं जेलरला बळेबळेच बाहेर नेलं. दाराला कुलूप लावलं, जाता जाता जेलर शिरीषच्या अंगावर थुंकला.

शिरीषला तोंडावर लिबलिबीत, गिळगिळीत थुंकी जाणवली पण तो तसाच पडून राहिला.

~

राजर्षीबाई खोलीत बसून होत्या. मनात आशा-निराशेचा खेळ चालूच. 'सोनू शुद्धीवर कधी येईल?' डॉक्टर दिलासा देतात. रोजच. त्यांना तो द्यावाच लागतो. रुग्णाच्या नातेवाइकांचा धीर टिकवून ठेवण्यासाठी. पण तो दिलासा किती वेळा खरा असतो? म्हणतात ते... सोनू येईल शुद्धीवर... पण कधी?... आणि शुद्धीवर आली तरी... पण येईल का तिला शुद्ध? की बेशुद्ध अवस्थेतच... मनात डोकावणारी अभद्र शंका त्यांनी मान हलवून झटकली. छे! असं होणार नाही. त्यांनी पुन्हा सोनूच्या हातावर हात ठेवला. कोवळी पोरं. माझं ऐकलं असतं तर ही वेळ आली नसती. चांगलं सांगत होते... नेहाला बसस्टॉपवर सोडायला तू जाऊ नकोस... रोहन सोडेल, पण... नाही ऐकलं... जराशा रागानंच म्हणाली मला... "आई, साडेनऊ तर झालेत आता. आणि मी काय लहान बाळ आहे का गं..." गेली हट्टानं, मन अस्वस्थ झालं होतं. कदाचित नियतीनं संकेत दिला असावा. त्या वेळी तोंडात आलेले शब्द गिळले... "नाही पोरी, लहान राहिली नाहीस म्हणून काळजी वाटते गं... यौवनाच्या उंबरठ्यावर आली आहेस... तो उंबरठा फार फार मोलाचा. स्त्रीत्वाची पहिली ओळख देणारा... तुला, स्वत:ला आणि इतरांनाही. उंबरठा ओलांडला की असंख्य नजरा वळतात, स्त्रीत्वाचा घास घेण्यासाठी टपून राहतात..." कसं सांगायचं त्या वेळी. गेलीच हट्टानं, उपनगर... रस्ते तसे सामसूम. नवीन वस्त्या हळूहळू होत आहेत. कॉलनीत जाग असते पण बाहेर...? दहा वाजले– साडेदहा वाजले... मनात नाही नाही ते विचार येऊ लागले. रोहन बाहेर पडला... बघून आला. ठाव सुटला काळजाचा. मोबाईल घरातच चार्जिंगसाठी लावलेला.

राजर्षीबाई एकदम भानावर आल्या. सोनूचा हात हलला. भास झाला की खरंच हलला, त्यांनी तिचा हात पुन:पुन्हा चाचपला, हातात धरला. भासच की... पुन:पुन्हा ती रात्र आठवत राहते... त्या जागच्या उठल्या खिडकीजवळ आल्या. बाहेर तरी काय बघायचं? रोज तेच दृश्य. त्यांचं लक्ष टीपॉयकडं गेलं. दुपारचा डबा तसाच पडून होता. शंकररावांनी जेवण बनविलं... आणलं... रोजच करतात. बिचारे सारं दु:ख गिळून उभे आहेत. पण... एक घास घशाखाली उतरत नाही. सोनूच्या विचारानं आतडं तिळतिळ तुटतं. हातातला घास गळून पडतो. काळजाचा तुकडा समोर पडलाय आणि आपण जेवायचं? छे! भूक मरून गेलीय. रागावतात... म्हणतात हे... "राजस जेव नं गं... अशानं तूच आजारी पडशील... मग सोनूकडं कोण बघेल... खा चार घास." पण... रडू फुटतं पुन्हा. किती समजावून

सांगतात... आग्रह करतात... "राजस तू थोडा वेळ घरी जा... आराम कर... परत ये. इथं बसून बसून तुझं मन थकलंय. जा घरी... तोवर मी बसतो सोनूजवळ." खूप आग्रह करतात. पण पाय निघत नाही इथून. सोनू कोणत्याही क्षणी शुद्धीवर येईल. त्या क्षणी मीच असायला हवं तिच्याजवळ. तिच्या स्त्रीत्वावर झालेल्या जखमा, त्या वेदना ती बापासमोर कशा सांगेल? आईच हवी त्या क्षणी... राजर्षीबाईचं मन भिरभिरत होतं...

दारात कुणाची तरी चाहूल जाणवली. त्यांनी वळून पाहिलं... त्यांना धक्का बसला. दारात रजनीबाई होत्या. दोघींची नजरानजर झाली. 'ही इथं का...? कशासाठी...?' 'तुझ्या पोरानं माझ्या निष्पाप पोरीला नासवलं आणि तू...' राजर्षीबाईच्या मनात कल्लोळ उठला. मात्र त्यांना काही कळायच्या आत रजनीबाई पुढं आल्या. त्यांनी खाली बसून राजर्षीबाईच्या पायावर डोकं टेकवलं. हातानं पाय गच्च धरले. राजर्षीबाईंना क्षणभर काय करावं, काय बोलावं हेच सुचेना. पुढच्याच क्षणी त्या म्हणाल्या, 'हे काय करताय रजनीताई... सोडा... सोडा माझे पाय...' त्यांनी स्वत:चे पाय मागं घ्यायचा प्रयत्न केला पण रजनीनं त्यांचे पाय घट्ट धरून ठेवले होते. त्यांनी रजनीचे खांदे धरले... 'उठा...' पण रजनी उठायच्या मन:स्थितीत नव्हती. ती रडू लागली. तिचं अंग गदगदू लागलं. राजर्षीबाईंना जाणवलं तिचे अश्रू पायावर पडत आहेत. त्यांचंही मन कातर झालं. काय दोष बिचारीचा. पोटच्या पोरानं निर्घृण कृत्य केलं पण साऱ्या घराचं तोंड काळं झालं. त्याचा जन्म झाला असेल तेव्हा मुलगा झाला म्हणून केवढा आनंद झाला असेल या माऊलीला. आयुष्याचं सार्थक झाल्याची भावना उरात दाटली असेल. घराला वंशाला दिवा दिला. सासूनं अभिमानानं, कृतार्थ नजरेनं पाहिलं असेल त्या वेळी. पेढे वाटले असतील आणि त्याच कुलदीपकानं कुळाचं नाव मातीत घातलं... 'उठा रजनीताई... प्लीज... उठा...' त्यांनी तिला बळेच उठवलं. रजनीबाई उठल्या. त्यांचा संपूर्ण चेहरा घामेजला होता, अश्रूंनी भिजला होता, डोळे लाल झाले होते. 'माफी मागायलाही जागा ठेवली नाही दिवट्यानं...' रजनीबाई कशाबशा बोलल्या. खूप बोलायचं असावं पण शब्द सापडू नयेत अशी गत झाली त्यांची. त्यांची नजर कॉटवर पडलेल्या सोनूकडं गेली. त्या कॉटजवळ गेल्या. सोनूची एकंदरीत अवस्था पाहून त्यांना पुन्हा रडू फुटलं. कोवळी पोर... अधूनमधून घरी यायची. आईचा निरोप द्यायची. एका बिल्डिंगचं अंतर... तरीही शेजारधर्म दोघींनी जपलेला. कधीतरी ठरवून राजर्षीबाईबरोबर बाजारहाट करायला जायच्या आणि त्याच शेजारणीच्या मुलीवर शिरीषनं...

राजर्षीबाई पाहत होत्या. निर्जीव नजरेनं... ही बाई कितीही रडली, कितीही पश्चात्ताप केला तरी माझ्या सोनूची गेलेली अब्रू परत येणार नाही. संस्कार

करण्यात कमी पडली म्हणून शिरीषनं असा प्रकार केला. तरी बरंय... घरात एक मुलगी आहे. शिरीषची बहीण. "सोनूवर अत्याचार करताना बहीण आठवली नसेल का त्याला? सोनूच्या जागी त्याला अनू आठवली असती तर? तर कदाचित त्यानं असा अघोरी प्रकार केलाच नसता." पण तसंही निश्चित म्हणता येणार नाही. वासनेच्या मोहात अडकलेला पुरुष नाती विसरतोय. तसं नसतं तर जन्मदात्यानं स्वत:च्याच मुलीवर अत्याचार केल्याच्या बातम्या वाचाव्या लागल्या नसत्या.

राजर्षीबाईंच्या डोक्यात विचार भिरभिरत राहिले. त्याचवेळी रजनीबाई सोनूच्या कॉटजवळ बसून होत्या. भावनावेग ओसरला होता. डोळ्यातील अश्रू आटले आणि त्या सुन्न नजरेनं सोनूकडं पाहत राहिल्या. किती गोड दिसायचा शिरीष. त्यांना एकदमच बालपणीचा शिरीष डोळ्यांसमोर आला. गोंडस, राजस.. निरागस... त्याला पाहून तिऱ्हाईत स्त्रीसुद्धा गालाला हात लावायची. रजनीकडं पाहून हसायची. जणू म्हणायची, "किती छान मुलगा आहे तुमचा. हां हां म्हणता वयात आला. आईजवळ झोपायचा हट्ट गायब झाला. स्वतंत्र झोपायला लागला. तारुण्याची चाहूल लागली असणार त्याच वयात. पौरुषत्व जागं झालं असणार. आपलाच मुलगा पुरुष कधी बनतो हे आईलाही कळत नाही. कळत असेलही पण वळत नाही. ती त्याला त्या जुन्या बाल, अल्लड रूपात पाहत राहते. आणि मग... रजनीबाईंची नजर सोनूवर होती पण त्यांना दिसत होता शिरीष. अत्याचारी... बलात्कारी. "कसं धजावलं असेल त्याचं मन... वासनेनं... साऱ्या विवेकावर मात केली असणार. सोनूवर बळजबरी करताना त्याला अनू आठवली नसेल का? अन् आठवली असती तर? तर कदाचित त्यानं..." पण... वासनेच्या भरात कुठलं नातं... अन् कसलं काय...

राजर्षीबाईंनी त्यांच्या खांद्यावर हात ठेवला तशा त्या भानावर आल्या दोघींनी एकमेकींकडं पाहिलं. क्षणभरातच रजनीबाईंची नजर झुकली. राजर्षीबाईंनी नि:श्वास टाकला. हताश उदास व्यथित राजर्षी. रजनीबाईंनी त्यांचा हात हातात घेतला. "मला प्रायश्चित्त द्यायचंय. शिरीषनं गुन्हा केला त्याची शिक्षा त्याला होईलच पण... एक बाई म्हणून मी स्वत:लाही दोषी मानते... सांगा... तुम्ही म्हणाल ते प्रायश्चित्त घ्यायला मी तयार आहे." राजर्षीबाईंनी त्यांना खुर्चीत बसवलं. खुर्चीत बसल्या. शेजारी बसल्या "रजनीबाई, त्याला शिक्षा होईल... तुम्ही प्रायश्चित्त घ्यालही. पण त्यामुळं माझ्या सोनूची अब्रू परत येणार नाही." "खरंय हो. म्हणून तर जीव तळमळतोय माझा. मलाही मुलगी आहेच की... जाणते हो..." "अहो, साधा ताप आला पोरीला, तरी जीव कासावीस होतो. आई आणि मुलीचं नातं कळतंय मला... नातं तर असतंच पण मुलगी म्हणजे आपली मैत्रीणदेखील

असते ना. कळतंय मला. तुम्हाला खरं सांगते, सोनूला इथं ॲडमिट केल्याचं समजलं ना त्याच दिवशी यायचं होतं मला, तिला पाहायला, तुम्हाला भेटायला. पाय धरून तुमची माफी मागायला पण... कोणत्या तोंडानं यायचं हो? दोन दिवस उपाशी होतो आम्ही. अनूनं तर स्वत:ला कोंडून घेतलं होतं खोलीत. राजर्षीबाई. स्वप्नातही कल्पना केली नव्हती हो... शिरीष असं काही...'

दोघी काही क्षण सुन्न... शांत बसून राहिल्या. जणू दोन पुतळे. श्वासोच्छ्वास चालू म्हणून जिवंत... अन्यथा पुतळेच. शब्दांचा फोलपणा जणू उमजला होता.

'राजर्षीबाई...' रजनीबाईंना शब्दांचाच आधार हवासा वाटला. 'तोंडदेखलं बोलतेय असं समजू नका. खरंच विचारते... मला या अपराधाचं शल्य सहन होत नाही. मला यातून सुटका हवीय. माझ्या मुलानं एका निरागस मुलीचं आयुष्य उद्‌ध्वस्त केलं. खरंतर त्यानं हे कृत्य करून माझ्या काळजावर जखम केलीय. कधीच बरी होऊ न शकणारी. दिवस-रात्र मी सारखा विचार करतेय की, मी काय करू म्हणजे माझं मन या ओझ्यातून मोकळं होईल. सांगा ना... खरंच मला काहीतरी सुचवा हो... कधीकधी मनात येतं... आत्महत्या करावी.'

राजर्षीबाईंनी त्यांचा हात दाबला.

"हे काय बोलताय रजनीबाई..." "मग काय करू... टोचणी लागून राहिलीय मनाला. मी म्हणते, बाकी काहीही केलं असतं त्यानं. आर्थिक नुकसान, फसवणूक तरी भरपाई करता आली असती पण... स्त्रीच्या अब्रूची भरपाई! ती कशी करायची? रात्री झोप लागत नाही. सोनू डोळ्यांसमोर येते हो. यायची ना घरी. तुमचा निरोप घेऊन. सारखी आठवते हो. आणि आता ही पोर अशा अवस्थेत...'

रजनीबाईंना असह्य झालं पुढं बोलणं... त्यांचा गळा दाटून आला. राजर्षीबाईंनी त्यांच्या हातावर थोपटलं. काय बोलणार होत्या त्या. रजनीबाईंच्या जिव्हारी लागलंय हे प्रकरण. प्रामाणिक व्यथा. सारं काही कळत होतं त्यांना. पण त्यांचं मन तरी कुठं होतं थाऱ्यावर. बराच वेळ दोघी तशाच बसून राहिल्या. "रजनीबाई... मी तर आई आहे तिची. पण माझ्याइतकंच दु:ख तुम्हालाही झालंय. जाणते मी. बरं झालं तुम्ही आलात इथं. आधी वाटलं मला. ही बाई का आली इथं. खरंच वाटलं आधी तसं पण तुमचा काय दोष हा विचार आला मनात..."

"डॉक्टर काय म्हणाले? कधी बरी होईल... काही सांगितलं कां?" रजनीबाईंनी सोनूकडं नजर टाकीत विचारलं, राजर्षीबाईंनी सुस्कारा टाकीत सोनूकडं पाहिलं, मग म्हणाल्या, "आधी शुद्धीवर येणं महत्त्वाचं... त्यानंतर..." "म्हणजे... ती... मला वाटलं..." "रोज वाटतं, आता डोळे उघडेल. रात्रंदिवस उशापायथ्याशी बसते मी. तिचे बाबा म्हणतात मला. थोडा वेळ घरी जा. आराम कर. समजावून सांगतात. रागावतातसुद्धा. पण तुम्हीच सांगा. हिला असं टाकून घरी एक मिनिट

तरी बसू शकेन का हो मी? ती डोळे उघडेल तेव्हा मीच... एक आईच हवी ना तिच्यासमोर. ते दुःख ते क्षण ती दुसऱ्या कुणासमोर सांगू शकेल...'' रजनीबाईंनी त्यांच्या खांद्यावर हात ठेवला. खूप खूप आपलेपणानं दोघी काहीक्षण स्तब्ध झाल्या. जणू कल्पना करीत की सोनू जागी होईल. राजर्षीबाईंकडं पाहील. उमाळ्यानं आई लेकीला छातीशी घट्ट धरील...

नर्स आत आली. तिनं सलाईनची संपत आलेली बाटली काढून नवीन बाटली लावली. सोनूची नाडी पाहिली. केसपेपरवर नोंद केली आणि ती निघून गेली. दोघी निर्जीव नजरेनं सारं काही पाहत होत्या.

''रोहन कसा आहे?'' रजनीबाईंनी विचारलं. ''शांत झालाय आता. हे सांगत होते.'' राजर्षीबाईंनी उत्तर दिलं पण त्यांचं त्यांनाच जाणवलं की आपण... ''शांत झालाय? म्हणजे?'' राजर्षीबाईंना सगळं सांगणं भाग होतं. त्या म्हणाल्या, ''तुमच्यापासून काय लपवायचं. घटना घडली त्यानंतर जेव्हा रोहनला शिरीषचं नाव समजलं तेव्हा रागानं बेभान झाला तो. संतापाचा आगडोंब उसळला होता. शिरीषचा....'' क्षणभर थांबल्या मग खालच्या स्वरात पुढं म्हणाल्या. ''शिरीषचा खून करायला निघाला होता. ह्यांनी अडवलं. ऐकायला तयार नव्हता. कसंबसं समजावलं ह्यांनी. शेवटी चिडून म्हणाले. चल आपण तिघंही जाऊ... त्याचा खून करायला आणि तिघंही फासावर जाऊ. म्हणजे म्हातारपणी निराधार व्हायला नको. ह्यांचं बोलणं ऐकून शांत झाला. तरीही त्याला घरात कोंडून यायचे. तरुण रक्त काय भरवसा? पण काल परवा म्हणाले हे... ''तो आता शांत झालाय...''

रजनीबाई अंतर्मुख झाल्या. स्तब्ध झाल्या. ''रागावलात?'' राजर्षीबाईंनी विचारलं ''नाही हो. नाही. रोहनचं रागावणं अनाठायी नव्हतंच. आणि मी कशी रागवेल हो. माझ्या अनूवर असा प्रसंग आला तर माझ्याही मनात असंच येईल ना. त्या नराधमाला ठार करावं. अगदी स्वतःच्या हातानं जीव घ्यावा. त्याचा.''

संध्याकाळ झाली. खिडकीच्या बाहेर झाडांवर पाखरं जमू लागली. किलबिल सुरू झाली. रजनीबाई बाथरुममधून बाहेर आल्या. तोंड पुसलं. राजर्षीबाईंजवळ आल्या. 'निघते मी. तुम्हाला भेटले. बोलले. बरं वाटलं. खूप खूप बरं वाटलं. पण एकच विनवते, मी इथं आले होते हे कुणाला सांगू नका. म्हणजे सोनूच्या बाबांना. रोहनला. कुणालाच नको. निर्लज्ज म्हणतील मला सगळे. येऊ?'' ''या. नीट जा...'' राजर्षीबाईंचा निरोप घेत त्या निघून गेल्या.

~

कोर्टात नेहमीसारखीच वर्दळ होती. अनेक पक्षकार, असंख्य काळे कोट, शिरस्तेदार शिपाई. दगडी इमारतीच्या कॉरिडॉरमध्ये आणि पायऱ्यांच्या ओट्यावर दस्तऐवज टाइप करून देणारे टायपिस्ट. नेहमीचंच वातावरण. आवारातील झाडांखाली

तालुक्याच्या ठिकाणाहून आलेली, वकिलांची वाट पाहणारी बरीच अशिलं बसली होती. त्याच लोकांपासून थोड्या अंतरांवर रजनीबाई बसल्या होत्या. झाडाची सावली असूनही उन्हाची धग जाणवत होती. शंकररावांनी खूप सांगूनही आज रजनीनं हट्टच धरला होता. अटक झाल्यापासून शिरीषला एकदाही भेटले नाही. दरवेळी तुम्हीच भेटलात. मलाही त्याला भेटायचं. असं काहीबाही बोलल्या होत्या. अनू डबा घेऊन कामावर गेली. रजनीबाईंनी पोळीभाजी भरली आणि त्या कोर्टात येऊन बसल्या. आज तारीख होती शिरीषची. गेल्या तारखेला जामीन मिळणार होता, पण शिरीषनं जज्जसमोर जामीन नाकारला होता. भर कोर्टात ढसाढसा रडला आणि जज्ज साहेबांना म्हणाला, म्हणे, ''साहेब मला फाशी द्या. फासावर लटकवा. मला जगायचं नाही वगैरे बोलला म्हणे.'' वर्तमानपत्रात ठळक बातम्या आल्या दुसऱ्या दिवशी. बलात्काऱ्याला पश्चात्ताप वगैरे वगैरे... शिक्षा कमी व्हावी म्हणून नाटक केलं त्यानं, असाही सूर लावला होता काहीजणांनी. रजनीबाई वाट पाहत होत्या पोलिसांच्या गाडीची. शिरीषला जेलमधून आणल्या जाणाऱ्या गाडीची. दूरवर नजर टाकली. गेटमधून इतर वाहनं ये-जा करीत होती. तीव्र उन्हामुळं त्यांची नजर झाकोळली. त्यांनी क्षणभर डोळे मिटले. बरं वाटलं, त्यांचा हात जवळच ठेवलेल्या डब्यावर होता. पोळीभाजीचा डबा. मागच्या खेपेला श्यामरावांजवळ दिली होती पोळीभाजी. शिरीषसाठी. पण त्यांना त्याला देणं जमलं नव्हतं.

गेटमधून पोलिसांची गाडी येताना दिसली तशा त्या उठून उभ्या राहिल्या. गाडी पार्किंग एरियाच्या अलीकडं थांबली. पोलिसांनी मागचं दार उघडलं. जेलमधून आणलेला एक एक कैदी उतरू लागला. त्यांचे डोळे आतुर झाले. अखेर दिसला तो पोटचा गोळा एकेकाळचा, पण आता पुरुष बनलेला. त्या पुढं आल्या इन्स्पेक्टर देशमुखांनी हाताखालील कर्मचाऱ्यांना कोणत्या कैद्याची, कोणत्या बॅचपुढं सुनावणी आहे ते सांगून कैद्यांचा ताबा दिला. शिरीषकडे पाहून त्यांचं काळीज हललं. त्याचा चेहरा काळवंडला होता. टवटवीतपणाचा तिळभर लवलेश नव्हता. हातात बेडी होती. रजनीबाई हवालदारासमोर आल्या. ''साहेब...'' ''काय?'' हवालदार खेसकला ''साहेब... मी रजनी घोले.'' ''बरं मग?'' ''साहेब माझ्या मुलाला पोळीभाजी द्यायची होती.'' हवालदाराचा चेहरा रागानं फुलला ''पोळीभाजी द्यायची? या बलात्काऱ्याला.? अजून माजवायचंय का...?'' ''अहो साहेब...'' ''व्हा बाजूला... चला सरका...'' असं सरळ सरळ धुडकावून लावत हवालदार शिरीषला घेऊन पुढं निघाला. कोर्टाच्या आवारातील लॉकअपकडं रजनीबाई त्याच्या पाठोपाठ चालत राहिल्या ''साहेब... साहेब प्लीज...'' त्यांनी कळकळत विनवणं चालू ठेवलं... लॉकअप असलेल्या इमारतीच्या अलीकडं

आंब्याच्या झाडाखाली हवालदार थांबला. एवढा वेळ शिरीषची मान खाली होती. रजनीबाईंनी हवालदारापुढं हात जोडले. त्यांचे डोळे डबडबले, "साहेब... प्लीज..." हवालदाराचं मन डळमळीत झालं. "साहेब नको तो गुन्हा केला पोरानं. पण शेवटी आई आहे मी त्याची. जीव तुटतो..." असं बोलत त्यांनी पाचशेची घडी केलेली नोट हवालदारापुढं केली, "हे काय, मला काही नको" हवालदार बिचकत म्हणाला "ठेवा साहेब. मुलाबाळांना खाऊ न्या. लाच नका समजू. एका आईनं दिलेला प्रसाद समजा." रजनीबाईंचं बोलणं प्रामाणिक वाटलं त्याला. त्यानं इकडंतिकडं बघत पट्‌कन नोट घेऊन खिशात ठेवली. "द्या त्याला. ए... लवकर आटप. साहेबानं पाहिलं तर लाथ घालील मला. चल खा लवकर लवकर."

शिरीष खाली बसला. हवालदारानं लांब दिसणाऱ्या परिचिताला हात केला. चहाचा इशारा केला. रजनीबाईंनी डबा उघडला. "आई मी... मला... कशाला..." शिरीषला बोलता येईना. "खा. लवकर खा. तुझ्या आवडीची कारल्याची भाजी आणली आहे. घे लवकर. काय बोलायचं ते नंतर बोलू."

शिरीष पोळी भाजी खाऊ लागला. त्याला पहिल्याच घासाला ठसका लागला. रजनीबाईंनी बरोबर आणलेली पाण्याची बाटली त्याला दिली. "कडवट लागतेय ना. घाईघाईत केली रे. घे गोड मानून.' रजनीबाई म्हणाल्या. शिरीष खात होता. पण त्याच्या डोळ्यांतून अश्रू वाहत होते. गालावरून ओघळत तोंडात जात होते. हवालदार परिचिताबरोबर बोलत चहा पीत होता.

शिरीषनं अर्ध्याहून अधिक डबा संपवला. त्याच्या पोटात आग आग होऊ लागली. डोळे लाल होऊ लागले. 'आई... आ...' त्याला पुढं बोलताच येईना... तोंडातून शब्दांऐवजी फेस येऊ लागला. रजनीबाई पदारानं त्याच्या तोंडावर येणारा फेस पुसत राहिल्या. शिरीषचे हात कडक होऊ लागले. बोटं वाकडी होऊ लागली.

हवालदारानं चहा संपवला. परिचिताचा निरोप घेतला. परिचित गेला. हवालदारानं वळून मायलेकरांकडं पाहिलं आणि त्याच्या काळजाचा ठोका चुकला. शिरीष आडवा पडून हातपाय झाडत होता. त्याच्या तोंडातून फेस येत होता. त्याचे डोळे ऊर्ध्व दिशेला होते. हवालदार प्रचंड घाबरला. "काय झालं त्याला?" असं म्हणत त्यानं पाऊल उचललं. त्याचवेळी रजनीबाईंनी सोबत आणलेली फळं कापायची सुरी स्वत:च्या गळ्यावर ठेवली व त्या ओरडल्या,

"खबरदाऽर पुढं याल तर..."

हवालदारांच्या काळजाचं पाणी पाणी झालं. त्याला अपेक्षाच नव्हती, काय करावं हे त्याला कळेना. तो धाडस करीत म्हणाला,

"बाई... बाई चाकू खाली टाका..."

"दूर व्हा... नाहीतर माझा गळा कापेन मी..."

रजनीबाईंनी सुरी स्वतःच्या गळ्यावर दाबली. एव्हाना लोक वेगानं गोळा होऊ लागले. काही पोलिसांनी दूरवरूनच अनावस्था प्रसंग ओळखून शिट्ट्या वाजवायला सुरुवात केली. आंब्याच्या झाडाखाली बघ्यांची गर्दी प्रचंड वाढू लागली. कुणालाच नेमकं काय घडलं ते कळेना. काहींना वाटलं, 'वेडी बाई आहे.' काहींना वाटलं. 'कोर्टात खून झाला.'

एव्हाना शिरीषची हालचाल थांबली. त्याचे ओठ काळे पडले. चेहराही काळा-निळसर होऊ लागला. त्याचे डोळे मात्र सताड उघडे होते... विस्फारलेले...

रजनीबाईंनी सुरी टाकली आणि 'शिरीऽष' असा टाहो फोडला आणि त्या शिरीषच्या मृतदेहावर पडून हमसाहमशी रडू लागल्या.

"होय. मी गुन्हा केला आहे. ठरवून केला आहे. माहीत आहे मला. मी कायदा हातात घेतला...'

रजनीबाई बोलत होत्या, न्यायालय खच्चून भरलं होतं. मीडियाची तर प्रचंड गर्दी होती. न्यायालयात स्त्रियांची संख्या लक्षणीय होती.

'कायदा हातात घेतला मी; कारण मला माझ्याच अंतर्मनात माझ्या मुलानं निर्माण केलेल्या जेलमधून सुटका हवी होती. हो, माझ्या मुलानं सोनूसारख्या कोवळ्या मुलीची अब्रू लुटली. खरंतर त्यानं तिचीच नाही तर माझी, माझ्या पापभीरू नवऱ्याची, स्वतःच्या बहिणीची अब्रू चव्हाट्यावर लक्तरं करून टांगली. आम्ही तिघं मान खाली घालायची तरी किती? आणि एक दिवस मी राजर्षीबाईंना भेटायला गेले. हॉस्पिटलमध्ये सोनूला पाहिलं. खूप खूप रडले मी. पण माझ्या अश्रूंनी तिच्या शीलावर पडलेले बेअब्रूचे डाग धुतले जाणार नव्हते. राजर्षीबाईंनी त्याही स्थितीत मला जवळ घेतलं. समजावलं त्यांनी. खरंतर मला त्यांनी चपलेनं मारलं असतं तर मला थोडं तरी बरं वाटलं असतं. मुलानं केलेल्या पापाचं जे ओझं माझ्या छातीवर होतं ते जरा तरी कमी झालं असतं. पण... ती माऊली माझ्याशी चांगलं वागली, बोलली. त्यातून पापाचं दडपण शतपट वाढलं. बोलता बोलता मी म्हटलं. त्या नराधमाला ठार मारावं. स्वतःच्या हातानं जीव घ्यावा त्याचा."

सर्वत्र चिडिचूप शांतता होती. रजनीबाईंचा प्रत्येक शब्द ऐकण्यासाठी सर्वजण जिवाचा कान करून स्तब्ध होते. न्यायालयातील पंख्याच्या फिरण्याचा आवाज येत होता. रजनीबाईंनी घोटभर पाणी संपवलं मग म्हणाल्या,

"तेच वाक्य माझ्या मनात घोळत राहिलं. माझ्या मुलीवर बलात्कार झाला तर मी त्याला ठार मारायला तयार होईन... मग सोनू माझी कुणीच नाही? माझं

मन भिरभिरायला लागलं. शिरीषला कायद्यानं शिक्षा झाली असती पण त्यामुळं आमचं मन कसं मुक्त झालं असतं? म्हणून ठरवलं. शिरीषला शिक्षा आपणच द्यायची. जाणते मी, हा विचार आणि हे कृत्य अतिरेकी आहे. अविवेकी आहे. असं म्हटलं जातं की, एक आई आपल्या लेकराचे शेकडो अपराध पोटात घालते. मला वाटतं हा विचारही अतिरेकी आहे, अविवेकी आहे. पोटचा मुलगा जेव्हा पुरुष बनतो आणि असा घृणास्पद अपराध करतो तेव्हाही आईनं तो अपराध पोटात घालायचा? नाही पटत. पचत नाही. निदान मला तरी नाही पचलं. आई असली तरी ती एक बाई असते. स्त्री असते आणि स्त्रीच्या अब्रूचं मोल स्त्रीपेक्षा अधिक कोण जाणू शकतं? म्हणून ठरवलं...''

क्षणभर थांबल्या रजनीबाई, जणू तो निर्णय घेतानाची उलघाल मनात पुन्हा डोकावली. त्यांचे डोळे किंचित पाणावले, स्वत:ला सावरत त्या म्हणाल्या, ''फार फार अवघड होती मन:स्थिती. ज्या मुलाला नऊ महिने पोटात जपलं. वेदना देत जन्म दिला. तळहाताचा पाळणा करून वाढवलं त्या मुलाला विष घालून मारायचं? एका आईच्या नजरेतून बघितलं तर असं करणं अशक्य वाटतं. जगातील कोणतीही आई अशी कल्पनासुद्धा करू धजणार नाही. पण मी ते प्रत्यक्ष केलं. फार यातना झाल्या निर्णय घेताना आणि प्रत्यक्षात आणताना. ज्या ज्या क्षणाला माझं मन कचरलं त्या प्रत्येक क्षणाला माझ्यातल्या स्त्रीनं माझ्यातल्या आईवर मात केली. सोनू नजरेसमोर आणली त्याच स्त्रीनं. सोनूच्या वेदनांची अनुभूती. एक आई हरली आणि माझ्यातली, अन्यायचं परिमार्जन करू पाहणारी स्त्री जिंकली. कदाचित जग मला निर्दयी म्हणेल. माता नाही, वैरीण ठरवेल, पण मला खंत नाही. शिरीष मेला. खात्री झाली, त्या क्षणी ती स्त्री अंतर्धान पावली आणि माझ्यातल्या असहाय्य दुर्बल हताश आईनं टाहो फोडला.''

''मला कल्पना आहे, हे अघटित अतर्क्य कृत्य करून मी माझ्या पतीवर एकप्रकारे अन्याय केलाय. असं का व्हावं की एक न्याय करता करता दुसरा अन्याय निर्माण होतो. माझ्या घराण्याचा. हो, घोले घराण्याचा वारस मी नाहीसा केला. माझ्या पतीचा कुलदीपक. मी जाहीर माफी मागते. माझ्या पतीची माफी मागून त्यांचे दु:ख दूर होणार नाही, जाणते मी. पण निदान मला वांझोटं समाधान तरी मिळेल.''

न्यायालयातील गर्दीत एका कोपऱ्यात बसले होते श्यामराव घोले. सुन्न, विमनस्क. रजनी असं आततायी कृत्य करील असा विचारही कधी त्यांच्या मनात डोकावला नव्हता. त्या दिवशी तिनं कोर्टात एकटीनं जाण्याचा एवढा हट्ट का केला याचं कोडं वाटलं होतं त्यांना. पण बातमी समजली आणि कोडं उलगडलं. सगळं काही ठरवलं होतं तिनं. त्यांनी रजनीकडं पाहिलं. बोलून बोलून दम

लागल्यानं ती काही क्षण दम घेत होती.

श्यामरावांजवळ बसली होती अनू. आईच्या कृत्यानं अवाक् झालेली. तिला स्वत:च्याच मनाचा थांग लागत नव्हता. शिरीषला कठोर शिक्षा व्हावी असं तिला वाटत होतंच, पण तो मरावा असं वाटलं नव्हतं. तिला स्वत:चेच विषारी शब्द आठवत होते. काय काय बोललो आपण आईला बाबांना आणि आता...? शिरीष या जगातून कायमचा गेला. जन्मदात्या आईनं घालवला त्याला.

ती आईकडे बघत होती. पुन:पुन्हा. हीच का आपली आई जिचं शिरीषवर जिवापाड प्रेम होतं? त्याला ठेच लागली तरी हिचं काळीज दुखायचं तीच का ही प्रेमळ आई? हिनं... हिनं शिरीषला अन्नातून विष दिलं? तो पूर्ण मरेपर्यंत स्वत:च्या गळ्यावर सुरी ठेवून स्वत:चा प्राण पणाला लावला? एवढी अकल्पित शक्ती... एवढं धाडस कुठून आलं आईमध्ये? की मुळात असतंच असं धाडस प्रत्येक स्त्रीमध्ये?

रजनीबाईंनी पुन्हा पाण्याचा घोट घेतला व पुढं म्हणाल्या,

'बलात्कार म्हणजे स्त्रीच्या चारित्र्यावरचा विषप्रयोगच असतो. म्हणून शिरीषवर मी विषप्रयोग केला. म्हटलं तर एक उदाहरण ठेवलं मी समाजासमोर. चांगलं की वाईट मी ठरवू शकत नाही. काळ ठरवील. पण इतिहासात निदान एक नोंद तरी होईल की सख्ख्या आईनं बलात्कारी मुलाला स्वत: मृत्युदंड दिला. बस्... जजसाहेब, मला जे सांगायचं होतं ते मी सांगितलं, मला स्वत:चा कोणताही बचाव करायची इच्छा नाही. जगासमोर मी माझा गुन्हा विनाशर्त कबूल करते. कायद्यानं मला जी शिक्षा योग्य आहे ती आपण द्या.'

एवढं बोलून रजनीबाईंनी सर्वांना हात जोडून नमस्कार केला आणि आरोपीच्या पिंजऱ्यातील स्टूलवर बसल्या.

न्यायालयातील उपस्थित सर्वजण स्तब्ध होते. सुन्न होते, चित्रासारखे. पुतळ्यांसारखे.

◆

सोनेरी पान, दिवाळी २०१३

अपानजलउत्सर्जकइंद्रि...

अच्युतरावांनी हाताची सावली डोळ्यांवर आडवी धरली आणि दूरवर नजर टाकली. दोन कोसांमागं खेडुतानं सांगितलेला मार्ग बरोबर आहे याबाबत त्यांची खात्री पटली. ऊन चांगलंच तापलेलं होतं. तरी बरंय अजून वैशाख सुरू व्हायचाय. त्यांच्या मनात आलं. अर्थात वैशाखात ढग येतात हे जाणवून त्यांना असंही वाटलं की, त्यांनी इकडं येण्यासाठी जरा घाईच केली. पण एवढं पायी चालावं लागेल याचा त्यांना अंदाज नव्हता. गावातून एसटी होती. एसटीनं त्यांना मुख्य स्टॅन्डपर्यंत येता आलं. आणि तेथून सहा तासांचा प्रवास करून या भागात. तिथून चौकशी करीत करीत ते येथवर पोहोचले होते. त्यांनी आसपास पाहिलं. काही घरं तुरळक होती. कच्ची घरं. झोपडीवजा. वाड्या म्हणता येतील अशी. ते चालत होते तो मातीचा कच्चा रस्ता होता. थोड्या अंतरावर त्यांना दिसलं. रस्त्याच्या कडेला झाडं आहेत. त्यांना सावलीची तीव्र ओढ लागली. त्यांनी चालण्याचा वेग वाढविला. झाडाखाली येताक्षणी त्यांना ऊन किती तीव्र आहे याची जाणीव झाली. हातातील जड बॅग खाली ठेवून त्यांनी डोक्यावरची हॅट काढली. डोकं घामेजलं होतं. केस ओलसर झाले होते. त्यांनी झाडाकडं नजर टाकली. लिंबाचं झाड. खाली बऱ्याच लिंबोळ्या पडल्या होत्या. बचकभर गोळा करून पुरचुंडी घ्यावी असं मनात आलं क्षणभर. पण तो विचार त्यांनी सोडून दिला. लिंबाच्या बुंध्याजवळ दगड होता त्यावर ते बसले. वाऱ्याची झुळूक आली तसं त्यांना अधिकच प्रसन्न वाटलं. खांद्यावरची शबनम बॅग त्यांनी चाचपली. त्यातून प्लॅस्टिकच्या पिशवीत ठेवलेला उडीदमुगाचा लाडू काढून ते निवांत खाऊ लागले. पहाटे गावातून निघताना त्यांनी थोडंफार खाल्लं होतं. त्यानंतर

काहीच नाही. फक्त एक कप चहा मात्र बस स्टॅन्डवर घेतला होता.

ओढ लागली होती इकडं यायची. आबाजींच्या जुन्या वहीत जे वाचलं ते सगळं असेल का अजून तिथं? आबाजी ज्या काळात या भागात आले असतील त्या काळी धरण नव्हतं इथं. आता धरण झालंय. नाव तरी काय... घातकी धरण. सरकार दप्तरी 'बस्तारी सिंचन प्रकल्प' असं नाव आहे म्हणतात. पण धरणामुळं विस्थापितांची जी फसवणूक झाली किंवा विश्वासघात केला गेला त्यामुळं पंचक्रोशीत नाव पडलं. घातकी धरण. विश्वासघात शब्दातून निर्माण झालेलं नाव. अच्युतरावांनी बाटलीतील पाणी प्यायलं. त्यांना खूपच हुशारी वाटली. ते उभे राहिले आणि त्यांनी परिसर न्याहाळला. पश्चिमेकडं डोंगररांग होती. याचा अर्थ धरण आता जवळच आहे. त्या खेडुतानं अचूक रस्ता सांगितला होता. तुरळक वस्ती सोडली की सरळ रस्ता आहे. मग डाव्या अंगाला थोडं पुढं गेलं की धरणाची भिंत दिसते. आणि धरणाच्या उजव्या हातानं वळसा घातला की पाठीमागं आहे ते जंगल.

अच्युतरावांच्या मनात अपार कुतूहल दाटून आलं. खरंच असेल का ते जंगल अजून? की उजाड केलं असेल विकासाच्या नावाखाली सरकारनं... किंवा विकसकांनी?... काही क्षण ते तसेच गर्क राहिले. मग त्यांचं त्यांनाच हसू आलं. जी गोष्ट आता प्रत्यक्ष दिसणार आहे त्या गोष्टीबाबत तर्ककुतर्क करण्यात काय हशील या अर्थानं ते हसले. पण त्यांना असंही वाटलं की तर्कवितर्क हा तर माणसाच्या स्वभावाचा मूलभूत गुणधर्म. विनीतचं वजन कमी होत होतं तेव्हा बाबाकाकानं कितीतरी तर्क केले होते. परदेशातील हवामान, तेथील खाणंपिणं, राहणीमान... अनेक मुद्दे काढले आणि त्यावरच चर्चा-चर्वितचर्वण होत राहिलं. वास्तव धप्पकन सामोरं आलं तेव्हा.... कुणाची तरी चाहूल लागली तसे ते बिचकून भानावर आले. त्यांच्यासमोर पाचेक पावलांवर एक स्त्री उभी होती. त्यांच्याकडंच टक लावून पाहत होती. अच्युतरावांनी तिला आपादमस्तक न्याहाळलं. तीसएक वय असावं. फुलाफुलांचं डिझाइन असलेली साडी, रंग सावळाच पण नाकी डोळी तरतरीत. डोळ्यात काजळ, केस बांधलेले पण काही बटा डोळ्यांवर-गालावर आलेल्या. 'कुणाचं पाव्हणं म्हणायचं?' तिनं विचारलं तसे अच्युतराव मनोमन खजील झाले. आपण हिच्याकडं एवढं टक लावून पाहायला नको होतं या जाणिवेनं त्यांची नजर खाली वळली. 'बोला की वो' तिनं किंचित हसत म्हटलं. अच्युतराव स्वत:ला सावरत म्हणाले, 'पाहुणा नाही... इथं ते जंगल आहे ना ते पाहण्यासाठी आलो.' 'असं होय.... मंग आसंच नाकासमोरून जावा... धरणाचं भिताड दिसलं का कुणाला बी विचरा... जंगल दावतील तुमाला...' 'बरं बरं... धन्यवाद' त्यांनी आभार मानले.

'येऊ का तुमच्या संगत?' तिनं विचारलं. अच्युतराव गडबडले. तिचा स्वर त्यांना साधा सरळ वाटला नाही. कदाचित तिनं सरळ मनानं विचारलं असेल. त्यांच्या मनात आलं. आपणच विपरीत विचार करतोय. 'नको, नको... मी जाईन' पट्कन ते म्हणाले. 'पावणे... कदीबी काय लागलं तं सांगा... मी शेवंता... पल्याडच्या गावात राहते...' असं म्हणत ती पुन्हा तसंच काहीसं मिश्कीलपणे हसत निघून गेली. अच्युतराव तिच्या पाठमोऱ्या चालीकडं बघत राहिले. नितंबाला हलकेसे हेलकावे देत ती चालत होती. कोण असेल ही? सामान्य स्त्री अशी परक्या पुरुषाजवळ थांबून स्वत:हून बोलणार नाही. ही बाई 'तसली' तर नसेल ना?... शी! त्यांनी स्वत:लाच धुत्कारलं. नाही नाही ते विचार आपल्या डोक्यात येतात. बिचारीनं अगत्यानं चौकशी केली आणि आपण मात्र... छे!

अच्युतरावांनी विचार झटकत जड बॅग उचलली आणि ते मुकाटपणे रस्ता चालू लागले.

~

मारुतीनं आपल्या मनगटावरील घड्याळात पाहिलं. पाच वाजले होते. त्याच्या दिवसपाळीची वेळ संपत आली होती. सखाराम आला की निघायचं. त्यानं पुन्हा धरणावर नजर टाकली. उन्हाळा थोडा बाकी आहे तरी धरणातला पाणीसाठा फारसा कमी झालेला नाही. त्याला हा भाग, येथील नोकरी मनापासून आवडली होती. धरण पूर्ण झाल्यावर तो दीड-दोन वर्षातच इथं आला होता. खरंतर तो इथलाच होता, पण शिक्षणासाठी शहरात गेलेला. कसाबसा बारावीला टेकला आणि मग आला परत गावाकडं. त्याचं लक्ष गेलं. धरणाकडं एकजण येताना दिसला. हातात बॅग. पॅन्ट-शर्ट, डोक्यावर हॅट. कोण असेल, असा विचार करीत तो भिंतीच्या उतारावरून पुढं निघाला. तो माणूस गेटकडंच येत होता. थाट तर साहेबी आहे. शहरातून कुणी साहेब आला असेल का? पण तसं नसावं. साहेबलोक येण्याआधी बातमी येते. सगळा सरंजाम करण्याविषयी सक्त सूचना येतात. आणि साहेबलोक सरकारी वाहनातून येतात. मजा करायची असते तेव्हा एक-एकटे आणि इतरवेळी पै पाहुणे, कुटुंबीयांसोबत. हा गृहस्थ साहेब नाही हे निश्चित.

अच्युतराव गेटजवळ पोहोचले. त्यांनी हातातील जड बॅग खाली ठेवली. पुन्हा एकदा रुमालानं तोंड पुसलं. तेवढ्यात मारुती गेटजवळ आला. मारुतीनं त्यांच्याकडं पाहिलं. लालगोरा रंग, तब्येतही दणकट अशी. 'कोण आपण?' मारुतीनं विचारलं. 'मी अच्युत श्रीपाद मराठे... खूप लांबवरून आलोय...' मारुती पुढं काही विचारणार तेवढ्यात अच्युतराव पुढं म्हणाले, 'आपण कुठं

बसून बोलू या का... चहा मिळाला तर खूपच बरं होईल.'

टपरीवजा हॉटेलात दोघंही बसले होते. दोन कुटकुटीत खाऱ्या खाऊन चहा घेतल्यामुळं अच्युतरावांचा शिणवटा काहीसा उतरला होता. मारुती त्यांच्याकडं औत्सुक्यानं पाहत होता. हा माणूस आयुर्वेदाची औषध देतो याचा त्याला अचंबा वाटला होता. चहा घेता घेता अच्युतरावांनी त्याला थोडक्यात ओळख सांगितली होती. मारुतीनं उत्सुकता न लपविता विचारलं, '... भलं थोरलं जंगल आहे हो साहेब पण... तुम्ही राहणार कुठं?' अच्युतरावांनी क्षणभर विचार केला मग विचारलं, 'आसपास एखादं लॉज आहे का? अगदी साधं असलं तरी चालेल.' मारुती माफकसं हसला, म्हणाला, 'आहो साहेब... धरणाजवळ आहेत छोटी लॉज पण... खरं सांगू कां... तुमच्यासारख्या माणसानं 'राहावं अशी न्हाईत.' अच्युतराव क्षणभरंच गोंधळले. त्याच्या बोलण्याचा अर्थ लक्षात येतोय तोच मारुती पुढं म्हणाला, 'साहेब... बरी नाहीत ती लॉज... नको नको ते उद्योग चालतात तिथं....' अच्युतराव विचारात पडले. मारुती म्हणाला, 'सरकारी रेस्ट हाउस आहे पण तिथं राहायची पर्मिशन तुम्हाला भेटणार नाही. पण साहेब... तुम्हाला राहायचंय किती दिस?'

अच्युतरावांनी तसं काही ठरवलं नव्हतं. सगळं साहित्य सोबत घेतलं होतं पण मुळात जंगल आहे की नाही याचीच शंका होती निघताना. आता जर जंगल अजूनही टिकून आहेच तर जंगलात हिंडावं लागेल. वनस्पती कोणकोणत्या आहेत, उपयुक्त आहेत की नुसता झाडोरा आहे हे सगळं पाहायचं म्हणज...े ते असे स्वत:त गुरफटलेले बघून मारुती म्हणाला, 'साहेब तुमची हरकत नसेल तर एक सुचवू कां?' अच्युतरावांनी हुंकार दिला तसा तो म्हणाला, 'इथून थोड्या अंतरावर माझं घर आहे... फार मोठं नाही... तीन खोल्यांचंच. हवं तर एका खोलीत राहा तुम्ही.'

अच्युतरावांच्या चेहेऱ्यावरची चिंता क्षणार्धात मावळली. उत्साहानं ते म्हणाले, 'वा... वा... चालेल की... खूपच छान सोय झाली म्हणायचं, पण तुमच्या घरच्यांना चालेल कां?' मारुती हसत म्हणाला, 'आहो साहेब, घरी आहेच कोण माझी बायको पारू आणि माझी म्हातारी.' 'चालेल... मारुतराव...' 'साहेब, तुम्ही मला मारुती म्हणा... तसे बी तुम्ही वयानं, शिक्षनानं माझ्यापरीस मोठे आहात...' 'बरं बरं... पण मारुती, मला जेवणही द्यावं लागेल हं...' 'तर हो...' 'मग उत्तम बरं... मारुती आता थोडं व्यवहाराचं बोलू... राहायचे आणि दोन वेळच्या जेवणाचे...' 'बघू हो साहेब...' मारुती त्यांचं बोलणं तोडत म्हणाला. 'तसं नको रे मारुती... हे बघ, मी इथं किती दिवस राहीन हे अजून मलाही माहीत नाही. जंगलात दोन-चार दिवस भटकल्यानंतर माझा इथला मुक्काम लांबणार की

लगेच संपणार हे ठरेल. आपण आपलं ठरवून घेतलेलं बरं.' त्यावर मारुती म्हणाला, 'साहेब तुम्हीच काय ते मनानं ठरवा आणि द्या...' यावर अच्युतराव फक्त हसले.

आता अंधारलं होतं. सायंकाळचा मलूल प्रकाश थोडाफार बाकी होता. हॉटेलवाल्यानंही गबाळं आवरायला घेतलं होतं. मारुतीनं अच्युतरावांची बॅग उचलली. क्षणभर थबकलाच. त्याच्या अंदाजापेक्षा बॅग चांगलीच जड होती. काय आसल बॅगेत? या एकट्या माणसाच्या कापडाचं ओझं? शक्यच नाही. काहीतरी जडशीळ आहे बॅगेत. त्याच्या मनात एकदमच अभद्र शंका डोकावली.

बॅगेत एखाद्याचं प्रेत तर नसंल? आजकाल कुणाचा भरवसा नाही. आपण विश्वास ठेवला यानं सांगितलं त्यावर. पण हा माणूस आयुर्वेदाची जडीबुटी शोधायला आला हे खरं कशावरून? जंगलात मुडदा गाडायला आला असला तर? 'अरे... राहू दे मारुती... मी धरतो बॅग... खूप जड आहे' अच्युतराव म्हणाले तसा मारुती तंद्रीतून बाहेर आला. 'एवडं कसलं सामान आणलं साहेब... लई जड आहे.' मारुतीनं विचारलं. 'चल्... सांगतो...' दोघंही तिथून निघाले. दुपारच्या गरम हवेचा मागमूस उरला नव्हता. उलट हवेत आल्हाददायक गारवा होता. अच्युतराव सांगत होते. बॅगेत छोटेमोठे खलबत्ते आहेत. एक संगमरवरी... दुसरा हस्तिदंताचा. 'हस्तिदंत?' मारुतीनं आश्चर्यानं विचारलं. 'हो... हत्तीच्या दातापासून बनविलेला छोटा खलबत्ता. फार दुर्मिळ आहे तो. सहजासहजी मिळत नाही. माझे वडील आबाजींनी म्हैसूरच्या जंगलात राहणाऱ्या जमातीकडून मिळविला. खूप वर्षं झाली.' 'म्हणजे तुमचे वडील...' 'हो ते फार प्रसिद्ध आयुर्वेदतज्ज्ञ होते.'

हाताला थोडा आराम देण्यासाठी बॅग मधे खाली टेकवीत, गप्पा मारीत दोघंही मारुतीच्या घराजवळ पोहोचले. अच्युतरावांनी पाहिलं. ओळीनं तीन खोल्यांचं घर. तिन्ही खोल्यांना समोरचं दार आणि छोट्या खिडक्या. समोर अंगण. चाहूल लागली तसे दिवे लागले. अंगण शेणानं सारवलेलं. आसपास झाडं. एक दोन लिंबाची. घरावर भोपळ्याचा वेल चढलेला. बाजूला एक आडोसा. बाहेर चुल्हाणावर हंडा. अंघोळीचं पाणी तिथंच तापवलं जात असावं. डाव्या बाजूच्या खोलीसमोर तुळस. आणि कडेला जास्वंदीचा फुलोरा. अच्युतराव घराचं निरीक्षण करीत असतानाच मारुतीनं अंगणात खाट टाकली. काथ्याची. त्यावर एक कांबळं अंथरलं. 'साहेब... हातपाय धुवा, आलोच.' तेवढ्यात आतून 'मार्त्या... कोन आलं रं?' कुणीतरी मोठ्यानं विचारलं. बहुधा मारुतीची आई असावी.

अच्युतरावांनी न्हाणीघराच्या आडोशाजवळ हातपाय धुतले. थंडगार पाण्याच्या

स्पर्शानं त्यांचा दिवसभराचा शीण हटला. त्यांचं केळीकडं लक्ष गेलं. न्हाणीघराच्या आडोशाजवळ दलदल होती त्यात केळी चांगली तरारली होती. खाली आळू फोफावला होता. ते खाटेवर बसले. हवेत छान गारवा होता. चंद्रोदय झाल्यानं सर्वत्र हलका दुधाळ प्रकाश पसरला होता. येऊन पोहोचलो एकदाचे हवं तिथं, त्यांच्या मनात आलं. आता खरी कसोटी उद्यापासून. जंगल फार मोठं आहे, मारुती म्हणत होता मघाशी. संपूर्ण जंगल पायाखाली घालायचं म्हटलं तरी दोन तीन दिवस जातील. त्यानंतर वनस्पतींचा धांडोळा घ्यायचा. अच्युतरावांच्या डोक्यात पुढचं प्लॅनिंग घोळू लागलं.

'मारुती... रोज रोज एवढं आग्रहानं जेवण वाढू नको रे. नाहीतर काम करणं अवघड होईल.' अच्युतराव हात पुसत खाटेवर बसता बसता म्हणाले. जेवण खरोखरच छान होतं. चमचमीत झुणका, गरम भाकरी आणि लसणाची चटणी. अच्युतरावांना गरम भाकरी खाताना आईच्या हातची भाकरी आठवली. ते अंमळ चार घास जास्तच जेवले. त्यांचं बोलणं ऐकून मारुती फक्त हसला. त्यानं त्यांची बॅग कडेच्या स्वच्छ केलेल्या खोलीत ठेवली. अच्युरावांच्या डोळ्यावर पेंग यायला लागली. मारुतीनं त्यांना बिछाना घालून दिला. 'साहेब... उद्या सकाळी च्या पाणी करू... मी घेऊन जाईन जंगलात तुम्हाला...' एवढं बोलून त्यानं खोलीचं दार लोटलं. अच्युतरावांना कधी झोप लागली तेही कळलं नाही.

~

रस्ता सरळ नव्हता. खाचखळगे, दगडधोंडे... मधेच बेचक्यातून वाहणारे पाण्याचे ओहोळ. मारुतीच्या मागोमाग अच्युतराव चालले होते. सकाळची ताजी हवा, हिरवागार परिसर यामुळं ते प्रसन्नचित्त होते. झाडाझाडांतून अनेक पाखरांचं दर्शनही होत होतं आणि त्यांचे मंजूळ स्वर सोबत होते. 'मारुती... इथं पर्यटक येतात कां?' त्यांनी चालता चालता विचारलं. 'आधी यायचे पण आता सरकारनं बंदी केलीय' 'असं?' 'हो... हा एरिया काही दिवसात अभयारण्य म्हणून डिक्लेर करणारेत असं शिव्हीलसाहेब म्हणत होते.' 'पण मी आलो ना... तू घेऊन आलास... तुझे साहेब... तुला...' 'तुम्ही काय पर्यटक नाही साहेब... तुम्ही तर वैद्य आहात. अभ्यासासाठी आलात ना... आन् पर्यटकांसारखा तुम्ही काय धिंगाणा घालणार नाही जंगलात.' अच्युतरावांना त्याच्या हुशारीचं कौतुक वाटलं. त्यांना जाणवलं. झाडांची गर्दी वाढत आहे. एवढा वेळ उन्हाचे किरण येत होते, पण आता छोटे छोटे कवडसेच दिसत आहेत.

'मारुती, मला वाटतं... तू आता परत जा... मी जातो पुढं एकटा...' मारुती थांबला. 'असं म्हणता... पण नीट जाताल का...? आणि परतीची वाट...' 'अरे इथंपर्यंत येतानाच मी वळणा...वळणावरची झाडं आणि इतर खुणा पाहून

ठेवल्यात. तू निर्धास्त जा...' 'बरं... पण अंधारायच्या आत बाहेर पडा जंगलातनं तशी काय जंगली जनावरं नाहीत आजून पण तरी बी...' त्याच्या चेहेऱ्यावरची काळजी आणि आपलेपणाची भावना बघून अच्युतरावांना बरं वाटलं. विनीत जगला असता तर याच वयाचा असता. मारुतीएवढा. फॉरिनला जाईपर्यंत दादा, दादा म्हणत माझ्या अवतीभोवती वावरायचा. बाबाकाकाचा एकुलता एक मुलगा. लग्नानंतर उशिरा झालेला. देव-देवतांना केलेले नवस वाया गेले. नातेवाईकात कुजबुज सुरू झाली. एवढा मोठा वैद्य. आबाजी मराठे! त्याच्या धाकट्या भावाला पोर होत नाही! नवलच! मंगलाकाकूच्या पोटात गर्भ टिकेना. बाबाकाका बोलायचा नाही, पण त्याची उदास नजर सगळी व्यथा सांगायची पाहणाऱ्याला. एक रात्री म्हणे परसबागेत मूकपणे अश्रू ढाळताना पाहिलं आबाजींनी. मग मात्र आबाजींनी पुढाकार घेतला. जुन्या वह्या पुन्हा चाळल्या. मोडी लिपीत लिहिलेला मजकूर मराठीत उतरविला. कुठं कुठं हिंडून खास जडीबुटी आणल्या. बहुधा त्याच काळात या जंगलात येऊन गेले. बनविलं खास औषध आणि दिलं बाबाकाकाला आणि मंगलाकाकूला. स्वत:च्या देखरेखीखाली पथ्यपाणी सांभाळलं. गर्भ राहिला, दिसामाजी वाढला आणि संपूर्ण मराठे घराण्यावर आनंदाचं कारंजं उडवित जन्मला विनीत. डोळे घारे होते. रंग लाल गोरा. बाबाकाकानं आबाजींच्या पायावर डोकं ठेवलं. दादा... तुझे उपकार कसे रे फेडू... असं काहीबाही बरंच बोलला. एवढा कुशाग्र बुद्धीचा की गुरुजी अवाक् व्हायचे त्याची आकलनशक्ती बघून. बाबाकाकानं जिद्दच धरली विनीतला खूप खूप शिकवायचं... बॅरिस्टरकीचं वलय ओसरलं होतं म्हणून इंजिनिअर बनवायचं! विनीतची बुद्धी दिवसेंदिवस अधिकाधिक कुशाग्र बनत गेली. काहीच अवघड वाटत नसे त्याला. हां हां म्हणता मोठा झाला. शिकलासवरला आणि मग...

अच्युतराव कसल्यातरी आवाजानं भानावर आले. झाडावरून काहीतरी पडलं होतं. त्यांनी दोन पावलं पुढं जाऊन पाहिलं, तर पाखराचं पिल्लू होतं. इवलं-इवलंसं. सावरीच्या कापसाच्या लुसलुशीत गोळ्यागत. पाखरांचा किलबिलाट चालला होता. अच्युतराव तिथून पुढं निघाले. ओळखीची असंख्य झाडं... चिंच, आंबा, फणस, पेरू, पिंपळ, वड... वडाची झाडं तर विस्तीर्ण झाली होती. पारंब्या रुजून खोड होत होत वडांचा विस्तार वाढला होता. उंबराची झाडं पाहून अच्युतरावांना मोह झाला, खोडाच्या सुटलेल्या साली घ्याव्यात, पण त्यांनी मोह आवरला. आज-उद्या जंगल नुसतं बघायचं. जंगलात कुठं कुठं कोण कोणत्या वनस्पती आहेत ते पाहायचं. नोंद करायची. आणि मुख्य म्हणजे आपण ज्या उद्देशानं एवढ्या दूर आलो आहोत त्यासाठी प्रयत्न करायचे. विनीतचा मृत्यू उघड्या डोळ्यांनी पाहावा लागला. आबाजी हयात असते तर कदाचित... पण ते

होणं नव्हतं. मृत्यू तर अटळ आहे पण तो अकाली आला की दुःखाचा परीघ वाढतो. मृत्यूचं दुःख तर होतंच पण मृत्यू केवळ दुःख घेऊन आला नव्हता तर व्यभिचाराची अभद्र सावलीसुद्धा सोबत आणली होती.

'अच्युत... विनीतचं लक्षण मला तरी ठीक वाटत नाही...' बाबाकाकाचा आवाज शंकेनं चिंब होता. त्या वेळी अच्युत कोंडीत सापडला होता. आबाजी काय... बाबाकाका काय... सत्शील माणसं. मराठे घराण्यात गेल्या चार पिढ्या आयुर्वेद पारंगत. अशा सुसंस्कृत कुटुंबवत्सल आणि ज्ञानसंपन्न घरातील विनीतला असा रोग व्हावा! अच्युतनं सारंकाही ओळखलं होतं. विनीत अमेरिकेतून परत आला तेव्हा चार-आठ दिवस कौतुकानं ओथंबलेले होते. डॉलर्स आणि रुपयाची तुलना, प्रत्येकाला आणलेल्या महाग वस्तूंचं अप्रूप. त्या देशातील संपन्नता, स्वातंत्र्य... तिथल्या गमती-जमती... केवढं कौतुक. दीड महिन्याची सुट्टी होती त्याची. गावातील मोकळी हवा, घरचं सकस जेवण आणि भरपूर विश्रांती हे सारं असूनही विनीतचा चेहरा मलूल होत होता. उत्साह ओसरला होता. थोडं चाललं तरी अपार थकवा येत होता. वजन झपाट्यानं कमी होत होतं.

अच्युतराव दचकले. मनात वारंवार डोकावणारा भूतकाळ सांभाळत ते जंगलात बरंच अंतर पुढं आले होते. एका क्षणी भान आलं तेव्हा ते भयंकर दचकले. विस्तीर्ण झाडाच्या बुंध्यामागं कुणीतरी उभं होतं. फक्त मुंडकं बाहेर काढून. तो अच्युतरावांकडंच बघत होता. डोळे भयानं विस्फारलेले. केस अस्ताव्यस्त वाढलेले आणि दाढीसुद्धा. अच्युतरावांनी स्वत:ला धीर देत सावरलं. माणूसच आहे, जनावर नाही. एवढं का घाबरायचं... असा विचार करीत त्यांनी पाऊल पुढं टाकलं. त्यासरशी तो मागं सरकला. तो माणूस अच्युतरावांना पाहून घाबरला होता. त्यांनी ते जाणलं. 'घाबरू नका... मी...' तो माणूस त्यांचे शब्द ऐकून अजून मागं मागं सरकू लागला. त्यानं एक मळकट आणि ढगळ पायजमा-शर्ट घातला होता. अच्युतराव त्याच्याकडं पाहत आपुलकीनं हसले. 'कोण तुम्ही... इथं जंगलात...' त्यांचे पुढचे शब्द ऐकायला तो माणूस तिथं थांबलाच नाही. पळत सुटला. दोन क्षणात तेथील गर्द झाडाझुडपात दिसेनासा झाला. अच्युतराव काही क्षण तो गेलेल्या दिशेकडं बघत राहिले. मग मात्र त्यांनी मनातील सारे विचार झटकले आणि ते निरीक्षण करीत पुढं निघाले. कपिकच्छूचं झुडूप चांगलं तरारलं होतं. थोड्या अंतरावर आवळ्याच्या झाडाच्या आसपास शतावरीचा झाडोरा विपुल असा पसरला होता. त्यांनी शतावरीच्या पानाला हात लावून पानाच्या लांबीवरून मुळांची जाडी किती असेल, त्या मुळ्या तोडून बाहेर काढण्याइतक्या रुंदावलेल्या असतील का याचा अंदाज घेतला. तशी नोंद त्यांनी छोट्या डायरीमधे केली. पुढं त्यांचं लक्ष गेलं. झाडावर मुंगूसवेल विळख्यावर

विळखे घेत वर गेली होती. त्यांनी निरीक्षण नोंदवलं. दोन-तीन आठवड्यात मुंगूसवेलीला छोटी फुलं येतील. ती फुलं निगुतीनं काढून वाळवावी लागतील. नंतर त्यांचं चूर्ण वापरता येईल. ते पुढं निघाले.

~

मारुती रोजच्यासारखीच ड्यूटी करीत होता. धरणाच्या विशाल भिंतीवरून त्यानं पुन्हा एकदा चहूबाजूला नजर टाकली. धरणाच्या उत्तरेकडं धिंगाणा घालणाऱ्या काही तरुणांना त्यानं मघाशी हाकलून दिलं होतं. शहराच्या कुठल्या कुठल्या कॉलेजातून पोरंपोरी येतात... दारू पितात, धरणात उतरतात, चाळे करतात. हे नेहमीचंच. मारुतीला चीड येते या प्रकाराची. तो वेळप्रसंगी हातातील काठीचा प्रसाद देतो टवाळखोरांना. स्वत:चा जीव धोक्यात घालतात ती पोरं... धरण ही काय खेळ करायची जागा आहे. मनात घोळणारी चीड थंडावत तो भिंतीवरून चालला होता. त्याचं लक्ष गेलं. बद्री धावत येत होता. आलं का येडं! मारुती स्वत:शीच बोलला. बद्री नेहमीच्याच कळकट अवतारात होता. धापा टाकीत तो मारुतीजवळ आला. काही न बोलता जंगलाकडं बोट दाखवू लागला. मारुतीनं त्याला हाताला धरून खाली बसवलं. तो देखील भिंतीवरून पाय खाली सोडून शेजारी बसला. काही वेळ त्यानं बद्रीला खुणेनंच गप्प बसवलं. मग विचारलं 'काय झालं बद्री?' 'साहेब आला... पकडायला!' बद्री घाबरट आवाजात म्हणाला. मारुतीला माहीत होतं. बद्री कशालाही घाबरत नाही. फक्त कुणी त्रयस्थ माणूस नजरेसमोर आला की मात्र सुसाट पळत सुटतो. कारण कुणालाच माहीत नाही. मारुतीची आई म्हणाली होती एकदा... 'अभागी जीव हाय रं तो मार्त्या... कुटनं आला देव जाणं, जंगलात ऱ्हातो, कश्शाला नाय पन परक्याला घाबरतंय... अशा मान्साला द्यावा भाकरतुकडा...' खरंच होतं ते. बद्री कोण, कुठून आला हे कुणालाच माहीत नव्हतं. पण जंगलात राहतो... कुणाच्या वाटे जात नाही.. मारुती त्याला कधीतरी डब्यातील भाजीभाकरी द्यायचा. आणि बद्रीच्या आवडीचा खाऊ, गुळाचा खडा.

'मी पळून आलो...' बद्री म्हणाला. पुढच्याच क्षणी मारुतीच्या डोक्यात ट्यूब पेटली. अच्युतराव... त्यांना पाहिलं असणार यानं. तो किंचित हसला. त्यानं बद्रीकडं पाहिलं. बद्री धरणातील पाण्याकडं नजर लावून बसला होता. 'बद्री,... हे बघ. ते साहेब तुला काही करणार नाहीत... तू घाबरू नकोस.' बद्रीनं मारुतीकडं विचित्र नजरेनं पाहिलं. 'पकडतील ना ते मला... तुझं नांव मारुती नां?' 'हो...' 'तू इथं काय करतोस?' मारुतीला गंमत वाटली. एका क्षणात विषय बदलला होता बद्रीनं. बद्रीचा चेहरा आता एकदम निरागस दिसत होता. दोनेक क्षणांपूर्वी असलेलं भय आता कणमात्र नव्हतं. 'मी इथं देखरेख करतो...

रक्षण करतो.' त्यानं म्हटलं. 'कशाचं रक्षण करतोस?' बद्रीनं लगेच विचारलं. 'धरणाचं... या पाण्याचं' बद्री मग पुन्हा पाण्याकडं क्षणभर पाहत राहिला. मारुतीला त्याची कणव आली. आपल्यासारखाच माणूस... हातीपायी धड असलेला पण... डोकं सरकलेला. म्हातारी म्हणते तेच खरं... अभागी जीव आहे. 'पण मारुती... एवढं पाणी कोण चोरून नेईल?' बद्रीनं एकदमच विचारलं. मारुतीला उमजेना. काय उत्तर द्यावं! प्रश्न म्हटलं तर मूर्ख. विचारणाराही वेडसर. पण प्रश्न बरोबरच आहे. 'बद्री... अरे... पाणी कोणी चोरणार नाही पण घाण करतात...' 'पण तुम्ही पाणी कोंडून का ठेवलंय...? पाणी वाहताना किती छान दिसतं... जंगलात ये ना तू... तिथं ना छान आहे पाणी...'

बद्री बोलत राहिला. सलग काहीसं सुसंगत. मारुतीच्या मनात आलं. याला "वेडा का म्हणायचं? निसर्गदत्त शहाणपण पुरेपूर आहे याच्यात. काय असेल याचं पूर्वायुष्य? भूतकाळात असं काय घडलं असेल की हा त्याच्या मातीतून उखडून इथं अनोळखी जंगलात पोहोचला? जेमतेम पस्तिशीचा असेल नसेल." 'मारुती... तू पाणी सोडून दे ना...' 'अं?' बद्रीचं बोलणं मारुतीच्या मेंदूत घुसलंच नाही. पण बद्री पुन्हा तंद्री लावून बसला. जलाशयाकडं एकटक पाहत. काहीक्षण तसेच गेले. मारुतीला एकदम अच्युतरावांची आठवण झाली. ते जंगलात वावरणार. बद्री जंगलातच असतो. 'बद्री...' बद्रीनं नजर उचलून पाहिलं. 'बद्री... तू एका साहेबाला पाहिलंस ना जंगलात?' 'हो' बद्रीच्या डोळ्यात क्षणमात्र भय पुन्हा तरळलं. 'हे बघ... मी काय सांगतो ते नीट ऐक. ते साहेब खूप चांगले आहेत. ते तुला पकडायला आले नाहीत. तू त्यांना मदत करशील ना तर ते तुला गंमत देतील.' बद्रीचा चेहरा एकदम बदलला. 'गंमत देतील? खरंच?' 'हो... तू त्यांना घाबरून पळायचं नाही. त्यांच्या बरोबर चालायचं. त्यांना जंगल दाखवायचं... करशील ना माझं काम?' 'हो करीन. पण ते मला मारणार नाहीत ना... काठीनं?' 'नाही रे नाही... ते खूप चांगले आहेत...' बद्री हसला. एकदम उठून उभा राहिला. 'मी जाऊ त्यांच्याकडे?' त्यानं विचारलं. 'आत्ता लगेच नको. तू थांब... आपण भाजी भाकर खाऊ...' बद्री नाराज चेहेऱ्यानं थांबला. मारुती म्हणाला, 'म्हातारीनं तुझ्यासाठी गंमत दिलीय...' हे ऐकताच बद्रीचा चेहरा उजळला. तो आनंदानं मारुतीच्या मागं मागं चालू लागला.

अच्युतरावांचं शरीर थकलं होतं. दिवसभर जंगल तुडवलं होतं. तरीही त्यांचं मन अजूनही उत्साही होतं. कारण आबाजींच्या जुन्या वहीमधे ज्या दुर्मिळ वनस्पतींची नावं आणि वर्णनं वाचली होती त्या वनस्पती त्यांना जंगलात आढळल्या. त्यांचा उत्साह द्विगुणित झाला होता. जंगल विस्तीर्ण होतं. चिर-

परिचित झाडं तर होतीच पण काही अपरिचित, नावं माहीत असलेली पण पूर्वी कधी सहसा न दिसलेली झाडंदेखील होती. आता नवीन औषधं सिद्ध करण्यासाठी त्यांना काष्ठौषधीच्या दुकानदारांवर अवलंबून राहावं लागणार नव्हतं. शुद्ध आणि मूळ स्वरूपात अनेक वनस्पती उपलब्ध आहेत या जाणिवेनं अच्युतराव उत्साहित होते.

मारुती त्यांच्या खोलीत आला आणि अचंबित होऊन बघतच राहिला. जणू ती त्याच्या घराची खोली नव्हतीच. अच्युतरावांनी बॅगेतून त्यांची सर्व सामग्री बाहेर काढून मांडली होती. संगमरवरी खलबत्ता, हस्तिदंताचा खलबत्ता. काचेचे बाउल्स, काचेच्या लांबट नळ्या... 'ये मारुती बैस...' त्यांनी त्याला शेजारी बसवलं. 'मारुती मला इथं हवं ते सापडलंय. बरेच दिवस राहणार आहे मी. चालेल ना?' 'चालेल की... हवं तेवढं राहा...' अच्युतरावांनी चामडी पिशवीतून शंभराच्या काही नोटा काढल्या. 'नाही म्हणू नकोस... ही रक्कम ठेव... खर्चासाठी. आणि हो, मला काही वस्तू लागतील त्या शहरातून तू आणून दे. या दिव्यासाठी स्पिरिट लागेल. आत्ता लगेच नाही पण नंतर गरज पडेल. दुसरी गोष्ट म्हणजे या खोलीत माझा हा पसारा असाच राहील. मला वेगवेगळे प्रयोग करायचेत. काही औषधं नव्यानं बनवायची आहेत.' अच्युतरावांनी त्याला बराच वेळ त्यांचं प्लॅनिंग ऐकवलं. मग म्हणाले, 'या खोलीत शक्यतो कुणी येता कामा नये.' 'बरं साहेब' मारुतीनं आश्वासक स्वरात म्हटलं. त्याची नजर काळपट रंगाच्या खलबत्त्याकडं होती. अच्युतरावांनी ते जाणलं. 'कशाचा आहे खलबत्ता माहितीय...' असं म्हणत त्यांनी तो छोटा खलबत्ता त्याच्या हातात दिला. मारुतीनं उलटा-पालटा करीत तो पाहिला. 'फार फार दुर्मिळ आहे. हस्तिदंतीपेक्षा जास्त दुर्मिळ. हकीक नावाचं एक रत्न असतं. रत्न असं नाही पण तो एक वेगळाच दगड असतो. सहसा कुठं उपलब्ध होत नाही. अशी वस्तू बनविण्याएवढा मोठा हकीकचा दगड तर नाहीच नाही. पण माझे आजोबा दत्तोबाशास्त्री मराठे फार जिद्दी आणि मेहनती होते. त्यांनी हा मिळविला. दुर्मिळात दुर्मिळ औषध करण्यासाठी...'

मारुती भान हरपून ऐकत होता. अच्युतराव उत्साहाच्या भरात बराच वेळ बोलत राहिले. मग एका क्षणी त्यांना जाणवलं आपण खूप वेळ बोलत आहोत. ते एकदम गप्प झाले. बाहेर रातकिड्यांचं परिचित संगीत सुरू झालं होतं. हवेत गारठा भरला होता. पलीकडच्या खोलीत म्हातारीचं खोकणं रोजच्यासारखं चालू झालं. 'आईला खोकला झालाय?' त्यांनी मारुतीला विचारलं. 'हो ना. सा महिने झाले. खोकतच राहिलीय.' 'दमा असणार...' मारुतीनं हलका हुंकार दिला. 'ठीक आहे. उद्या मी औषध बनवितो. रिंगणीची फळं पाहिलीत मी जंगलात. अर्धा लिटर दूध लागेल औषध बनवायला.'

'बरं. आणून ठेवतो.' तेवढ्यात मारुतीच्या बायकोनं हाक मारली तसा मारुती 'आलोच हं' म्हणत बाहेर गेला. अच्युतरावांनी सगळ्या सामग्रीकडं नजर टाकली. क्षणभर त्यांना भास झाला. ते त्यांच्याच गावातल्या घरात आहेत. खलबत्त्यात निगुतीनं औषधाचा लगदा खलत आहेत. आबाजी त्याला कौतुकानं काही सूचना देत आहेत. पलीकडच्या खोलीतून विनीतचा आवाज येतोय. पाठांतराचा. इंग्रजी भाषेतील अभ्यासाचा. जाड जाड पुस्तकांच्या पसाऱ्यात बसलेला विनीत. लाल गोरा, कुरळ्या केसांचा विनीत. 'ए अच्युतदादा... बघच तू... मी पहिला नंबर मिळवणार. सातासमुद्रपलीकडं जाणार...' आत्मविश्वासानं ठासून भरलेलं त्याचं बोलणं. खरं करून दाखवलं. बाबाकाकाचा ऊर भरून आला होता विमानतळावर! डोळे भरून आले होते निरोप घेताना, अभिमानानं...

'साहेब...' मारुती आत आला. अच्युतरावांना जाणवलं डोळे पाणावलेत आपले. त्यांनी डोळे टिपले. 'काय झालं साहेब?' त्यानं त्यांच्या चेहेऱ्याकडं रोखून पाहत विचारलं. त्यांनी फक्त मान हलविली. भीती वाटली स्वत:चीच. पुन्हा डोळे पाणावतील, शब्द ओले होतील घशातून बाहेर पडताना. 'बायकापोराची आठवण आली नां...?' मारुतीनं म्हटलं. अच्युतरावाना किंचितसं हसू फुटलं. या प्रौढावस्थेत बायकापोरांची आठवण!... शालिनी... त्यांच्या मनावर ओरखडा पडला. आणि आदित्य... आता मोठा झाला असेल... त्यांनी सुसाट धावू पाहणाऱ्या मनाला आवरलं. मारुतीकडं पाहत विचारलं, 'तुझं लग्न कधी झालं?' 'तीन सालापूर्वी...' 'मग? अजून पाळणा हलला नाही?' मारुतीचा चेहरा पडला. जणू जखमेवरच अनाहूत बोट ठेवलं गेलं. शब्द जुळवत तो म्हणाला, 'साहेब... कूस धरतच नाही तिची... दोनदा धरली पण एकदमच निसटून पडली.' शब्द जड होते. जणू त्या त्या वेदनांची ओझी होती अजूनही बाकी. अच्युतरावांना क्षणभर खंत वाटली. कसलं हे कोडं... जन्माचं! आणि मृत्यूचं. मातृत्वाची आस अनादिअनंत... पृथ्वीवर पहिली स्त्री निर्माण झाली असेल तेव्हापासूची आस, मातृत्वाची. आणि मृत्यूचं भयसुद्धा तसंच. 'साहेब...' त्यांनी मारुतीकडं शून्य नजर टाकली. '... साहेब... तुम्ही वैद्य आहांत ना... रोग बरे करता, औषधं बनवता... काहीतरी तोड काढा ना साहेब... पार्वतीला भारी हौस पोरांची पण... दोन डाव आसं घडलं तवापासून गुमान राहती... आन् म्हातारी वर तिलाच बोल लावती... वांझोटी म्हणती... साहेब... मघाशी तुम्ही दिलेल्या सगळ्या नोटा परत घ्या... पण...' अच्युतरावांनी त्याच्या हातावर हात ठेवला तसा मारुती एकदम गप्प झाला. त्यांनी त्याच्या हातावर थोपटलं. आबाजींनी असंच थोपटलं होतं बाबाकाकाच्या हातावर. शब्द नाहीतरी थोटकेच असतात स्पर्शापुढे. मारुतीला स्पर्शातून जणू सारंकाही समजलं. तो उठला आणि बाहेर पडला.

अच्युतराव काही क्षण बाहेरच्या अंधाराकडं एकटक बघत राहिले. खूपकाही करायचं योजावं आणि प्रत्यक्षात हतोत्साह बसावं अशी गत त्यांची त्यांनाच जाणवली. ते कितीतरी वेळ तसेच बसून राहिले. अंगणात दुधाळ प्रकाश पसरला होता. पौर्णिमा जवळ आलेली. अच्युतराव उठून बाहेर आले. स्तब्धता सर्वत्र भरून राहिली होती. मात्र मधूनच रातकिडे शांतताभंग करीत होते. कडुनिंबांच्या फांद्याफांद्यातून खाली पाझरणाऱ्या चंद्रप्रकाशानं जमिनीवर वेगळंच नक्षीकाम कोरलं होतं. दूरवर एखादं कुत्रं भुकलं की त्याला प्रतिसाद देत बाकीचे कळवण करीत होते. मग पुन्हा शांतता. शांतता आणि आवाजाचा लपंडाव अनुभवत अच्युतराव बराच वेळ अंगणात उभे राहिले. सुख-दुःखाचं चक्र असंच... लपंडावासारखं. शालिनीशी संसार मांडला. सुख वेचलं. आदित्यचा जन्म झाला तेव्हा तर जीव सुखाच्या राशीत अस्ताव्यस्त लोळत राहिला. पण निघून गेली. मनधरणी केली. पण... नकार कायम ठेवला तिनं. दुःखाला यायचंच असतं तेव्हा येतंच ते. आबाजींना धक्का सहन झाला नाही. तरण्याताठ्या मुलाचा संसार मोडला, उद्ध्वस्त झाला... उघड्या डोळ्यांनी पाहावा लागला दैवानं मांडलेला तमाशा. शरीर गम्य असतं, व्याधी गम्य असतात... चाटण, काढे... अनेक औषधं सिद्ध करता येतात पण मन! मन अगंम्य. मनाच्या व्याधी... त्यासुद्धा अगंम्य. शालिनीच्या मनाचा, मनात उद्‌भवलेल्या असंतोषजनक व्याधी अगंम्य राहिल्या आबाजींसाठी. आबाजी खचले. आणि मग...

दूरवर कुठंतरी कोंबडा आरवला. अच्युतरावांनी मनातील उच्छाद कसाबसा थांबविला. ते खोलीत आले. दार लोटून घेतलं. असं करून कसं चालेल. त्यांनी स्वतःलाच विचारलं. इथं आपण आलो ते विशिष्ट ध्येय बाळगून. ते पूर्ण झालं तर कदाचित... कुणाच्याही घरात, कोणत्याही तरुणाचा बदनाम मृत्यू टळेल. स्त्रीविषयीचं आकर्षण तर नष्ट होणार नाही पण निदान असुरक्षित संबंधांमुळं होणारे अकाली मृत्यू तर टळतील. तेच ध्येय बाळगून आलो आहोत इथं. विनीतचा मृत्यू झाला आणि... लागोपाठ बसलेल्या धक्क्यांनी संपूर्ण घरच हडबडलं. कारण त्याआधीच आईच्या मृत्यूचं दुःख पचवलं होतं सर्वांनी. आई नेहमी म्हणायचीच... अहेवपणी मी जाणार... अंतिम निरोप घेताना सौभाग्यलेणी असतील माझ्या अंगाखांद्यावर-कपाळावर! तिची प्रार्थना म्हणा किंवा... अंतरात्म्याची हाक नियतीनं ऐकली बहुधा. त्या वेळी आदित्य नुकताच रांगायला लागला होता. रांगत्या नातवाकडं तृप्त नजरेनं पाहतच आई गेली. मृत्यूचा पडदा... एकदा पडला की पुन्हा दर्शन नाही. आबाजींनी वरवर संयम दाखविला होता पण ते खरं नव्हतं. त्यांच्या मनात निर्माण झालेली पोकळी जाणवायची; त्यांच्या शून्यवत् नजरेमधे. माणूस शरीरानं जिताजागता पण मनानं मेलेला असू शकतो हे आबाजींकडं

पाहून कळायचं. आणि मग ते शरीरानंही गेले... निमित्त झालं शालिनीचं घर सोडून जाणं!... तिचं ते अकस्मात निघून जाणं, विद्ध होऊन! कारण कसं सांगायचं होतं आबाजींना...? कुठल्या तोंडानं? की मी शृंगारसुखाच्या अत्युच्च लालसेपोटी शालिनीला वेदना देणारा लेप बनविला! घुसमट झाली त्या काळात... आणि... दोष पुन्हा दिला गेला शालिनीलाच. अवदसा आठवली बयेला... भरला संसार मोडून गेली टवळी... नातेवाइकांचे शब्द ऐकायला शालिनी नव्हती पण त्या शब्दांनी जखमा झाल्या माझ्याच मनाला! आबाजी गेले... बाबाकाकानं घराला धीर दिला. सावरलं... विनीतच्या प्रगतीनं उभारी वाढत गेली... दुःखावर सुखाचा शिडकावा होत राहिला. तो परदेशात गेला तेव्हातर पुन्हा आनंदाचं भरतं आलं...

पण... तो परतला आणि पुन्हा गेला. कायमचा. पुन्हा कधीही न येण्यासाठी. बदनामी संशयाची कुजबुज तेवढी उरली! बाबाकाका त्या क्षणी जो विमनस्क झाला तो अजूनही तसाच आहे. चालतंफिरतं प्रेत असावं तसा!

अच्युतरावांनी दीर्घ उसासा टाकला. दुःख उगाळून हाती दुःखच लागणार... म्हणून तर आलो एवढ्या लांब... या जंगलात! वनौषधींची परीक्षा घ्यायची. लागू दे कितीही काळ... नाहीतरी आता उरलंय काय उर्वरित आयुष्यात?... करू हवे तेवढे प्रयोग... सापडेल प्रभावी काष्ठौषधी आज ना उद्या! आबाजींच्या वहीत आहेत काही नावं... बघू. अच्युतरावांनी पुन्हा उत्साह धरला आणि आबाजींची जुनाट वही फडक्यातून बाहेर काढली. खूण करून ठेवलेलं पान उघडलं. 'अपानजलउत्सर्जक इंद्रियजन्य व्याधी'... जुन्या वळणाची लपेटीदार अक्षरं पाहिली आणि त्याखाली असलेल्या वनस्पतींची डायरीत नोंद घेऊ लागले.

~

जंगलाची वाट तुडवत आत आत गर्द भागात जाताना अच्युतराव उत्साही होते. जणू रात्रीची... किंवा त्याआधी मनावर धपाधपा पडणारी सारी, व्यथित क्षणांची ओझी विरून गेली होती. मन करा रे प्रसन्न... सर्व सिद्धीचे साधन... त्यांना जणू हा मंत्र नव्यानं जाणवला होता. कशासाठी उगाळायचे दुःखद क्षण? का कुरवाळायच्या व्यथा? घडलं ते विधिलिखित समजून पुढं जायचं. अर्थात विनीतनं परदेशात परस्त्रियांबरोबर शृंगार केला असेल... त्यालाही विधीलिखित हे लेबल कसं लावायचं? तो तर त्याचा व्यभिचारच. लाल गोऱ्या स्त्रीदेहाचं अनिवार आकर्षण खोल खोल अंतर्मनात निपजलं असणार... म्हणून तर परदेशात जायचा ध्यास नव्हता ना त्याचा! की व्यभिचारी वृत्ती हेसुद्धा विधिलिखितच म्हणायचं? जाऊ दे... जे झालं ते झालं. त्यांचं लक्ष गेलं, रिंगणीच्या पिकलेल्या फळांकडं. मारुतीच्या आईला दम्यासाठी औषध द्यायचंय. त्यांनी सात-आठ पिकलेली फळं

आणि काटे निगुतीनं तोडले. छोट्या पिशवीत ठेवले. ते ज्या भागात आले होते तो भाग चांगलाच गर्द होता. रानात हिरवट ओला वास भरलेला. जमिनीवर सूर्याची किरणे ठिपक्या-ठिपक्यांनी जेमतेम पोहोचत होती. त्यांनी शोधक नजरेनं सर्वत्र पाहिलं. आसपास अनेक रानटी झुडपांवर छोटी छोटी निळी-पिवळी फुलं डोलत होती. झाडांवर अनेक प्रकारच्या वेली चढलेल्या होत्या. फांदीवर त्यांना भारद्वाज पक्ष्यांची जोडी दिसली. बहावाच्या फुलातील रस शोषण्यासाठी आलेल्या कीटकांना खाण्यात ती जोडी मग्न होती. पलीकडं भांगपाडी मैनादेखील होत्या.

अचानक पक्षी फडफडाट करीत उडाले. कारण वानरांचा एक कळप तिथं पोहोचला. त्या कळपात एक आडदांड काळा नर वानर बघून अच्युतरावांना दिलासा मिळाला. पण या काळ्यावर लक्ष कसं ठेवायचं? त्याची विष्ठा कशी मिळवायची... अवघड आहे पण अशक्य नाही. हा वानर जिथ जिथं जाईल तिथं तिथं पायपीट करावी लागणार. अचानक त्यांना उत्तर सापडलं. बद्री. सकाळी त्यांना मारुतीनं बद्रीविषयी सर्वकाही सांगितलं. त्या वेळी मारुती म्हणाला, 'साहेब... तो वेडसर असला तरी हिंसक नाही. गोडीनं वागलं-बोललं की तो तुमचं कोणतंही काम मन लावून करील. गुळाचा खडा त्याला द्यायचा. फार आवडतो त्याला.'

पण आता त्या बद्रीला शोधायचं कुठं? अच्युतराव पुढं निघाले. सहसा न दिसणारा काचनाळाचा वृक्ष नजरेस पडला. ते त्या वृक्षाजवळ आले. वृक्ष चांगलाच तरारलेला होता. दोन-अडीच फूट व्यास असेल बुंध्याचा. त्यांनी बुंध्याला फेरी मारीत निरीक्षण केलं. खोडापासून सुटलेली तीनचार इंच लांबीची सालं त्यांनी छोट्या सुरीनं काढली आणि दुसऱ्या पिशवीत ठेवली. पलीकडून पाण्याचा झुळझुळ आवाज येत होता. अच्युतराव थोडं पुढं गेले. पाणथळ जागा होती. कुजलेल्या पानांचा, ओल्या मातीचा आणि प्राण्यांच्या विष्ठेचा संमिश्र दर्प त्यांच्या नाकात घुसला. उंचवट्या भागातून पाण्याचा प्रवाह आलेला... मधल्या सखल भागात थोडं साठून... जादा पाण्याचा ओहोळ पुढं सरकलेला. त्यांनी संपूर्ण भागाचं बारकाईनं निरीक्षण केलं. इथं जनावरं पाणी प्यायला येत असावीत. म्हणजे वानरांचा कळपसुद्धा. याचा अर्थ काळ्या वानराची विष्ठा इथं मिळू शकेल. त्यांना अधिकच उत्साह वाटला. जे औषध सिद्ध करायचं आहे त्याची सामग्री मिळणारच असा विश्वास दाटला मनात.

त्याचवेळी मागच्या बाजूला धप्प असा आवाज झाला.

अच्युतराव दचकले. सावधपणे वळून त्यांनी चार पावलं त्या दिशेला टाकली. हिरवट-पिवळट ओलसर पाने आणि वाळलेल्या पानांचा सर्वत्र थर होता. त्यांनी पाहिलं. चारेक फुटांवर पानांच्या थरात हालचाल झाली. ते थोडं पुढं

गेले. नेहमीचंच दृश्य दिसलं. अजगरानं पाखराला आपल्या विळख्यात आवळलं होतं. बहुधा भारद्वाज असावा. तपकिरी रंगाची पिसं... पाय लांबवलेले. अजगराच्या तोंडात पक्ष्याचं मुंडकं होतं. क्षणभरासाठी त्यांना वाटलं... सोडवावं पक्ष्याला अजगराच्या तावडीतून. पण ते स्तब्ध राहिले. जिवो जीवस्य जीवनम्... हा जंगलाचा मूलभूत नियम. त्यात कुणी ढवळाढवळ करणं म्हणजे अन्यायच. ते एकटक बघत राहिले. अजगरानं पक्षी गिळायला सुरवात केली. सरपटणारा देह. ना हात ना पाय... निसर्गानं स्नायूंचं वरदान दिलं भक्ष्य गिळण्यासाठी. पाहता पाहता अजगरानं पूर्ण पक्षी घशात ढकलला. पाखराची शेपटी दिसेनाशी झाली.

त्यांनी सुस्कारा टाकीत अजगरावर खिळलेली नजर उचलली. समोर पाहिलं. बद्री उभा होता. अजगराकडं पाहत. अच्युतरावांनी त्याचं निरीक्षण केलं. अंगावरचे कपडे त्याचे नाहीत हे तर उघड होतं. मारुतीनं बद्रीविषयी जे काही सांगितलं होतं ते सारं कणव आणणारं होतं. 'बद्री...' त्यांनी मृदू आवाजात हाक मारली. बद्रीनं त्यांच्याकडं पाहिलं. 'गंमत आणलीय... तुझ्यासाठी' ते म्हणाले. 'खरंच?' त्याच्या आवाजात औत्सुक्य होतं. 'हो...' असं म्हणत त्यांनी शबनममधून गुळाचा खडा काढला. तो पाहून बद्री अजगराच्या सुस्तावल्या वेटोळ्याला वळसा घालीत त्यांच्याजवळ आला. त्यांनी त्याला गुळाचा खडा दिला. त्यानं तो तोंडाजवळ नेला पण थांबून एकदम विचारलं, 'तू मला पकडणार नाही ना?' 'नाही... अजिबात नाही... उलट मला तुझी मदत हवी आहे... करशील ना?' 'हो करीन की... पण तू मला काठीनं मारायचं नाही कधी... चालेल?' 'हो... बद्री तू म्हणशील तसं...' बद्री निश्चिंतपणे गुळाचा खडा खाऊ लागला. अच्युतराव त्याच्याकडं पाहता पाहता विचार करीत होते. कधीतरी भूतकाळात याला मेंटल हॉस्पिटलमध्ये बळजबरीनं नेलं असणार... किंवा याचे वेडाचार सहन न झाल्यानं घरच्या कुणीतरी काठीनं बडवलं असणार. शरीरावरच्या जखमा बुजल्या पण मन तसंच राहिलं असणार... जखमी. अदृश्य जखमा. बऱ्या न होणाऱ्या. अंतर्मनावर चरचरत उमटणारे ओरखडे... आपण शालिनीला दिलेले... ओरखडे... लग्नापर्यंत ज्या सुखाची चवच घेतली नव्हती ते सुख लग्नानंतर भरभरून मिळालं होतं पण अल्पकाळ. शालिनीला दिवस राहिले. नव्या अंकुराची रुजवात झालेली. रोज समोर असायची. टवटवीत चेहरा. गाभुळलेलं शरीर... टचटचीत. अच्युत बघत राहायचा. अनावर इच्छा दाटून यायची. शरीरसुखाच्या ऊर्मी उचंबळून यायच्या, पण वैद्यकशास्त्र जाणत होता. संयम राखला होता त्यानं. मातृत्वाच्या कल्पनेनं भारावलेली शालिनी तिच्या स्वप्नात दंग असायची आणि पितृत्वाच्या जाणिवेनं संयमाचं प्रौढत्व जपलं होतं अच्युतनं. घरात नवीन पाहुण्याच्या आगमनाची आतुरता भरून राहिली होती.

आणि यथावकाश नॉर्मल डिलिव्हरी झाली. मुलगा जन्मला. पाचवी पुजली. थाटामाटात बारसं झालं. मराठे घराण्याचा वारस. कोडकौतुकाला सीमा नव्हती. शालिनी तर इतकी टवटवीत दिसत होती की अच्युतला वाटायचं ओरबाडून घ्यावं तिचं सौंदर्य. आदित्य चार महिन्यांचा झाला. आणि अच्युतनं ठरवलं... आता वाट पाहणं पुरे झालं कारण शरीराचा कणन् कण शृंगारसुखासाठी आसुसला होता. पण... अच्युतच्या अंतर्मनात शृंगारसुखाबाबत नवीन शंका भिरभिरत होती. अपत्यप्राप्तीनंतर पहिल्यासारखं उत्कट सुख मिळेल की नाही? म्हणून तर त्यानं पिकलेल्या केळ्यामधे जडीबुटी खलून औषध बनविलं. शालिनीनं सुरुवातीला नकार दिला. तिला ती कल्पनाच नकोशी वाटली. जननेंद्रियावर कसले लेप द्यायचे! तिनं झिडकारलंच. पण अच्युतनं खूप समजावलं. नॉर्मल डिलिव्हरीचे काही खरेखोटे तोटे समजावले. काहीसं भय दाखवलं. शेवटी तिनं लेप वापरायला संमती दिली. अच्युत मनोमन खूश होता. मनात भिरभिरणारी शंका विरत गेली. आणि महिना-दीड महिन्यानंतर त्याला संधी मिळाली. त्याचा प्रणयावेग अफाट होता. पण त्या वेळी शालिनीला प्रचंड वेदना झाल्या. तिला नवऱ्यानं दिलेल्या लेपाचा कपटी हेतू समजला. स्त्रीच्या असह्य वेदनांमधे स्वानंद शोधणाऱ्या नवऱ्याबद्दल तिडीक बसली. दुभंगलं नातं मनातच. त्या रात्रीनंतर कितीतरी दिवस तिला चालता येत नव्हतं. अच्युत नजरेला नजर देत नव्हता. चुकून नजरभेट झाली तर त्याला दिसायचे तिच्या नजरेतील विद्ध भाव... जखमी!

शरीराची वेदना संपते पण मनाची?... बद्रीकडं पाहता पाहता अच्युतरावांना सारंकाही पुन्हा आठवलं. त्या रात्रीनंतर शालिनी कधीच हसली नाही... रमली नाही. आणि एक दिवस निघून गेली. कायमची. इतर कुणालाच कारण समजलं नाही. कसं समजणार! नवरा-बायकोच्या शृंगारासारख्या अत्यंत खासगी कटुतेची वाच्यता कोण करणार. सर्वत्र आश्चर्य आणि हळहळ व्यक्त होत राहिली. अच्युत जाणून होता... स्वत:चा अपराध.

'साहेब...' बद्रीनं हाक मारली. 'साहेब तू इथं झाडं उपटायला आला का?' त्यानं विचारलं. अच्युतराव हसले. ज्या अनुबंधावर पुरुषाचं आयुष्य जोपासलं जातं तो नात्याचा बंध उपटला गेला होता आणि आता... 'नाही रे बद्री... मी झाडं नाही उपटणार...' ते म्हणाले. 'चल बद्री... माझ्यासोबत चल मी सांगतो तुला सगळं...' असं म्हणत त्यांनी बद्रीच्या खांद्यावर हात ठेवला. दोघंही पुढं अधिकाधिक दाट होणाऱ्या जंगलाकडं निघाले.

बराच वेळ अच्युतराव त्याला वनस्पतीपासून औषधं कशी बनविता येतात याबाबत सोप्या शब्दात सांगत राहिले. चालता चालता मधेच थांबून तेथील झाडं-झुडपं. त्यांची पानं... छोटी-मोठी फुलं... याचं निरीक्षण नोंदवीत ते खोल

जंगलात पोहोचले. पुढं डोंगराचे कातळकडे होते. काही अंतरावर झरा वाहतानाचा आवाज येत होता. एका मोठ्या शिळेवर ते टेकले. दाट आणि ओली सावली होती. सूर्याचा किरण या भागात जमिनीपर्यंत पोहोचत नव्हता. जंगली झाडं तरारून वाढलेली. अजस्र फांद्या अस्ताव्यस्त पसरल्या होत्या. झाडाझाडांवर वेली आपापसात स्पर्धा लागल्यागत झाडाच्या शेंड्यापर्यंत पोहोचल्या होत्या. तिथं बसल्यावर अच्युतराव सैलावले. त्यांनी भाजीभाकरीचा डबा बाहेर काढला. 'ये बद्री... खा थोडं...' बद्री काहीही आढेवेढे न घेता आला. खाता खाता ते म्हणाले, 'बद्री... वानरांचा कळप माहितीय ना तुला...' ते पुढं काही बोलायच्या बद्री म्हणाला, '... त्यातला तो काळ्या आहे ना साहेब... तो बेक्कार आहे... त्याला ना... मारणार मी...' 'का रे... त्यानं काय केलं तुला?' त्यांनी विचारलं. त्यावर बद्री लहान मुलानं तक्रार करावी तसं म्हणाला, 'तो मला दात विचकून चिडवतो... पण मग मी पण तसंच चिडवतो त्याला... तो अजून चिडतो...' अच्युतरावांना गंमत वाटली. ते म्हणाले, 'बद्री... यापुढं ना... तू माझं ऐकायचं... ऐकणार ना...' बद्रीनं मान डोलावली. ते पुढं म्हणाले, 'काळ्या वानराला तू चिडवू नकोस. त्यानं दात विचकले तरी तू तसं करू नकोस' 'का?' 'तू मला मदत करणार ना?' 'हो... तू सांग ना साहेब... काय मदत करू?' 'सांगतो... आधी हा डबा धुवून आण...' 'आणतो... द्या... पाणी आणतो प्यायला...'

बद्री डबा घेऊन झऱ्याच्या बाजूला गेला. अच्युतरावांनी सर्वत्र नजर फिरविली. हिरव्यागार घुमटातून आभाळाचे जे टिचके कवडसे दिसत होते ते निळसर नव्हते. किंचित काळवंडलेले. अच्युतरावांनी निरखून दिसतंय तेवढं आभाळ पाहिलं. किंचित गडगडाट कानी पडला. भाजीभाकरी खाताना लक्ष गेलं नव्हतं पण आता लक्षात आलं... वारं सुटलंय. वळीव! अच्युतराव स्वत:लाच म्हणाले. तेवढ्यात बद्री आला. त्यानं पाणी दिलं. 'साहेब... गंमत बघायची?' त्यानं विचारलं. 'ये... माझ्या मागं ये...' त्यांच्या संमतीची वाट न पाहता बद्री कातळकड्याकडं निघाला. अच्युतराव त्याच्या मागं चालू लागले. एव्हाना टपोरे थेंब पानापानांवर आपटत शितोड्याच्या रूपात खाली येऊ लागले. गडगडाटाचा आवाज वाढला. वाऱ्यानं अजस्र फांद्या किंचित डोलू लागल्या. तीसेक पावलांवर बद्री कातळाजवळ उभा होता. 'ये लवकर साहेब... ये' अच्युतराव शबनम बॅग आणि एक पिशवी सांभाळीत त्याच्याजवळ पोहोचले. कातळ वरपर्यंत अभेद्यसा सलग होता. वरच्या बाजूनं त्याचा ओलेपणा खालपर्यंत यायला सुरुवात झाली होती. बद्री दोन पावलं वर गेला. त्यानं अच्युतरावांना हात दिला. ते त्याच्या आधारानं वर आले. बद्रीनं कातळाच्या मागच्या बाजूला बोट दाखवलं. अच्युतराव बघतच राहिले. कातळामधे विस्तीर्ण गुंफा होती. कुणीतरी जाणीवपूर्वक कोरावी

तशी. पण ती नैसर्गिकरीत्या बनली असावी. वर्षानुवर्षं वाहणाऱ्या जलप्रपातानं निखळलेले पाषाणखंड... आपोआप तयार झालेली सपाट जागा. कडा मात्र ओबडधोबड. वाऱ्यानं उडून आणलेला पालापाचोळा सर्वत्र पसरला होता. 'आहे ना गंमत... मी इथं नेहमी येतो... तू बैस ना' बद्री तिथं टेकत म्हणाला. अच्युतराव आत आले. खाली बसले. जे ज्या भागातून इथं पोचले तो भाग गुहेतून दिसत नव्हता, कारण गुहेचं तोंड दुसरीकडं होतं. किंबहुना तिथं अशी एखादी गुहा असेल हेही दुसऱ्या बाजूनं कळत नव्हतं.

एव्हाना मुसळधार पाऊस सुरू झाला होता. वाऱ्याच्या झोताबरोबर पावसाचे तुषार आत येत होते. वैशाखानं तापलेल्या-भाजलेल्या संपूर्ण परिसराला पावसानं मृद्‌गंधित केलं. दोघंही बराच वेळ ओल्या हिरवाईकडं बघत राहिले. अच्युतरावांनी पुन्हा एकदा स्वत:ला बजावलं. आठवणींमधे गुंतायचं नाही. डोळ्यांसमोर ध्येय आहे त्याकडं लक्ष एकवटायचं. त्यांनी बद्रीकडं पाहिलं. ते म्हणाले, 'बद्री... उद्यापासून माझं एक काम करायचं... नीट लक्ष देऊन ऐक... तो काळा वानर आहे ना कळपातला... त्याच्यावर सारखं लक्ष ठेवायचं... वानरांचा कळप जिकडं जाईल तिकडं जायचं तू... काळ्या वानराला नजरेआड करायचं नाही... लक्षात येतंय का तुझ्या?' बद्रीचा काहीसा गोंधळलेला चेहरा पाहून त्यांनी विचारलं. 'अं... हो... काळ्यावर लक्ष ठेवायचं...' 'बरोबर...' 'पण तो मला चिडवतो...' बद्रीनं पुन्हा तक्रार केली. 'चिडवू दे... तू मात्र त्याला चिडवायचं नाही...' 'लक्ष ठेवून काय करायचं रे साहेब... तो काळ्या तर सारखा झाडाझाडावरून उड्या मारत असतो...' 'सांगतो... तो जिथं जिथं जाईल तिथं तू जायचं... आणि... नीट ऐक... काळ्या वानराची विष्ठा...' 'विष्ठा?' बद्रीनं विचारलं. अच्युतरावांना स्वत:ची चूक उमजली. ते किंचितसे हसत म्हणाले, 'विष्ठा म्हणजे शी... काळ्या वानरांनी केली की लगेच ती शी झाडाच्या पानांवर गोळा करायची आणि मला द्यायची.' बद्री त्यांच्याकडं बधिर नजरेनं बघत राहिला. 'बद्री कळतंय का तुला माझं बोलणं?' 'अं... हो... काळ्याची शी तुला द्यायची पण... त्याची शी कशाला हवी तुला?... माझी शी घे की.' अच्युतराव खळखळून हसू लागले. बद्री भांबावून बघत राहिला. आपलं खळाळतं हसणं आवरत ते म्हणाले, 'बद्री... अरे मला खास औषध बनवायचंय त्यासाठी...' 'पण तू तर झाडाची औषधं बनवतोस...' तो मधेच बोलला. अच्युतरावांना त्याचं निरागस बोलणं ऐकून त्याच्याविषयी अपार करुणा आली. त्यांनी काही न बोलता बाहेर नजर टाकली. आता वळीव थांबला होता. झाडाच्या पानापानांतून थेंब टपकत होते. गुहेच्या वरच्या कातळावरून पावसाचं पाणी छतावर झिरपलं होतं. 'साहेब... तू रागावलास?' बद्रीनं विचारलं. अच्युतरावांनी त्याच्याकडं प्रेमळ नजर टाकली.

म्हणाले, 'नाही बद्री... रागावलो नाही.' 'मग उद्या मला गंमत देणार ना?' 'हो' 'मी पण काळ्यावर लक्ष ठेवीन... त्याची शी देईन तुला...'

अच्युतराव परतीच्या वाटेवर होते. वळिवाच्या जोरदार पावसानं जंगल झोडपून काढलं होतं. बद्रीच्या नादात आज त्यांना जंगलातून बाहेर पडायला रोजच्यापेक्षा उशीर झाला होता. अंधार दाट होऊ लागला होता. मोठा पाऊस होऊन गेला तरी अजूनही आभाळ कोंदटलेलंच होतं. जंगल मागं पडलं. रस्ता चिखलमय झालेला. अच्युतरावांना सराव होता, रस्ता पायाखालचा बनला होता एवढ्या दिवसात, पण तरीही ते जपून चालले होते. मारुतीचं घर जवळ आलं... तेवढ्यात कुणीतरी शुक् ऽऽ शुक् केलं. अच्युतरावांना क्षणभर भास झाल्यागत वाटलं. पण पुन्हा कुणीतरी तोच आवाज केला. खांबावरच्या पिवळ्या दिव्याचा मलूल प्रकाश दुखणाईतासारखा निस्तेज पसरला होता. त्यांचं लक्ष गेलं. रस्त्याच्या कडेला एका झाडाखाली एक स्त्री उभी होती. अच्युतराव काहीसे अचंबित झाले. या वेळी... निर्जन रस्त्यावर एकटी स्त्री. ती चार पावलं पुढं आली. अच्युतरावांनी तिच्याकडं नीट पाहिलं. अंधारलेल्या फिकट प्रकाशाला त्यांची नजर सरावली. तिनं फुलाफुलांची साडी नेसली होती. स्वत:ची बेंबी दिसेल इतकी खाली. पदरही नीटसा घेतला नव्हता. काजळानं डोळे रेखलेले आणि ओठावर लिपस्टिक. अच्युतराव घाबरले नव्हते पण बिचकले जरूर. हिला कुठंतरी पाहिलंय... त्यांच्या मनात आलं. आणि पुढच्याच क्षणी त्यांना लख्ख आठवलं. इथं येताना पहिल्या दिवशी भेटली होती. 'शेवंता ना तू?' ती हसली. अच्युतरावांनी आपल्याला ओळखलं याचा आनंद होता तिच्या हसण्यात.' 'हो साहेब...' 'तू इथं काय करीत आहेस... या वेळी?' त्यांनी विचारलं. क्षणभरच ती गप्प राहिली. मग म्हणाली, 'सांच्याला रस्त्यात उभं राहून एक बाई काय करू शकते?' तिच्या आवाजातील कारुण्य जाणवलं त्यांना. त्यांना वस्तुस्थिती कळली. याचा अर्थ त्या भर दुपारी ती जे बोलली आपुलकीनं... तो तिच्या व्यवसायाचाच भाग होता. मला गिऱ्हाईक बनविण्याचा प्रयत्न. ते तिला काही बोलणार तेवढ्यात ती म्हणाली, 'जंगलात एकटं एकटं जाता... हवंतर मी बी येईन की संगट... आत्तासुद्धा... जायाचं कां?' तिनं मुद्द्याला हात घालत म्हटलं. ती हसत पुढं आली. 'चला की... पावसानं घोळ घातला बगा, गिऱ्हाइक भेटन आसं वाटत नाही... करा भोवनी गरिबाची...' तिच्या बोलण्यावर काय बोलावं ते न उमजून अच्युतराव गोंधळले. 'या भागात भायेरनं आलात ना... मार्त्याकडं राहता...' 'हे बघ शेवंता, मी... मला... आय मीन... मला हे...' अच्युतरावांना बोलणं सुचेना. पूर्वी कधीही आयुष्यात न आलेला, न अनुभवलेला प्रसंग अचानक उद्‌भवला होता. 'साहेब तुमी जंटलमन दिसताय... परक्या बाईसंग कदी काय केलंबी नसन तुमी...

तुमाला गरज नसन पन आमाला पोट जाळायसाठी...' ती एकदम गप्प बसली. अच्युतरावांच्या लक्षात आलं होतं पण तिच्या शब्दांनी त्यांना ते प्रकर्षानं जाणवलं. त्यांनी खिशातून नोटा काढल्या. म्हणाले, 'शेवंता, तुला हवी असेल तर ही मदत घे पण मी त्यातला नाही...' 'नको साहेब... फुकटचं दान नको मला... तुमी दानत दाखवली... बरं वाटलं... कदी तंगड्यांची भूक लागली तर सांगा...' एवढंच बोलून ती निघून गेली. अच्युतराव बघत राहिले. तिचे शब्द त्यांच्या मनाच्या तळापर्यंत गेले. तंगड्यांची भूक. शब्द ग्राम्य होते पण केवढं मूलभूत तथ्य होतं त्यात. आदिम प्रेरणा. शृंगार. सोज्ज्वळ शब्द वापरले तरी... क्रिया तीच. तशीच. त्याच भुकेपोटी घडतं सारंकाही. पोटाच्या भुकेला चवचाल जिभेचे चोचले तर तंगड्यांच्या भुकेला मनात उसळणाऱ्या कामक्रीडेचे डोहाळे. मग आपल्यासारखा तज्ज्ञ बनवितो पिकलेल्या केळ्यातील जडीबुटीचा लेप... स्त्रीच्या जननेंद्रियाचं आकुंचन व्हावं म्हणून... स्त्रीच्या वेदनांनी अधिक समाधान मिळावं म्हणून... विनीतसारखा तरुण याच भुकेपोटी लालगोऱ्या कातडी शोधतो... असाध्य रोग सोबतीला घेऊन परततो. भिरभिरत्या विचारांच्या आवर्तनात ते घराजवळ पोहोचले.

अंगणात उभा राहिलेला मारुती त्यांना पाहून पुढे आला. 'साहेब... एवढा उशीर?... मी निघणारच होतो तुम्हाला पाहायला.' अच्युतरावांना चेहरा न्याहाळत त्यांनं विचारलं, 'काय झालं साहेब? तुम्ही असे...' अच्युतरावांनी मनातील वादळ थोपवलं. चेहेऱ्यावर हसू आणलं. म्हणाले, 'काही नाही. आधी फ्रेश होतो... मग बोलू आणि हो... आईसाठी औषध बनवायचंय... दूध उकळायला ठेव. थोड्या वेळानं खोलीत ये...' एवढं बोलून ते खोलीत शिरले. मारुती क्षणभर थांबला मग तो स्वयंपाकघराकडं गेला.

ज्येष्ठ सरला. पावसानं चांगला धिंगाणा घातला. ज्येष्ठात-मृग नक्षत्रानं संपूर्ण जंगलच नाही तर सारी पंचक्रोशी जलमय करून टाकली. धरण अर्ध्याहून अधिक भरलं. मग आषाढ लागला. कोंदट आभाळाचा आषाढ. सूर्यदर्शन दुर्मिळ करणारा आषाढ. वातावरण कुंद करणारा आषाढ. अच्युतरावांवर मारुती खूश होता. मुसळधार पाऊस लागला, रिपरिप लागली, हवा ओलसर-दमट झाली पण मारुतीची आई एकदाही खोकली नाही. उलट दमा ओसरल्यावर चांगली टुकटुकीत झाली. पोटुशा सुनेला हातभार लावू लागली. स्वतः अच्युतरावांना काय हवं नको ते जातीनं बघू लागली. अच्युतरावसुद्धा त्या घरात पूर्ण रुळले होते. जणू कुटुंबाचा एक घटक बनले होते. जंगलातून एकदोन दिवसाआड काडवेलीचा झाडोरा आणून पानांचा रस काढून म्हातारीला द्यायचे. त्या रसात म्हातारी जोंधळ्याची भाकरी बडवून खायची. तेलकट आंबट वर्ज्य करून पथ्यपाणी

काटेकोर सांभाळलं होतं तिनं. म्हणायची कधीमधी त्यांना, 'माझ्या पंढरीच्या इठोबानं धाडलं रं तुला... माहं मढं झालं तं पन तू जित्तं केलंस... ते बी जाव दे पन तू मार्त्याच्या बाईला ओशिद दिलं... पोट पडलं न्हाई या बारीला... कूस धरली रं बाबा एकदाची... नात व्हऊ दे नायतर नातू... तुजं तोंड गोड केल्याबिगार जाव देनार न्हाय मी तुला...'

अच्युतरावांना तरी कुठं लगेच जायचं होतं! गेल्या दोन-तीन महिन्यात त्यांनी सगळी सामग्री जमविली. बद्रीनं त्यांना आडदांड काळ्या नर वानराची विष्ठा मिळवून दिली. अच्युतरावांनी औषध सिद्ध केलं. आणि...

पावसाळी रात्र अधिकच अंधारी होती. जेवणं आटोपून निजानीज झाली, पण अच्युतरावांना झोप येत नव्हती. एरवी ते अंगणात बसायचे, येरझाऱ्या घालायचे. पण आता ते शक्य नव्हतं. दारात, अंगणात... सर्वत्र ओलंकिच्चं होतं... आषाढी भुरभुर कधी बरसेल नेम नसायचा. बाहेर बसणं शक्य नव्हतं. दार उघडं टाकून ते बाहेर पाहत खोलीत दाराजवळ बसले होते. कृतकृत्य भाव घोळवत. साडेतीन... की चार महिने... इथं. अनोळखी प्रदेश... अनोळखी जंगल... पण एकच ध्येय होतं मनात. विनीतच्या वाट्याला जो रोग आला तो तसा इतर तरुणांच्या वाट्याला येऊ नये. म्हणून तर नवीन औषध सिद्ध करायचा ध्यास घेतला. कपित्य फळाचा गर आधी वापरला पण वाया गेला प्रयत्न... किती प्रयोग केले... जंगलात वणवण केली... संपूर्ण जंगल ओळखीचं झालं. या काळात बद्रीची मदत तर अनमोलच. अखेरीस कासोदियाचा पाला उपयोगी पडला. आबाजींच्या वहीप्रमाणं औषध सिद्ध झालं खरं पण... पुन्हा तोच प्रश्न त्यांच्या मनात उभा राहिला–

औषधाची प्रचिती घ्यायची कशी?

पडताळा घ्यायचा तर आधी रोगी शोधायला हवा. आजकाल रोग्यांची कमतरता नाही. चंगळवाद-उपभोगवादाची लागण झाली आहे सर्वत्र. फक्त वस्तूंसाठीच नाही तर वासनांसाठीसुद्धा. यासाठीच तर गेले होते अच्युतराव... जवळच्याच तालुक्यात. प्रसिद्ध रुग्णालयात. सारंकाही स्वच्छ आठवत होतं अच्युतरावांना.

'माझं नाव अच्युत श्रीपाद मराठे... आयुर्वेदतज्ज्ञ...'

'बोला... काय काम आहे?'

'तुमच्या रुग्णालयात एड्स रुग्ण आहे ना...?'

रुग्णालयाचा चीफ मेडिकल ऑफिसर त्यांच्याकडं रोखून पाहू लागला. त्याच्या नजरेत काहीसा संभ्रम... काहीसा संशय.

'आहे. त्याचं काय?'

'मी एक नवीन औषध बनवलंय एड्सवर... जर आपण परवानगी दिली तर...'

सीएमओ हसला. हलकंसं. कुत्सित भाव जाणवला अच्युतरावांना.

'आमच्या मराठे घराण्यात वंशपरंपरागत चालत आलंय आयुर्वेद... माझे आजोबा दत्तोबाशास्त्री मराठे फार नामांकित वैद्य होते... नाडी पाहून...'

'एक्सक्यूज मी मिस्टर...'

'अच्युत मराठे...'

'हां... मिस्टर मराठे. एड्स रोगाबद्दल जगभर संशोधन चाललंय... ॲलोपॅथीमधे तर दिवसरात्र प्रयोग होत आहेत...'

'आय नो... पण...'

'मराठेसाहेब... इथं एड्सचे रुग्ण आहेत, पण... आय ॲम सॉरी... मी तुम्हाला परवानगी देऊ शकत नाही.'

'कारण विचारू शकतो मी?'

'कारण सांगायचं बंधन नाही माझ्यावर, पण तुमची कळकळ प्रामाणिक वाटली म्हणून सांगतो. आयुर्वेदावर आमचा विश्वास नाही.'

'प्लीज... असं म्हणू नका... आयुर्वेद फार पुरातन आहे... मी स्वत: गेली अनेक वर्षं...'

'सॉरी मराठेसाहेब... आमचं रुग्णालय बाहेरचे उपचार मान्य करीत नाही. शिवाय रुग्णाचे नातेवाईकसुद्धा या उपचारासाठी संमती देतील असं वाटत नाही...'

'आपण विचारून तरी पाहा...'

'सॉरी... आपण जाऊ शकता...'

अच्युतरावांनी दीर्घ उसासा टाकला. वेगवेगळ्या पॅथी आहेत पण ध्येय तर सर्वांचं समानच आहे ना! रुग्णाचा रोग बरा करणं... तरी मग एकमेकांना परस्परपूरक बनायचं सोडून परस्परद्वेष... विरोध का? अच्युतरावांनी अजून दोन-चार ठिकाणी प्रयत्न केला पण तिथंही नकारच मिळाला होता.

काय करावं? कसा पडताळा घ्यावा औषधाचा?

...आणि अचानक एक विचार चमकला मनात.

बाहेर अंधारात बेडकांच्या समूहाचा डराँव ऽ डराँव आवाज टिपेला पोहोचला होता. अच्युतरावांचं मन थरारलं त्या कल्पनेनं. किंचितसं शहारलं शरीर. त्यांनी अंगावरची शाल अधिक आवळून घेतली.

~

जंगल सर्द होतं. हवेत ओला गारवा होता. झाडाझाडांच्या बुंध्यावर ओलसर

शेवाळं साचून सर्वत्र ओली हिरवाई साचली होती. अच्युतराव हिंडत होते. निरुद्देशच. कारण औषधाचं काम झालं होतं. आता... त्यांनी सर्वत्र नजर फिरविली. मनसोक्त पाऊस झेलून सारं जंगल तृप्त दिसत होतं. जमिनीवर जागोजाग असंख्य झुडपं... गवत आणि रानटी झाडोरा फुललेला होता. टणटणीची झाडं तर जागोजाग तरारून वाढली होती. मातकट जमिनीचा इंचभर तुकडा शोधूनही सापडला नसता एवढी हिरवाई बहरलेली होती. खोडं आणि झाडांच्या फांद्यांचा एरवी दिसणारा वेगळा रंगही शेवाळामुळं ओला हिरवा दिसत होता. अच्युतराव पुढं चालले होते. अचानक ते थबकले. समोर बद्री उभा होता. पाठमोरा. एका झाडाच्या फांदीकडं पाहत. एकटक. निश्चल. त्यांनी जागच्या जागी थांबून झाडाकडं पाहिलं. पाहतच राहिले ते. झाडावर माकडांची टोळी होती. शांत आडदांड काळ्या नर वानरानं एका मादीला धरलं होतं. आणि तो तिच्याशी समागम करीत होता. मादी अस्फुट चीत्कारत होती. आडदांड नर वानर पूर्ण ताकदीनिशी तिच्या पार्श्वभागाशी झोंबत होता. बद्री ते दृश्य अवाक् होऊन पाहत होता. त्याला कशाचच भान नव्हतं. अच्युतरावांच्या मनातील स्वार्थी विचार पुन्हा उफाळून वर आला. बद्रीवरच प्रयोग करावा. कदाचित निसर्गाचीही संमती असावी या कल्पनेला. तसंही इतक्या दिवसात कधीही न पाहिलेलं दृश्य त्याला आजच दिसतं ना! त्यानं कधी शृंगार अनुभवला असेल का? त्यांच्या मनात कुतूहल दाटलं. त्याचा इतिहास कुणालाच माहीत नाही. त्याला विचारावं का? पण तो तरी सांगू शकेल का सुसंगत? ज्याअर्थी तो वानराचं दृश्य एवढा टक लावून पाहतोय त्याअर्थी त्या कृतीबाबत त्याच्या मनात प्रचंड औत्सुक्य जागं झालं असणारच. मनातच नाही तर शरीरातसुद्धा. आधी बुद्धीमधे उद्दीपन होतं... मनात भावना जागी होते आणि मग शरीरावयव जागृत होतात हे शास्त्रीय सत्य आहे. बघायला हवं... विचार करीत अच्युतराव पुढं आले. एव्हाना वानराचा कार्यभाग उरकला होता. टोळीतील बरीचशी वानरं दुसऱ्या झाडांवर पांगली होती. काही घडलंच नाही अशा रीतीनं ती मादी झाडावरची कोवळी पानं आणि फळं खात होती. अच्युतराव त्याच्याजवळ जाण्यासाठी निघाले तेवढ्यात बद्री झाडाजवळ गेला. आणि झाडावर चढू लागला. अर्थात ते त्याला जमलं नाही. झाडाचा बुंधा शेवाळानं ओला-निसरडा होता. बद्रीनं पुन्हा प्रयत्न केला पण दोन-तीन फूट उंचीवरून तो घसरला. खाली पडला. 'बद्री... काय करतोस हे?' अच्युतराव पुढं आले. त्यांनी त्याला उठवलं. तो भांबावला होता. नेहमीपेक्षा काहीशी वेगळ्या आवाजात त्यानं विचारलं, 'तू मला झाडावर चढव नां... चढवतोस?' 'कशासाठी झाडावर चढायचंय तुला?' त्यांनी शांतपणे विचारलं. झाडावरच्या मादीकडं बोट दाखवीत म्हणाला, 'तिथं जायचंय. ए साहेब... तो काळ्या... त्यानं...' पाहिलेलं

दृश्य त्याच्या मनात होतं, पण ते त्याला नेमकं सांगता येईना. अच्युतरावांनी त्याच्या खांद्यावर थोपटलं. म्हणाले, 'काळ्यानं वानरीला धरलं होतं ना...' 'हो हो...' तो पट्कन म्हणाला. उसंत न घेता लगेच म्हणाला, 'मला पण धरायचंय... वानरीला...' अच्युतरावांचं लक्ष गेलं बद्रीच्या पायजम्याकडं. नकळत. पायजम्याच्या पुढील भाग फुगीर दिसत होता. बद्रीला कळत नव्हतं काय होतंय पण त्याच्या शरीराला जाग आलेली स्पष्ट दिसत होती. त्याचा हात त्याच्याही नकळत त्या अवयवाकडं जात होता. अच्युतरावांना त्याच्याबद्दल अधिकच कणव वाटू लागली. शृंगार म्हणजे काय हे त्याला समजावणं कठीण होतं पण तरीही... त्याचं उसळलेलं... उद्दीपित झालेलं शरीर... अच्युतरावांनी त्याच्या खांद्यावर हात टाकला, म्हणाले, 'चल... आपण गप्पा मारत गुहेकडं जाऊ...' बद्री आज्ञाधारक मुलासारखा त्यांच्याबरोबर चालू लागला. काही वेळानं अच्युतराव म्हणाले, 'हे बघ बद्री... तू या जंगलात राहतोस नां... तू पाहिलं असशील... पानं उगवतात... हळूहळू वाढतात. मग पिवळी होतात आणि एक दिवस गळून पडतात... त्याजागी नवीन पानं उगवतात...' 'हो...' 'बद्री... यालाच निसर्गचक्र म्हणतात... ते सर्वांसाठी तसंच असतं... काळा वानर काही दिवसांनी म्हातारा होईल... मरून जाईल... म्हणून त्यानं दुसरं वानर तयार होण्यासाठी त्या वानरीला जवळ घेतलं...' अच्युतराव बोलत राहिले. बद्रीच्या चेहऱ्यावरचे भाव निरखत राहिले. त्यांना जाणवत होतं... बद्रीला काही काही समजतंय... बरचंसं त्याच्या आकलनापलीकडं जातंय. तरीही ते त्याला सोप्या भाषेत सांगत राहिले. बोलता बोलता दोघंही कातळाच्या गुहेत आले. तिथं बसल्यावर अच्युतराव म्हणाले, 'बद्री...' 'ए तू गंमत आणलीस माझ्यासाठी?' बद्रीनं मधेच विचारलं. 'हो...' 'दे ना...' अच्युतरावांनी शबनम बॅगेतून प्लॅस्टिकच्या कागदात गुंडाळलेला गुळाचा खडा काढला. त्याला दिला. बद्रीनं लगेचच खायला सुरुवात केली. अच्युतराव त्याच्याकड बघत होते. त्यांच्या मनात पुढचा बेत घोळत होता.

~

बद्री गुहेतील पालापाचोळ्यावर पडला होता. एखादं प्रेत पडावं तसा. त्याची त्वचा पांढुरकी दिसत होती. एकदम हाडकला होता तो. अच्युतराव त्याच्याजवळ बसले. बद्रीनं त्यांच्याकडं पाहिलं. त्याचे डोळे निस्तेज होते. काटकीसारखा वाळलेला त्याचा हात त्यांनी स्वत:च्या हातात घेतला. नाडीचे ठोके पाहायचा प्रयत्न केला. कृश मनगटावर नाडी लगेचच सापडली. नाडी क्षीण होती. अच्युतरावांनी त्याच्या दोन्ही डोळ्यांच्या पापण्या वर करून डोळ्यांचा रंग पाहिला. औषधाचा डोस वाढवावा का... त्यांच्या मनात आलं. पण... इतके दिवस औषध देतच आहोत ना... आवश्यकतेपेक्षा दीड मात्रा जास्तच देत आहोत... ...आणि तरीही!

बद्रीचे ओठ हलले. त्याला बोलायचं होतं. पण तेवढीसुद्धा शक्ती नव्हती. अच्युतराव पुढं वाकले. त्यांनी आपला कान बद्रीच्या तोंडाजवळ नेला... बद्री तुटक तुटक म्हणाला, 'साहेब... काय झालं रे मला?' अच्युतरावांच्या हृदयात काटा रुतल्यागत झालं. आणि पुढच्याच क्षणी बद्री ताड्‌कन उठला. अच्युतराव त्याच्याकडं बघतच राहिले. जणू बद्रीच्या जागी हाडाचा सापळा उभा होता. 'का रे... का केलंस असं तू... बोल साहेब... का केलंस तू हे? कोण होती ती बाई?... बोलऽ' बद्री पुन:पुन्हा विचारू लागला. त्याचा रडका आवाज आता कर्कश झाला... तो अच्युतरावांच्या जवळ जवळ येऊ लागला.

अच्युतराव दचकून जागे झाले. क्षणभर त्यांना कळेना घराची खोली आहे की गुहा! त्यांनी दिवा लावला. रात्रीचे अडीच वाजले होते. त्यांना जाणवलं. घाम आलाय. त्यांनी घाम पुसला. लोट्यामधील पाणी प्यायले आणि दरवाजा उघडला. बाहेरची शीतल... ओलसर हवा आत आली. बाहेर करडा अंधार होता. मधूनच बेडूक डराँव ऽऽ डराँव ओरडत होते. अच्युतरावांनी चप्पल घातली व ते अंगणात आले. आभाळ राखाडी काळपट होतं पण पाऊस नव्हता. कसलं स्वप्न म्हणायचं हे? त्यांच्या मनात आलं. गेले काही दिवस, विशेषत: काल जंगलामधे जे घडलं... बद्रीबाबत जो बेत ठरवला, मनातल्या मनात, त्याचंच प्रतिबिंब म्हणायचं का? तसंच असणार. अन्यथा बद्री स्वप्नात यायचं काय कारण? शेवंताला जंगलात न्यायचं आणि बद्रीबरोबर समागम करायला लावायचं... कधी उगवला हा विचार आपल्या मनात?

अच्युतरावांना दहा-बारा दिवसांपूर्वी शेवंता पुन्हा एकदा भेटली होती. त्या वेळी ती नेहमीसारखी टवटवीत दिसली नाही. मलूल हसली होती. तिनं तिची रडकथा ऐकवली. गिऱ्हाईक भेटत नाही. दोनदोन चारचार दिवस पोटाचे वांधे होतात. शेवटी वैतागून तिनं म्हणे एका भिकाऱ्याला पटवलं होतं... त्यालाही ते सुख हवं होतं... त्याच्याकडं साठवलेले बरेच पैसे होते पण... तिनं त्याला ते सुख दिलं. अच्युतराव नखशिखांत शहारले होते तिची कर्मकहाणी ऐकून. दयेपोटी त्यांनी पुन्हा तिला मदत देऊ केली होती पण तिनं नाकारली होती. त्याचवेळी त्यांच्या मनात पहिल्यांदा विचार आला होता. औषधाचा पडताळा घ्यायचा आहे. रोगी उपलब्ध नाही. आपणच रोगी बनविला तर? क्षणभर थरारले होते अच्युतराव. मात्र त्या कल्पनेनं कब्जा घेतला मनाचा. शेवंताच्या हातात शंभराच्या काही नोटा कोंबत ते तिला म्हणाले होते... शेवंता, फुकट देत नाही पैसे... मी सांगेन तेव्हा जंगलात ये... क्षणभर तिचा विश्वासच बसला नव्हता. पण त्यांनी तिला प्रॉमिस दिलं. पैसे घ्यायला लावले होते. जाता जाता ती म्हणाली सुद्धा, 'साहेब तुम्ही नुसता निरोप द्या... दिवसा... रात्री... कदीबी येईन

मी जंगलात... अंगभर खुशी देईन तुमाला.'

'मलाच असं नाही शेवंता... मी सांगेन त्याच्याबरोबर तुला...' अच्युतराव म्हणाले. त्यावर ती क्षणभर गप्प राहिली होती. पण जणू तिला आता माघार घ्यायची नव्हती. उदार हातानं एवढ्या नोटा देणाऱ्या अच्युतरावांबद्दल जणू समर्पणभाव दाटला होता. म्हणाली, 'साहेब... सटवाईनं लिवलंय. समदं काही... तुमी म्हणाल ते समदं करीन... जाते...'

अच्युतरावांच्या अंगावर शहारे आले सारंकाही आठवून. शेवंता गरीब... असहाय्य स्त्री. आडगावात देहविक्रय करणारी निराधार... म्हणून तर मी तिच्याशी सौदा केला. पण... बद्री! बद्रीबरोबर शेवंताला... आणि मग वाट पाहायची... दोघांपैकी कुणाला लागण होते त्याची. एका अर्थानं मी त्यांना मृत्यूच्या दारात नेतोय. मी बनविलेल्या औषधाचा उपयोग होतो की नाही हे तपासण्यासाठी! उपयोग झाला तर उत्तमच. पण समजा... स्वप्नात दिसलं तसं... औषध परिणामकारक ठरलं नाही तर...? बद्रीचा यातनामय मृत्यू... बिचारा. निरागस भोळा... अश्राप जीव आहे. जंगलात प्राणी जगतात तसा जगतोय... त्याला सावज बनवायचं? सत्शील... सुसंस्कृत मराठे घराण्यात जन्मलो मी... आणि हा असा डाव मांडला मी?

अच्युतराव भिरभिरले. आभाळ आता काहीसं काळवंडलं... तुषार उडवावेत तसे हलके हलके थेंब येऊ लागले. अच्युतराव अंगणात येरझाऱ्या घालीत होते. त्यांचं मन त्यांना धुत्कारू लागलं. पण त्याचवेळी त्यांच्या मनात दुसराही विचार येत होता. शेवंताशी समागम केला म्हणून बद्रीला एड्सची लागण होईलच असंही खात्रीनं म्हणता येत नाही. शेवंता वारांगना आहे म्हणून मी गृहीत धरतोय की तिला एड्स असू शकतो. पण तो तिला असेलच हे कशावरून? त्या दिवशी ती मलूल वाटली... पांढुरकी दिसली... कदाचित उपासमार झाल्यामुळंही ती तशी दिसली असेल!

विचार, विचार आणि फक्त विचार. उलटसुलट. कधी हे बरोबर वाटत राहिलं तर कधी ते बरोबर. अच्युतराव थकले. आभाळाचा रंग बदलू लागला. दूरवर कुठंतरी कोंबड्यानं बांग दिली. अच्युतराव खोलीत आले. सर्वत्र नजर फिरली त्यांची. त्या खास औषधाव्यतिरिक्त त्यांनी गेल्या तीनचार महिन्यात अनेक औषधं बनवून ठेवली होती. कनक फळ भाजून आतला गर रुईच्या चिकात खलून गोळ्या बनविल्या होत्या. विंचूदंशावरचा प्रभावी उतारा म्हणून. धायटीचं फूल, शेवरीचा डिंक आणि आजमोदाचं मिश्र बनविलं होतं. कोणत्याही प्रकारची हगवण असली तरी ताकातून मिश्रण घेतलं की उतार पडलाच पाहिजे... अच्युतराव बघत राहिले प्रत्येक छोट्या पिशवीकडं. औषधाचं नाव... रोगाचं

नाव... लक्षणं... औषध घ्यायची पद्धत... पथ्य... अनुपान. सारंकाही लिहून ठेवलेलं. मारुती खोलीत बसायचा तेव्हा त्याला सगळं वर्णन करायचे. जणू तोच त्यांचा वारस होणार होता. अच्युतरावांच्या थकलेल्या मनाला पोकळी जाणवली. पणजोबांकडून आजोबा दत्तोबाशास्त्री शिकले... त्यांच्याकडून आयुर्वेदाची... वनौषधींची दीक्षा घेतली वडिलांनी... आबाजींनी आणि आबाजींकडून मी! पण माझ्यानंतर? शालिनीला मी व्यथा वेदना दिल्या नसत्या तर... तर ती राहिली असती... आदित्यही जवळ राहिला असता... पण... आता गावी पुन्हा परतून करायचं काय? बाबाकाकाखेरीज कोणता धागा शिल्लक राहिला आहे? हे सारं ज्ञानभांडार गावी जाऊन सोपवायचं कुणाच्या हातात? विनीतच्या अकाली मृत्यूनं बाबाकाका खचला आहे... त्याची विमनस्कता संपेल असं वाटत नाही... काय करावं? गावी परत जावं की इथंच राहावं? हा सारा पसारा मारुतीकडं दिला तर...

अच्युतरावांना जाग आली तेव्हा सकाळचे अकरा वाजून गेले होते. त्यांना खूप ओशाळ वाटलं. मारुतीच्या बायकोनं, पार्वतीनं त्यांना चहा आणून दिला. त्यांना फार संकोच वाटला. पण ते आता शांत होते. सकाळी डोळ्यावर पेंग येता येता त्यांच्या मनानं त्यांना कौल दिला होता. जणू आतला आवाज कानी पडला होता. निर्णय झाला होता. वादळ शमलं होतं. त्यांनी आन्हिक उरकलं आणि भाजीभाकरीचा डबा घेतला. आणि शबनम बॅगेत एक बेडशीट कोंबलं. निघताना त्यांनी म्हातारीला सांगितलं... आज परतायला उशीर होईल. शेवंताला निरोप देऊन अच्युतराव जंगलात पोहोचले तोवर दुपार कलली होती. अच्युतरावांचा बराच वेळ शेवंताला शोधण्यातच गेला होता. जंगलात ते निरुद्देश भटकत राहिले. त्यांचं मन शांत झालं होतं. मधूनच पावसाची एखादी सर येऊन जात होती. त्यांना आज बद्री कुठंच दिसला नव्हता. पण आता त्यांना त्याची गरज नव्हती. आभाळ गच्च दाटलेलं होतं. रमतगमत अच्युतराव पाणथळ जागेजवळ आले. तिथं आता पावसामुळं मोठं तळं झालं होतं. कातळकड्यावर गवत आणि शेवाळाची दाटी होती. त्यांनी घड्याळात पाहिलं. संध्याकाळचे सहा वाजत आले होते. तळ्याच्या काठावर बेडकांचा लपाछपीचा डाव रंगला होता. एखादा मोठा टपोरा बेडूक आपल्या बटबटीत डोळ्यांनी त्यांच्याकडं रोखून पहायचा... आणि पुढच्याच क्षणी डुबूकन पाण्यात गायब व्हायचा. त्यांच्या डराँव डराँव आवाजाच्या सोबतीला रातकिड्यांचंही संगीत सुरू झालं होतं.

पाठीमागं पानांची खसबस झाली तसं त्यांनी वळून पाहिलं. शेवंता उभी होती. छानसं पातळ होतं अंगावर. ते तिच्याकडं बघतच राहिले. तिनं आज विशेष मेहनत घेऊन स्वत:चं आवरलेलं जाणवत होतं. बटबटीत लिपस्टिकच्या जागी हलकेपणानं लिपस्टिक लावली होती. डोळ्यात काजळ निगुतीनं रेखलेलं.

क्षणभर त्यांना विसर पडला की ती एक वारांगना आहे. जणू त्यांच्यासमोर एक सुशील घरंदाज स्त्री उभी होती.

निमिषभरासाठी त्यांना तिच्या जागी शालिनी असल्याचा भास झाला. त्यांनी स्वत:ला सावरलं. 'आलीस... ये... चल् माझ्याबरोबर...' असं म्हणत त्यांनी तिचा हात धरला. त्यांच्या स्पर्शानं ती किंचितशी थरथरली. त्यांचंही मन थरथरलं किती वर्षांनंतर स्त्रीला स्पर्श केला! परस्त्रीला तर बहुधा प्रथमच. त्यांच्या हृदयात किंचित धडधड झाली. तिचा हात धरून सावरीत ते तिला कातळाच्या काठा-काठानं गुहेत घेऊन आले.

एव्हाना अंधार दाट होऊ लागला. तरीही आभाळाची आभा होती बाकी. 'साहेब...' तिनं इकडंतिकडं शोधक नजरेनं पाहत म्हटलं. अच्युतरावांनी ओळखलं तिला काय विचारायचंय ते. ते फक्त मंदपणे हसले. शबनम बॅगेत कसंबसं कोबलेलं बेडशीट त्यांनी बाहेर काढून पाचोळ्यावर अंथरलं. बेडशीट सरळ करण्यासाठी ती वाकली. तिचा पदर घसरला. अच्युतरावांची नजर खिळून राहिली. आणि पुढच्याच क्षणी त्यांनी तिचा हात धरून तिला जवळ खेचलं. जंगल पूर्ण अंधारात बुडालं. त्याचवेळी आभाळात तुंबलेल्या कृष्णमेघांनी जोरदार जलवृष्टी सुरू केली.

◆

श्रीदिपलक्ष्मी, दिवाळी २०१३

कथा एका आत्मचरित्राची

मी झाडांच्या ओबडधोबड सावलीत एकटाच बसलो होतो. दृश्य मोठं रमणीय होतं. माझ्यासमोर समुद्र होता. फेसाळत किनाऱ्यावर येणाऱ्या लाटांचा खळाळता आवाज आणि समुद्रावरून येणारा भणाणता वारा मला सारं भान विसरायला लावत होता. डाव्या बाजूकडं समोर डोंगरावर एन्रॉन प्रकल्पाची तीन, प्रचंड मोठी चिमणीटाइप नळकांडी, लाल पांढऱ्या रंगात रंगलेली दिसत होती.

दाभोळच्या समुद्रकिनाऱ्यावर मी कामासाठी आलो होतो. काम म्हणजे लेखनकाम. कुणासाठी तरी आर्थिक मोबदला घेऊन त्यांना हवं ते लिहून द्यावयाचं काम. दुसऱ्या शब्दात 'शॅडो रायटर' किंवा 'घोस्ट रायटर' म्हणून आलो होतो. लेखन तर होणार होतंच पण मी त्या 'स्पॉट'वर प्रचंड खूश झालो होतो. मला लिखाणासाठी सर्व सुविधा, म्हणजे प्लॅस्टिकचं टेबल-खुर्ची, थर्मासमध्ये चहा देऊन माझे यजमान दूर फिरायला गेले होते. एकांत मिळाला की कल्पना भिरभिरतात, शब्दांना घुमारे फुटतात आणि कागदावर सरस्वतीची सुंदर पावले भरभर उमटतात, अशी त्यांची ऐकीव माहिती होती. म्हणून तर मला त्या रमणीय स्पॉटवर एकटं सोडून ते दूर उजवीकडं गेले होते.

समुद्राच्या उजव्या काठाला लागून उंच डोंगर होते. डोंगरावर दूर एक विटक्या रंगाचा, भगवा झेंडा वाऱ्यानं फडफडत होता. बहुधा एखादं मंदिर असावं. ते माझ्या दृष्टीच्या टप्प्यातून दूर दूर गेले, दिसेनासे झाले.

माझ्या समोर ठेवलेले कोरे कागद फडफडत होते. त्यावर वेड्यावाकड्या आकाराचा जांभ्या दगड ठेवला होता. मी एकही शब्द लिहिला नव्हता. कारण वातावरणच असं भारून टाकणारं होतं की मला अथांग भावनांनी वेढलं होतं.

खरंच! समुद्राच्या काठावर बसलं की त्या समुद्रापेक्षाही मन अथांग आहे असं जाणवू लागतं. खरंतर समुद्र मला नवा नाही. मुंबईकर असल्यामुळं समुद्रकिनारा नेहमीचाच! परिचित.

पण किती फरक होता! मुंबईचा समुद्र म्हणजे बाजार! आणि इथं!

समुद्र, मी आणि एकांत!

अशावेळी कुणीतरी सोबत हवं! पुरुषाला अशावेळी हमखास सोबत हवी असते! स्त्रीची!

मलाही असंच वाटलं!

असं वाटल्यावर माझं मलाच आश्चर्य वाटलं. आपण इथं आलोय कामासाठी आणि काम सोडून मनात हे भलतंच काय येतंय!

मी काहीसा स्वत:वरच रागावलो. उन्हाचे कवडसे सरकले. उन्हाची तिरीप नेमकी डोळ्यावर आली. मी भुसभुशीत वाळूतून टेबल पुढं सरकावलं. खुर्चीही पुढं ओढली. सावलीचा एक मोठा तुकडा अंगावर घेत बसलो.

पाठीमागं चाहूल लागली. मी वळून पाहिलं.

एक स्त्री कुतूहलानं माझ्याकडंच पाहत होती. हसावं की नको? मी काहीसा संभ्रमात पडलो. नवखी जागा, नवखं गाव. आयुष्यात पहिल्यांदा इथं आलेलो. कोण आहे कोण जाणे!

तीच हसली.

मग मीही हसलो.

ती पुढं आली.

"तुमच्या कामात व्यत्यय आला ना?" तिनं खास कोकणी हेल काढत विचारलं. तिचा आवाज स्त्रीला शोभेसा नव्हता. काहीसा घोगरा व खर्जातला होता. म्हणजे खूप खूप धूम्रपान करणाऱ्या पुरुषाचा असावा तसा! मी तिच्याकडं पाहिलं. ती पंचविशीच्या आसपास असावी. रंगानं मूळची गोरी असावी पण उन्हानं रंग काहीसा रापलेला होता. साधं सुती पातळ आणि गळ्यात काळा दोरा. एक सोनेरी मणी. कपाळावर छोटी टिकली.

मी काहीच बोललो नाही हे जाणून ती दिलगिरीच्या स्वरात म्हणाली,

"सॉरी... मी जाते."

ती जाण्यासाठी वळली.

"नाही नाही... या ना..."

ती थांबली. मी म्हटलं,

"इथं तुम्हाला एकदम... अचानक आलेलं पाहून मी गांगरलो..."

ती मनमोकळं हसली. तिचे दात पाहताना मोहकपणा जाणवला. कारण

जिवणीच्या कडांना दोन्हीकडचे दात डबल होते. त्यामुळं तिचं हसणं जास्त प्रसन्न वाटलं. कच्चे धागे नावाच्या जुन्या हिंदी सिनेमातील मौसमी चटर्जीचं हसणं मला आठवलं. तसंच मोहक हास्य! कदाचित असंही असावं की या एकांतात स्त्रीच्या सहवासाची इच्छा मनात आली असताना ती आली! म्हणूनही मला ती मोहक वाटली असावी.

"मी किमया..."

किमया! किती वेगळं नाव आहे! क्वचित आढळणारं. अर्थात तारुण्यात हे नाव सार्थ झालं असणार. भरभराटीचं तारुण्य सरत आलंय तरी हिच्या नजरेतली किमया ओसरलेली नाही तर मग ऐन तारुण्यात केवढी किमया असेल हिच्याकडं!

"छान आहे नाव! किमया!' मी उघडपणे म्हटलं.

"सहज आले होते... तुम्ही लेखक आहात ना?"

"हो..."

"मलासुद्धा खूप खूप लिहावंसं वाटतं..."

"ओह्... म्हणजे तुम्हीसुद्धा लेखिका आहात तर..."

"छे हो... मी लिहीत नाही पण... लिहावंसं वाटतं... एक विनंती..."

क्षणभर थांबून माझ्याकडं रोखून पाहत ती म्हणाली,

"मला तुम्ही अहो जाहो म्हणू नका... किमया म्हणा!"

"किमया! नावानं हाक मारू? पण तुम्ही....'

ती पुन्हा हसली. तसंच! मनमोहक! मी तिच्याकडं पाहतच राहिलो. मग म्हणाली,

"तुमचं नाव?"

मी क्षणभर बावचळलो. मग स्वतःला सावरत म्हणालो,

"मी शैलेश..."

"छान नाव आहे तुमचं. शैल पर्वताचा ईश!"

"म्हणजे दगड!"

"छे हो... काहीतरीच काय... एवढे मोठे लेखक तुम्ही. दस्तुरखुद्द अण्णासाहेब खोतांनी तुम्हाला इथं लिहिण्यासाठी बोलावलं..."

"ते जाऊ दे किमया... तू मघाशी म्हणत होतीस की तुलाही लिहावंसं वाटतं..."

"हो... खूप खूप लिहावंसं वाटतं. असं वाटतं... कागदावर कागदं भरवत जावं... मनात वर्षानुवर्षं साठलेलं सारकाही लिहावं..."

ती बोलत होती. मी तिच्याकडं पाहत राहिलो. तिचे ओठ पुढच्या बाजूला फुगीर होते पण कडेला जिवणी पातळ होती. तिचे शब्द तिच्या अंतर्मनातून येत

होते. खरंच, तिच्या हृदयात खूप खूप काहीतरी साठलेलं असावं जे तिला लिहावंसं वाटत होतं. ती क्षणभर बोलायचं थांबली. मी पट्कन म्हणालो,

"मग लिहीत का नाहीस?"

ती या प्रश्नावर गप्प बसली. मी तिच्याकडंच उत्तराच्या अपेक्षेनं पाहत होतो. आता माझी नजर धीट झाली आणि तिच्या शरीराचं काहीसं धीट तर काहीसं चोरटं निरीक्षण करू लागली. तिनं दोनेक क्षणानंतर खाली वळवलेली नजर वर केली. टपोऱ्या डोळ्यांनी माझ्याकडं पाहिलं. मी काहीसा संकोचलो. मी तिचं अंगप्रत्यंग न्याहाळत होतो. हे तिनं ओळखलं की काय या शंकेनं किंचित अस्वस्थ झालो. ती म्हणाली,

"तुम्ही मार्गदर्शन कराल का?" तिचा प्रश्न ऐकून माझं मन आनंदानं उसळलं. हिचा सहवास मिळणार असेल तर... अहाहा! ती आणि मी!... आणि असा एकांत! त्या कल्पनेनं मी रोमांचित झालो. ती थोडं पुढं आली. त्या रोमांचित अवस्थेत माझ्या हृदयाची धडधड वाढली.

"खरंतर तुमच्यासारख्या मोठ्या लेखकाला मी विचारायला नको होतं..."

तिच्या त्या वाक्यानं मी भानावर आलो.

"छे छे!... किमया असं काही नाही... मी जरूर मार्गदर्शन करीन." मी घाईघाईनं म्हटलं.

"तुम्ही हो म्हटलंत! मला... मला किती आनंद झाला म्हणून सांगू..." ती अत्यंत उत्साहित होत म्हणाली. माझ्या मनात आलं, तुझ्यापेक्षा शंभरपट आनंद मला झालाय किमया. तुझ्यासारख्या तारुण्याचा उंबरठा ओलांडून दहाएक पावसाळे पाहिलेल्या स्त्रिया म्हणजे मुरलेलं लोणचं! रोज पंचपक्वान्न खाणाऱ्याच्याही तोंडाला पाणी सुटतंच.

"पण साहेब..." तिच्या आवाजानं मी भानावर आलो.

"तुम्ही इथं त्यांच्या कामासाठी आलात आणि..."

"एक मिनिट... एक मिनिट... किमया." मी तिला थांबवलं तशी ती काहीशी कावरीबावरी होत माझ्याकडं पाहू लागली. मी म्हटलं,

"किमया, पहिली गोष्ट... तू मला साहेब वगैरे म्हणायचं नाही... नावानं हाक मारायची."

"काहीतरीच काय..."

"काहीतरीच काही नाही. हे बघ किमया, लेखन म्हणजे मनातल्या भावनांना योग्य शब्दांमधे कागदावर उतरवणं. तुला ते करायचंय... आणि त्यासाठी तुला माझं मार्गदर्शन हवंय... अशावेळी तुझ्या-माझ्यात कोणताही दुरावा असता कामा नये... अहो-जाहो म्हणण्यामुळं माणसं चार हात दूर जातात आणि साहेब

म्हणण्यानं चार कोस दूर जातात... चार कोसावरून मी तुला मार्गदर्शन कसं करू?''

माझं शब्दाचं जाळं कामी आलं. ती खुदकन हसली. मीही हसलो. ती म्हणाली,'

''बरं... पण एकदम नावानं बोलवायचं म्हणजे...'

''एकदमच गोष्टी घडू शकतात...''

''खरंय तुमचं!''

''काय म्हणशील मला?''

''शैलेश!'' ती संकोचत म्हणाली. माझ्या कानावर मोरपीस फिरलं.

''दुसरी गोष्ट... किमया, मी इथं अण्णांच्या कामासाठी आलोय हे खरं, पण मी काही चोवीस तास त्यांचं काम करणार नाही. शब्द माझे गुलाम असले तरी गुलामांनाही विश्रांती हवी असते. शब्दांना मी विश्रांती देतो तेव्हा मी फक्त माझा असतो. फक्त माझ्यासाठी असतो. अशावेळी तू माझ्याकडं ये... माझ्याशी मनमोकळं बोल... गप्पा मार... मग मी तुला शब्दांची वीण कशी विणायची ते सांगेन.''

मी गप्प बसलो. कारण ती भारावलेल्या नजरेनं माझ्याकडं पाहत होती. तिच्या नजरेत कृतकृत्यता होती. स्त्रीची अशी नजर पुरुषासाठी स्वप्नांची दुनिया खुली करणारी असते. पण मी सावध झालो. पहिल्याच भेटीत हे जरा जास्त होतंय हे जाणवून मी म्हटलं,

''काय बघतेस अशी?''

''तुमच्या जिभेवर सरस्वती आहे.''

मी मनातल्या मनात कपाळावर हात मारला. कसली डोंबलाची सरस्वती! अगं वेडाबाई, ही सरस्वती नाही. मनातल्या मनात उगवणाऱ्या वासनेच्या काट्यांवर फुलणारी वरवरची शब्दफुलं आहेत ही!

वरकरणी मी हसलो.

''तुम्ही अण्णांच्या वाड्यात राहणार आहात का?''

''नाही. पहिल्या खेपेलाच त्यांना म्हटलं मी... लेखकाला एकांत हवा असतो. वाड्यात जमणार नाही. त्यांनी इथं लॉजवर रूम बुक केली आहे.''

''पण तिथं...''

''एक काम कर... उद्या तू इथंच ये... मग ठरवू आपण... कधी, कुठं, कसं भेटायचं ते...''

''बरं...''

तिची नजर दूरवर गेली. ती काहीशा लगबगीनं म्हणाली,

"अण्णा खोत येत आहेत. मी जाते. उद्या येईन."

माझा चेहरा एकदम पडला असावा. कारण मला तिचा अजून सहवास हवा होता.

तिनं एकदम माझा हात हातात घेतला आणि काही कळायच्या आत माझ्या हातावर ओठ टेकवले. माझ्या शरीराचा कणन्‌कण थरथरला. मनाचा कोपरा न्‌ कोपरा एका संभाव्य अशा, चोरट्या विवाहबाह्य संबंधाच्या जाणिवेनं व्यापून गेला.

ती झट्‌कन निघून गेली. मी मट्‌कन खुर्चीत बसलो. समोरचा समुद्र तोच होता, लाटांची गाज तीच होती... झाडं, वारा, ऊन-सावलीचे कवडसे... सारं काही तेच होतं पण मला ते सारं रमणीय चित्र शून्य आणि मृतवत वाटू लागलं. जणू प्राण गेलेलं कलेवरच!

अण्णासाहेब खोत दुरून येताना दिसू लागले. यांना आत्ताच तडमडायचं होतं! जरा अर्ध्याएक तासानं आले असते तर बिघडलं असतं का! माझ्या मनात अण्णा खोतांविषयी चीड आली.

मी अण्णांकडं पाहिलं. वय फार मोठं नाही पण ठेवणच थोराड. पावणेसहा फूट उंची, देह स्थूल नसला तरी बऱ्यापैकी धष्टपुष्ट. धोतराचा सोगा हातात धरून, वाघानं पंजे टाकत यावं तशी चाल. अण्णांना आपलं आत्मचरित्र लिहायची इच्छा झाली होती. त्यासाठी त्यांनी कोकणी चाकरमान्यांमार्फत मुंबईतील काही कलम बहाद्दरांशी संपर्क साधला. पण अण्णांची अट कुणालाच मान्य नव्हती.

मागच्या वर्षी गणपतीचा उत्सव साजरा करून मुंबईला परतलेल्या आणि माझी फक्त तोंडओळख असलेल्या एका चाकरमान्यानं माझ्याशी संपर्क साधला. मी अण्णांना फोन केला. अण्णांनी त्यांची अट सांगितली की शब्दांकन करणारा वगैरे नाव दिलं जाणार नाही. अण्णांचंच नाव पुस्तकावर राहील. अण्णांना घॅडो रायटर शब्द माहीत नव्हता. पण मी सर्वकाही ताडलं. आणि नेहमी प्रत्येक पानाला जेवढी रक्कम सांगतो त्याच्या दुप्पट रक्कम सांगितली. अण्णांनी खळखळ न करता मान्य केलं. त्याचवेळी मी ओळखलं की बेताबेतानं कापावं, चांगलं बकरं हाती लागलंय.

त्यानंतर मी प्राथमिक चर्चेसाठी दाभोळला पहिली चक्कर टाकली. दापोली एस.टी. स्टॅन्डवरून निघालं की घाटाघाटाच्या रस्त्यानं दाभोळला जायला एक तास लागतो. जागोजागी नारळी-पोफळीच्या बागा, लाल मातीचे डोंगर आणि मुक्तहस्तानं उधळलेलं निसर्गसौंदर्य.

अण्णांचा वाडा चौसोपी अर्थात कोकणी पद्धतीचा. लोखंडी गेट. दिवसभर उघडं राहणारं, रात्री बंद होणारं. मोठ्ठं अंगण पण ते डोळ्याला न दिसणारं कारण

अंगणात सुमारे शेसव्वाशे सुपारीची झाडं. ती झाडं आणि घर यामधे दहा फुटांची मोकळी जागा. शेणानं सारवलेली. कौलारू घर. उताराचं छप्पर. दोन पायऱ्या चढलं की प्रशस्त खोली. खोलीच्या डावीकडं स्वयंपाकघर- माजघर. आत नारळ, सुपाऱ्या आणि तांदूळ साठवायची खोली अर्थात कोठी. घरात नैसर्गिक शीतलता.

एकूणच रचना वेगळी. देशावरच्या देशमुख पाटलांच्या वाड्यासारखा नाही. त्यांनी माझं मनापासून स्वागत केलं. मुंबईचा एक लेखक आपलं चरित्र लिहिणार या कल्पनेनं अण्णा भलतेच खूश झाले होते. त्यांनी चहापाणी आटोपल्यावर मला एक मोठी वही दाखवली. त्यामधे त्यांनी आपल्या आयुष्यातील त्यांना महत्त्वाचे वाटणारे प्रसंग लिहून काढले होते. त्यांचं अक्षर गिचमिड होतं. मी काहीच बोललो नाही. कारण मला दामदुप्पट मानधन दिसत होतं. मी वही चाळली. अण्णा फार उत्साहानं बोलत होते. मी त्या वेळी सारंकाही शांतपणानं ऐकून घेतलं. मग जेवणाची वेळ झाली. अण्णांच्या बायकोनं मासे बनवले होते. त्या माऊलीच्या हातात अन्नपूर्णाच असावी; कारण इतके स्वादिष्ट मासे (अंगचे तेल सुटलेले, तळलेले ताजे फडफडीत सरंगे) मी कधी गोव्यातही खाल्ले नव्हते. त्या वेळी खरंतर मला ड्रिंक्सची आठवण झाली होती. पण पहिल्याच भेटीत सगळ्या मागण्या एकदम मांडणं योग्य नसतं हे मी अनुभवातून शिकलो होतो.

आणि मग प्राथमिक भेटीनंतर मी दाभोळची दहा-बारा दिवसांची बैठक ठरवून टाकली.

मी भानावर आलो.

अण्णा केव्हाच माझ्याजवळ आले होते. पण मी विचारात गर्क आहे हे पाहून गुपचूप कडेला उभे होते. मी भानावर येत त्यांच्याकडं पाहिलं. ते हसले व शेजारच्या खुर्चीत बसले. त्यांची उत्सुकता त्यांच्या चेहऱ्यावरून ओघळत होती. त्यांनी टेबलवर ठेवलेल्या कागदांवर नजर टाकली.

कागद कोरे होते.

पेन उघडलेलाही नव्हता.

अण्णा खोतांच्या नजरेतील निराशा मला दिसली.

आजवरच्या अनुभवानं मी जाणून होतो की सिनेमाचा निर्माता असो की दिग्दर्शक असो, नेमलेल्या लेखकानं एकांत दिलेल्या वेळेत काय लिहिलंय हे पाहण्याची, ऐकण्याची त्यांना प्रचंड उत्सुकता असते. त्या वेळी त्यांना कोरे कागद दिसले की भयंकर अस्वस्थता येते. या माणसानं (पक्षी लेखकानं) एवढा वेळ काय केलं, असा प्रश्न थेट त्यांच्या चेहऱ्यावर दत्त म्हणून उभा राहतो.

अण्णांच्या चेहऱ्यावरच्या निराशेतून हाच प्रश्न मला दिसला. त्यांना त्यांचं आत्मचरित्र लवकरात लवकर लिहून हवं होतं.

"अण्णा..."

त्यांनी माझ्याकडं पाहिलं. मी माझी नजर समुद्राकडं स्थिर ठेवून बोलू लागलो.

"ऐका अण्णा..."

"नस्तीची दांडी वाजू लागली होती. एरवी शुष्क वाटणारं वातावरण एकदम ओलसर वाटू लागलं. घराघरांची शाकारणी सुरू झाली. नस्तीच्या दांडीनं पावसाचा इशारा दिला होता. आबा अंगणात बसून गड्यांना कौलं नीट शाकारायची सूचना देत होते. त्यांनी पाहिलं. अंगात यावं तसा वारा सोसाट्यानं वाहू लागला. नारळीची झाडं तुटून पडतील की काय इतकी झुकू लागली. आबांनी मनोमन ठरवलं. कौलं शाकारून झाली की सत्याला निरोप धाडून नारळ उतरवून घ्यायचे. हा वारा असा आडदांडपणा करतोय. नारळ टपा टपा टपा पडले तर कौलाचं नुकसान नको. कौलाचं जाऊ दे. पण घरात गौरी अवघडलेली आहे. कधी बाळंत होईल याचा नेम नाही.

"त्याचवेळी पार्वतीनं दारात येऊन आबांना हाक मारली... "आबा, ताईसाबांसाठी गाडी काढा..."

एवढं बोलून मी थांबलो आणि अण्णांकडं पाहिलं. अण्णा खूश झाले होते. त्यांनी माझा हात धरला.

"वा महाराज... वा... काय सुरुवात आहे. झकास!"

"अण्णा... कागद कोरे आहेत पण मेंदूवर मजकूर लिहून झालाय..."

अण्णा हसले. मी म्हटलं,

"कागद कोरे आहेत हे पाहून तुम्हाला वाटलं असेल की..."

"नाही हो नाही... महाराज, तुम्ही कलावंत माणसं. मला ठाऊक आहे. तुमचा मूड लागला की... पण..."

"पण? पण काय अण्णा?" मी विचारलं.

अण्णा म्हणाले,

"माझ्या वडिलांना आम्ही आबा म्हणायचो हे खरंय... आईचं नाव गौरी होतं हे ही खरंय... माझा जन्म पावसाळ्याच्या तोंडावर झाला हेही खरंय... पण घरात काम करणाऱ्या बाईचं नाव तुम्हाला कसं सुचलं?"

"कोणतं नाव? पार्वती?"

"हां हां तेच."

मी क्षणभर गप्प झालो. खरंतर मी अण्णांना जे ऐकवलं ते जसं ऐनवेळी

सुचत गेलं तसं ऐकवलं होतं. ते गेल्यानंतरचा बराचसा वेळ किमयाच्या सहवासात गेला होता. ती गेल्यावरही तिच्याच विचारांनी मन भारून गेलं होतं. अशावेळी अण्णांसारख्या यजमानाला निराश करून चालणार नव्हतं. म्हणून सराईत लेखकाला सराईतपणानं जेवढं सांगता आलंच पाहिजे तेवढं मी ऐकवलं होतं. हेदेखील मी अनुभवातूनच शिकलो होतो. लेखक म्हणून मी खूप विचार केला व मला असा भन्नाट सीन किंवा प्रसंग सुचला असं ऐनवेळी दाखवावं लागतं. निर्माता किंवा दिग्दर्शक किंवा अण्णांसारखा यजमान खूश होतो. अशावेळी पात्रांची नावं ऐनवेळी तोंडात येतात. पार्वती हे नाव कसं आलं हे मलाही माहीत नव्हतं. अण्णांनी दिलेल्या वहीमधेसुद्धा पार्वती या नावाचा उल्लेख नव्हता.

"चालू द्या तुमचं महाराज... मी जेवणाचं बघतो." असं म्हणत अण्णा उठले. मी त्यांना थांबवत विचारलं,

"पार्वती नाव पसंत नसेल तर बदलू आपण!"

"नाही नाही. मला एवढंच म्हणायचं होतं की पार्वती हे नाव तुम्हाला कुणी सांगितलं का?'

"छे!... पण तुम्ही असं का विचारलं?"

"अहो, माझ्या जन्माच्या वेळी जी बाई आमच्याकडं कामाला होती तिचं नाव पार्वतीच होतं!"

"काय सांगता?"

"हो ना!"

मी खरोखरच चकित झालो. योगायोगावर माझा विश्वास नाही. पण योगायोगानं योगायोग घडला की विश्वास ठेवावाच लागतो. आणि असे योगायोग बऱ्याचदा योगायोगानं माझ्या बाबतीतच घडतात हादेखील एक योगायोगच!

'चल रे नाग्या... जेवणाचं बघू." असं म्हणत अण्णा त्यांच्या गड्याला घेऊन निघून गेले. बराच वेळ मी शांत बसून राहिलो.

मला हे काम जमेल का? असा प्रश्न माझ्या मनात आला. कारण आजपर्यंत मी सिनेमाच्या कथेवरून पटकथा लिहिल्या होत्या. काही जणांच्या पटकथेवरून संवाद लिहिले होते. काही जणांना कथाविस्तारही करून दिला होता. पण ते सर्व लेखन काल्पनिक होतं. इथं मात्र एका मातब्बर व्यक्तीच्या आयुष्याचा आढावा घ्यायचं काम होतं. कल्पना कुठंही, कशाही भरकटल्या तरी चालू शकतं पण चरित्रलेखनात थोडंही भरकटून चालणार नव्हतं. कारण मनोहर चिंतामण ऊर्फ अण्णा खोत हे त्या भागाचे वजनदार गृहस्थ होते.

दाभोळमधे त्यांच्या नारळी-पोफळीच्या अनेक बागा होत्या. फणसाची अगणित झाडं होती. आमराई होत्या. खाडीच्या पलीकडं चिपळूणच्या बाजूलाही दोन-चार

वाड्या होत्या. ताडी-माडीचा धंदासुद्धा तेजीत होता. दापोलीचे आमदार सुभाष तारकरांबरोबर त्यांची ऊठबस होती.

अण्णा खोतांना आता राजकारणात उतरायचं होतं. दाभोळमधे घर असलं तरी त्यांचा संपर्क सर्वदूर होता. सुभाष तारकरांना निवडणुकीच्या वेळी अण्णा आर्थिक आधार द्यायचे, त्यामुळं सुभाषरावांच्या मदतीनं अण्णा राजकारणातील प्राथमिक धडे शिकले होते. कोकणात शिवसेनेचा प्रभाव होता तेव्हा तारकर त्याच पक्षाच्या चिन्हावर निवडून आले. पण नंतर तेथील प्रमुख नेत्यानं शिवसेना सोडली. त्यांच्या नेतृत्वाखाली तारकरांनीसुद्धा आपल्या पाठीराख्यांसह तो पक्ष सोडला आणि ते काँग्रेसवासी झाले. स्वाभाविकपणे अण्णांना तारकरासोबत पाठराखण करीत टोपी बदलावी लागली. मात्र त्यामुळं अण्णांची इच्छा अधिकच प्रबळ झाली. येत्या निवडणुकीपर्यंत संपर्क वाढवीत न्यायचा आणि थेट प्रमुख नेत्याकडं शब्द टाकायचा, तिकीट मिळवायचं असा त्यांचा मनसुबा होता. एरियात मताधिक्य घेण्याचे सगळे मार्ग अण्णांना आतापावेतो ठाऊक झाले होते.

त्यासाठीच तर आत्मचरित्र लिहून त्यांना स्वत:चा गाजावाजा करायचा होता. आपण कसे समाजसेवक आहोत हे दाखवायचं होतं.

हे सारं काही मला मध्यस्त चाकरमान्याकडूनच समजलं होतं. अण्णा खोत बडी असामी आहे हे मी त्याचवेळी जाणलं होतं.

अशा माणसाचं आत्मचरित्र रंजक पद्धतीने रसाळ शब्दांमधे गुंफणं सोपं काम नव्हतं.

विचारांच्या तंद्रीत मी समुद्राच्या काठावर आलो. काठावरची मऊ मऊ रेती ओली होती. मी पुढं गेलो. फेसाळत येणाऱ्या लाटा, पांढऱ्या फुलांच्या हारासारख्या दिसत होत्या. मी अजून पुढं गेलो आणि एक लाट पायावरून मागं गेली. त्या फेसाळत्या लाटांपेक्षाही जास्त फेसाळत्या कल्पना माझ्या मनात उसळत होत्या. उद्या किमयाला मी इथं बोलावलंय. तिचा सहवास एकांतात मिळायचा असेल तर उद्या इथं कुणी असता कामा नये. तसं अण्णांना बजावून सांगावं लागेल. उत्कृष्ट आत्मचरित्र लिहून हवं असेल तर एकांत हवा हे त्यांना पुन:पुन्हा सांगावं लागेल. मग एकांत मिळेल. हा समुद्रकिनारा... भणाणता वारा... मी आणि माझ्या शेजारी किमया... तिचा हात हातात घेऊन टप्प्याटप्प्यानं...

समुद्राला ओहोटी लागली होती, पण माझ्या भावसागराला भरती आली होती. कानशिलं गरम होण्याचं वय मागं पडलं असलं तरी पुरुष तो पुरुषच! सापासारखा! फणा काढणारा!

अण्णांच्या घरात जेवायला बसलो होतो पण मनात तेच विचार चालू होते.

नारळाच्या रसानं दाट झालेलं, तिरफळाचा स्वाद येणारं बांगड्याचं झणझणीत हुमण खाता खाता मी मनातल्या मनात मांडेदेखील खात होतो.

"आवडलं नाही का?" अण्णांच्या प्रश्नानं मी भानावर आलो.

"नाही नाही... असं काही नाही... छान झालंय..." मी पट्कन म्हटलं.

अण्णा हसले. अण्णांची पत्नी पुढं आली. माझ्या ताटात शिल्लक असूनही तिनं हुमण वाढलं.

"पुरे ताई..."

"जेवा हो पोटभर..." अण्णांनी आग्रह केला.

"अहो अण्णा... असा तुडुंब जेवलो तर झोप येईल... अशानं काम कसं होईल? दोन दिवस झाले... अजून एक अक्षर लिहून झालेलं नाही."

अण्णा हसले व म्हणाले,

"राहू द्या राहू द्या महाराज... आम्ही जाणतो... कागद कोरे असले तरी तुमच्या मनात अख्खं आत्मचरित्र तयार असेल."

आता यावर मी काय बोलणार? मी किंचितसा हसलो. माझ्या मनातले किमयाबद्दलचे विचार अण्णांना समजले असते तर त्यांनी काय केलं असतं? मनोमन मी विज्ञान-तंत्रज्ञानाचे आभार मानले की अजून तरी दुसऱ्याच्या मनातले विचार जाणून घेणारं यंत्र वा तंत्र विज्ञानानं शोधलेलं नाही! जेवण संपवता संपवता मी म्हटलं,

"अण्णा... एक विनंती आहे..."

"बोला महाराज..."

"अण्णा... उद्यापासून समुद्रकिनारी मला पूर्ण एकांत हवाय. कुणीही तिथं येऊ नका. तुम्हीपण!"

"एवढंच ना! ठीक आहे. सकाळीच टेबल-खुर्ची, पाणी, चहा सगळं ठेवतो. मग दुपारी एक वाजेस्तोवर कुणी येणार नाही. नाग्याला बसवतो पहाऱ्यावर!"

नाग्या पहारा देणार? मी चपापलो. पट्कन म्हटलं.

"नको नको. पहारा वगैरे नको. त्यामुळं उलट जास्त डिस्टर्ब होईल. हे बघा अण्णा, किनाऱ्यावर कुणी त्रयस्थ माणसं आली तर मला त्रास होणार नाही. कुणी ओळखीचं, म्हणजे आपल्यापैकी कुणी आलं की मग मात्र..."

"आलं लक्षांत... ठीक आहे..."

"... आणि दुसरी एक विनंती..."

"बोला..."

"तीनेकशे पानं लिहून झाल्याशिवाय मी तुम्हाला वाचायला देणार नाही. उलट मी तर म्हणेन... आत्मचरित्र पूर्ण झालं की मगच सलगपणे वाचा."

अण्णा क्षणभर गप्प बसले. स्वाभाविक होतं ते! कारण त्यांना प्रचंड उत्सुकता होती. भूक लागलेला नवरा किंवा लहान पोर जसं स्वयंपाकघरात चकरा टाकतं आणि जेवणं कुठवर तयार होत आलंय ते पाहतं तशीच काहीशी अवस्था अण्णांची होती. अशावेळी त्यांना ही विनंती मान्य करणं अवघड वाटणं स्वाभाविक होतं. मी त्यांच्याकडं पाहतोय हे जाणवून ते किंचितसे हसले व म्हणाले,

''ठीक आहे पण... काही दुरुस्त्या असतील तर जागच्या जागी होतील... म्हणून...''

''दुरुस्त्यांची काळजी करू नका. अण्णा, अहो तुम्ही तुमची वही मला दिली आहे ती मी वाचलीय. त्यानुसार तुमचा जन्म, लहानपणीच्या घटना, तारुण्य, तुमचं शिक्षण, कर्तृत्वाच्या घटना, लग्न... आणि इथवरचा प्रवास... सगळा ग्राफ तयार आहे. चुका होणार नाहीतच. पण समजा झाल्याच तर आपण नंतर दुरुस्त करू!''

माझ्या एवढ्या स्पष्टीकरणानंतर अण्णांना बोलायला जागाच राहिली नाही. त्यांनी माझी दुसरी विनंती मान्य केली. आणि मी निश्‍चिंत झालो. लेखक असलो तरी माणूस म्हणून माझेही काही गुणदोष आहेत, माझ्याही काही अडचणी व मर्यादा असू शकतात हे या लोकांच्या लक्षात येत नाही. माझं लेखन अर्धवट असताना कुणी डोकावलेलं मला आवडत नाही. मधे मधे डोकावून सूचना करणं तर बिलकूल नापसंत आहे मला. लेखन कसं निर्झरासारखं असतं. ते काय पाटाचं पाणी आहे का हवं तसं वळवायला. हां हे खरंय की धंदेवाईक लेखनात निर्माता-दिग्दर्शक सांगेल तशी वळणं द्यायचीच असतात पण ती नंतर. आधी लिहून तर होऊ द्या अशा मताचा मी आहे. आणि आत्मचरित्र म्हणजे काही डेली सोप नाही. तीनेक वर्षांपूर्वी मी डेली सीरियलच कामं केलं होतं. आठवड्याला पाच एपिसोड! अक्षरश: वैतागलो होतो. इन मिन तीन ते चार प्रसंग लिहायचे. बाकी सगळा वेळ जाहिराती. पानांच्या हिशेबात सांगायचं तर दहा ते बारा पानं खूप झाली. दिग्दर्शक स्वत:ला खूप खूप थोर आणि सर्जनशील समजत असेल तर तो ट्रीटमेंट देणार! ढ्यँण् ढ्यँण् म्युझिक टाकत त्याच त्याच फ्रेम्स रिपीट करणार! आमची पानं अजूनच कमी होणार! चार संवाद लिहिले की म्हणणार, बघू काय लिहिलंय? वैतागून मी ते काम सोडून दिलं! त्या अनुभवानं शहाणा झाल्यानंच मी अण्णांना ही विनंती केली.

मी विचारांच्या तंद्रीत होतो आणि अण्णा भारावलेल्या नजरेनं माझ्याकडं पाहत होते. त्यांना वाटत होतं- काय ग्रेट कलावंत आहे... उठता-बसता, खाता-पिता माझ्या आत्मचरित्राचाच विचार करतोय!

"अण्णा..."

"बोला..."

"मी दीडेक तास लॉजवर आराम करतो आणि मग कागद पेन हातात घेतो. रात्री नऊ वाजेपर्यंत मला बोलावू नका."

"बरं बरं."

मी अण्णांचा निरोप घेतला आणि लॉजवर आलो. योगवासिष्ठ ग्रंथातील काळाच्या व्यक्तिसापेक्षतेचा अनुभव मला आला. मन भावविभोर असेल, आतुर असेल तर काळ मोठा वाटतो. वेळ जाता जाता नाही. उद्या मला किमया एकांतात भेटणार या विचारानं मन संपृक्त झालं होतं. कधी एकदा 'आज' मावळतो आणि 'उद्या' उगवतो असं वाटत होतं. तिच्याच विचारांच्या तंद्रीत कधीतरी डोळा लागला.

जाग आली तेव्हा संध्याकाळ झाली होती. शरीर जड झालं होतं. मी फ्रेश झालो. चहा घेता घेता लॉजच्या खिडकीतून बाहेर पाहिलं. माझी रूम दुसऱ्या मजल्यावर होती. खालचा नागमोडी उताराचा रस्ता दूर झाडात गुडूप झालेला दिसत होता. समोर रस्त्यापलीकडं डोंगररांगा होत्या.

मी बाहेर पडलो. रमतगमत धक्क्याकडं निघालो. त्या एवढ्याशा तळकोकणातील गावात फारशी वर्दळ नव्हतीच. लॉजच्याच मालकाचा गावात एकमेव रेस्टॉरंट कम बार होता. मी कुठंही गेलो की सर्वप्रथम ड्रिंक्सची सोय कुठं आहे ते हेरून ठेवतो. त्या बाबतीत मी कुणावर विसंबून राहत नाही. उगीच पंचाईत होते. मागं एकदा असाच लेखन करण्यासाठी मुंबईपासून दूर गोराई बीचला गेलो होतो. ड्रिंक्सचा स्टॉक संपल्याचं, कामाच्या व्यापात लक्षातच आलं नाही. संध्याकाळ उलटल्यानंतर जेंव्हा मेंदूत घंटी वाजली तेव्हा पाहतो तर काय! जेमतेम दीड पेग होता. जवळपास कुणी नाही. दीड पेगमुळं तहान अधिकच वाढली. कॉटेजच्या माणसानं इंग्लिश स्टॉक मिळणं शक्य नाही असं सांगितलं आणि कुठूनतरी गावठी पैदा करून दिली!

तर असं होतं.

मी धक्क्यावर पोहोचलो तेव्हा संध्याकाळ दाटून आली होती. मच्छीमारांच्या लहानमोठ्या होड्या दाटीवाटीनं धक्क्याला लागून हिंदकळत उभ्या होत्या. हवेमधे समुद्राच्या पाण्याचा खारट वास भरलेला होता. समुद्रात दूरवर एक जहाज खेळण्यातील छोट्या जहाजासारखं दिसत होतं. एन्रॉनसाठी नाफ्ता घेऊन आलेलं जहाज ते हेच अशी माहिती मला कालच अण्णांनी दिली होती.

मी धक्क्यावरच्या रेलिंगवर वारा खात बराच वेळ बसून राहिलो. आता अंधारून आलं होतं. मी परत लॉजवर जाण्यासाठी निघालो. लॉजवर येता येता

बारमधून बाटली घेतली व स्वतःलाच बजावलं की पंचवीस ते तीस पानं खरडल्याशिवाय बाटलीचं बूच उघडायचं नाही. हे माझं स्वतःचं असं आवडतं गणित आहे. स्वतःच स्वतःला आमिष दाखवायचं. जसं आपण लहान मुलाला चॉकलेटचं आमिष दाखवून हवं तसं वागायला लावतो तसं! आता वयानुसार आमिष बदलत जातं हे खरंच. मी स्वतःला ड्रिंक्सचं आमिष दाखवलं. आणि खरोखरच रात्री नऊ वाजेपर्यंत मी एकवीस पानं एकटाकी खरडली. भांगेची तार लागावी तशी लेखनाची तार लागली.

तेवढ्यात अण्णांचा निरोप घेऊन नाग्या आला. 'जेवायला चला'. मी नाग्याला म्हटलं, 'डबा घेऊन ये. मी इथंच जेवण करीन. नाग्या गेला आणि मी बाटली उघडून बसलो. ड्रिंक्सचे घोट घेत घेत मी काय लिहिलंय ते वाचू लागलो. अण्णांना जन्माला घालून मी त्यांच्या घराचं, गावाचं, आई-वडिलांचं वर्णन करीत करीत त्यांच्या बाललीलांपर्यंत पोहोचलो होतो. ती एकवीस पानं म्हणजे अण्णांचं अर्ध-बालकांड होतं.

तेवढ्यात अण्णा स्वतःच आले. नाग्यानं डबा ठेवला व तो बाहेर गेला. अण्णांनी ड्रिंक्सचा सरंजाम पाहिला. मी मुद्दामच लिहिलेली पानं जराशी पसरून बेडवर टाकली होती.

"या... या अण्णा..."

"वा महाराज... तुम्ही यातले आहात होय... मला माहीत नव्हतं..." अण्णांनी बाटलीकडं इशारा करीत म्हटलं.

"अण्णा... हे पाहिजेच की... त्याशिवाय मजा नाही. शिणलेल्या मेंदूला तेवढाच विरंगुळा! बसा... तुम्ही घेणार?"

"नको नको..."

"बरोबर आहे... तुम्ही मोठी माणसं... स्कॉच घेणारी!"

"तसं नाही महाराज... एकतर आत्ताच माझं जेवण झालंय... आणि दुसरी गोष्ट म्हणजे तुम्ही पाहुणे आहात. मी यजमान... खरंतर मी याआधीच तुम्हाला विचारायला हवं होतं पण लक्षात आलं नाही. अशावेळी तुमच्या स्टॉकमधे वाटा घ्यायचा हे बरोबर नाही. तुमचं चालू द्या..."

असं म्हणून त्यांनी नाग्याला हाक मारली. नाग्या आत आला.

"नाग्या, उद्या सकाळी दामूला माझा निरोप दे... म्हणावं उद्यापासून लॉजच्या रूमवर रोज ड्रिंक्स पाठव... मी हिशेब करीन म्हणून सांग. काय?"

"बरं मालक," असं म्हणत नाग्या बाहेर गेला. मी मनोमन खूश झालो. त्यांच्या घरी न जाता डबा मागवण्यामागं माझा अंतस्थ हेतू हाच होता की अण्णांनी इथं यावं, बाटली पाहावी आणि मग...! मी जसा अंदाज बांधला तसंच

घडलं. उद्यापासून ददात मिटली. फुकटच्या दारूची नशाच और असते.

माझं लक्ष गेलं. अण्णा मान तिरकी करून एका कागदावरचा मजकूर वाचत होते. मी काही क्षण दुर्लक्ष केलं. कारण थोडंफार वाचन त्यांनी करावं असं मलाही वाटतच होतं.

"काय हे अण्णा..." दोनेक क्षणांनंतर मी म्हटलं तशी अण्णांनी नजर वळवली व हसत म्हणाले,

"सहज नजर गेली हो..."

"बरं बरं..."

"पण काय हो शैलेशजी... म्हणजे सहज विचारतो हं... चार सहा ओळीच वाचल्या मी पण माझ्या बालपणी मी कधी कुणा कुळवाड्याच्या पोराला मदत केल्याचं आठवत नाही. आणि मी रडलोही नाही... उलट रडवायचो मी इतरांना."

"माहितेय मला..." मी पट्कन म्हटलं.

"आँ? तुम्हाला माहितीय?" अण्णांनी चकित होत विचारलं.

मी क्षणभरात स्वत:ला सावरलं व म्हटलं,

"माहितीय म्हणजे अंदाज हो. अण्णा, तुम्ही तालेवार घरात जन्म घेतला. उपासमार, दु:ख, दारिद्र्याचे चटके यांसारख्या गोष्टी तुम्ही भोगलेल्या नसणारच. अशावेळी कुळवाड्याच्या पोराला तुम्ही मदत करणं शक्य नाही. शिवाय ही गोष्ट जगजाहीर आहे की श्रीमंताघरची पोरं स्वत: रडत नाहीत तर इतरांना रडवतात."

"तेच तर मी म्हणतोय."

"ऐका तर... माझं पुढचं बोलणं ऐका. तुमचं आत्मचरित्र रंजक करायचं असेल तर अशा घटना लिहाव्या लागतील. त्यातून तुम्ही किती संवेदनशील होता ते सिद्ध होतं ना!"

क्षणभर थांबून मी अण्णांच्या मनाचा कानोसा घेत पुढं म्हटलं,

"अण्णा, कुळवाड्यांची मतं मिळवायला अशा काल्पनिक घटना मदत करतील!'

"वा! वा! महाराज... तुम्ही म्हणजे भलतेच मनकवडे आहात!"

माझी गोळी अचूक लागली. अण्णा बेहद्द खूश झाले. मी म्हटलं,

"त्याचं काय आहे अण्णासाहेब, तुम्ही कुणाचंही आत्मचरित्र वाचा. त्यात बरेचजण आपलं बालपण कसं गेलं याचं रसभरीत वर्णन करतात. खरंतर आपल्याला एवढं तपशीलवार आठवत नसतं! आठवतं का? टेल मी फ्रँकली... आठवतं का? नाही! पण लोक देतात ठोकून. कुणी दारिद्र्याचे चटके रंगवून लिहीतात तर कुणी श्रीमंतीचे नखरे! जसं काही यांना लहानपणीच समजलेलं

असतं की हे मोठेपणी आत्मचरित्र लिहिणारेत म्हणून! अहो या सगळ्या युक्त्या आहेत आत्मचरित्र रंजक बनवण्याच्या!''

अण्णांच्या चेहऱ्यावर प्रसन्न भाव होते. आत्मचरित्रांचा माझा अभ्यास दांडगा आहे हे पटल्याची ती खूण होती. अण्णांनी माझ्यासमोर हात जोडले व म्हणाले,

''आमचं भाग्य थोर की तुमच्यासारखा विद्वान माणूस आम्हाला मिळाला. चालू द्या तुमचं. मला उद्या चिपळूणला जायचंय. दोनचार दिवसांनी येईन. काहीही लागलं तर घरी निरोप द्या. तशी सगळी सोय केली आहेच. मी निघतो. तुमचं हे आटपलं की जेवण करा. कोळंबी भात केलाय.''

''वा!'' मी उद्गारलो.

''निघतो... भेटू मी आल्यावर!''

अण्णा गेले. मी खोलीचं दार लावलं. दोनचार दिवस अण्णा नाहीत म्हणजे नाग्याही नाही. म्हणजे माझ्यावर नजर ठेवणारं कुणी नाही. याचा अर्थ फक्त किमया आणि मी!

अकस्मात किमया मनामधे पुन्हा अवतरली. तिचा चेहरा डोळ्यांसमोर आला. तिचं ते लाघवी हसणं. आणि घाटदार शरीर. या क्षणी किमया इथं आली तर लॉजची ही रूम स्वर्ग बनेल. तिच्या सहवासासाठी आतुर झालेलं माझं मन दारूच्या अमलाखाली अजूनच हळवं झालं, कातर झालं. मी वेड्यासारखा खिडकीतून बाहेर पाहू लागलो. सर्वत्र सामसूम होती. पौर्णिमा जवळ आलेली असावी, कारण चंद्रप्रकाश बराच होता. तज्ज्ञ माणसं म्हणतात की चंद्र हा मनाचा कारक असतो. चंद्राच्या कलांचा जसा समुद्रावर परिणाम होतो तसा मानवी मनावरही होतो म्हणे! मन हे जर समुद्रापेक्षा अथांग असेल तर चंद्राच्या पूर्णत्वाचा, अर्थात पौर्णिमेचा मनावर परिणाम होतच असणार. म्हणून तर प्रेम या भावनेचा चंद्राशी दृढ संबंध आढळतो. किमयावर माझं प्रेम जडलंय का, या प्रश्नानं मी क्षणभर स्तब्ध झालो. छे! प्रेम नाही. तिची आठवण येतेय कारण माझ्या मनात तिची अभिलाषा आहे. मी हसलो. अभिलाषा म्हणे! अभिलाषा कसली, ही तर वासना! तिच्या शरीराचा भोग घेण्याची लालसा आहे.

आता चंद्रप्रकाश अधिकच शुभ्र दिसू लागला होता. त्या प्रकाशात निस्तब्ध झाडं ध्यानस्थ संत-महात्म्यासारखी भासत होती. रातकिडे मात्र रात्र गहिरी झाल्याची जाणीव करून देत होते. मला खोलीतल्या दिव्याचा उजेड नकोसा वाटू लागला. मी दिवा मालवला. त्यासरशी खिडकीबाहेरच्या दृश्यात जणू मी एकरूप झालो.

काय करावं? सर्वत्र निस्तब्धता होती पण माझ्या मनात किमयाच्या आसक्तीची खळबळ माजली होती. त्या वेळी मला जाणवलं की त्या क्षणी मी लेखक नव्हतो, माझ्या पत्नीचा नवरा नव्हतो, मुलांचा बाप नव्हतो, कुणी कुणी नव्हतो.

होतो फक्त एक पुरुष! नुकतीच ओळख झालेल्या एका स्त्रीसाठी झुरणारा! जिच्यावर माझ्या शब्दांचं गारुड झालंय अशा अल्पपरिचित स्त्रीला कवेत घेण्यासाठी उतावीळ झालेला पुरुष! माझ्याही नकळत मी अंगावरचे सर्व कपडे काढून बेडवर पडलो.

~

सकाळी आठच्या सुमारास जाग आली तेव्हा माझी मलाच लाज वाटली. रूमची खिडकी सताड उघडी होती आणि मी बेडवर विवस्त्र! असं जर मुंबईत घडलं असतं तर समोरच्या बिल्डिंगमधे गर्दी जमा झाली असती. नशीब की इथं समोर फक्त डोंगर आहे, घरं नाहीत.

मी पटपट आवरलं. फ्रेश झालो. रात्री घेतलेल्या ड्रिंक्समुळं पोटात आग पडली होती. रात्री मी जेवलोच नव्हतो. मी पट्कन डबा उघडला आणि स्वादिष्ट कोळंबी भात चापला. खूप बरं वाटलं. दहा मिनिटं शांत बसलो आणि मग लिखाणाची बॅग घेऊन समुद्रकिनाऱ्यावर गेलो. टेबल-खुर्ची होती. चहाचा थर्मास, पाण्याची बाटली अशी सर्व व्यवस्था चोख होती. मी बसलो. ज्या किमयाची वाट कालपासून मी पाहत होतो ती येण्याचा दिवस उजाडला. पण मी माझं नेहमीचं गणित समोर मांडलं. कमीत कमी तीस ते पस्तीस पानं खरडल्याशिवाय जागेवरून उठायचं नाही. आयुष्यामधे अनेक आकर्षणं पावलापावलावर भेटतात. पण म्हणून आपली लेखणी दुर्लक्षित होता कामा नये. परमेश्वरानं आपल्या हातात कला दिली आहे त्याचं भान सुटता कामा नये. याच लेखनकलेमुळं जादा उत्पन्न मिळतं. घरातील हौसमौज पार पडते.

या विचारांनी मीच माझं ब्रेन वॉशिंग केलं आणि अण्णांचं चरित्र पुढं लिहायला सुरुवात केली. लेखनात मी पूर्ण समरस झालो. कागदाचे तावच्या ताव भरले जात होते. एखादं कॉम्प्युटराइज्ड मशिन चालावं तसा माझा मेंदू आणि हात चालत होता. मला भान नव्हतं. ज्याला थोर प्रतिभावंत 'लेखन-समाधी' असं काहीसं जडशीळ संबोधन वापरतात तशीच काहीशी माझी अवस्था झाली होती. समुद्राच्या लाटांची गाज होती, भणाणता वारा होता पण मी मात्र कुणी वेगळाच होतो.

जेव्हा मी भानावर आलो तेव्हा मला जाणवलं. मी सलग तीन साडेतीन तास लिहीत होतो. माझ्या बोटावर पेनच्या दाबाच्या खुणा होत्या. बोटं थकली होती. मी घड्याळात पाहिलं. एक वाजून गेला होता. अण्णांच्या घरून डबा येण्याची वेळ झाली होती. मी खुर्चीतून उठलो. करकचून आळोखेपिळोखे देत आळस झटकला. आणि नंतर पानं मोजली. चाळीस पानं! मी चकित झालो! सुमारे साडेतीन तासात चाळीस पानं म्हणजे अंदाजे पाच मिनिटात एक पान लिहून

झालं होतं. कालची पानं धरून एकसष्ट पानं झाली. मी सुमारे दोन हजार रुपयांचं काम संपवलं होतं. मी स्वत:वरच खूश झालो.

लांबवरून अण्णांच्या घरचा एक गडीमाणूस डबा, ताट, पाण्याची बाटली घेऊन आला. त्यानं मला व्यवस्थित जेवायला वाढलं. आज सारा बेत शाकाहारी होता. काजू घालून केलेली फणसाची भाजी अप्रतिम होती. त्यात घातलेल्या नारळामुळं तिखटपणा सोबतच एक मधुर चव आली होती. तृप्तीचा ढेकर देता देता मी मनोमन अण्णांच्या पत्नीला नमस्कार केला. गड्याला मी बजावलं आता मला काहीही नको. रात्री नऊ वाजता थोडासा भात रूमवर पाठवून दे. मान डोलावून गडी निघून गेला.

जेवणानंतर येणारी सुस्ती टाळण्यासाठी मी किनाऱ्यावर शतपावली केली आणि खुर्चीत येऊन बसलो. त्याचक्षणी चाहूल लागली. लेखन आणि जेवण यामधे मी किमयाला विसरून गेलो होतो. तीच किमया आली. मी तिच्याकडं बघतच राहिलो. तिनं आज कालच्यापेक्षा चांगलं पातळ नेसलं होतं. केस चापून-चोपून बांधलेले आणि त्यात गावठी फूल खोचलं होतं. काजळ घातल्यामुळं तिचे डोळे एखाद्या मृगशावकासारखे भासत होते.

"काय पाहतोस एवढं?" तिनं विचारलं.

"पाहतोय तुझं सौंदर्य..."

ती लाजली. मी तिचा हात धरला व म्हटलं,

"बैस इथं..."

मला जाणवलं माझा आवाज घोगरा झाला होता.

शेजारच्या खुर्चीत बसताना तिचा पदर किंचित खाली सरकला. माझी नजर हवं तिथं पोहोचली होती. ती मूळची खूपच गोरी होती हे नक्की. मी तिच्याकडं पाहत म्हटलं,

"खूप गोड दिसतेस."

ती पुन्हा लाजली व क्षणभरानं म्हणाली,

"काल रात्री दार का नाही उघडलं?"

तिच्या अनपेक्षित प्रश्नानं मी बावचळलो.

"काल रात्री?"

"रात्री मी आले होते लॉजवर... मागच्या बाजूनं..."

"काय सांगतेस किमया."

"खरं तेच की. अण्णासाहेब गेले ना... त्यानंतर बघा... अर्ध्या तासानं... दारावर टकटक केली. चारपाच वेळा... पण तुमची चाहूलच नाही. खोलीत अंधार होता. म्हटलं तुम्ही झोपला असाल म्हणून गेले माघारी!"

आजपर्यंत मी स्वत:वर कधीही एवढा संतापलो नव्हतो तेवढा, हे सारं ऐकून, संतापलो. मूर्ख, बेअकली, बेवडा... अशी यच्चयावत विशेषणं मनातल्या मनात स्वत:लाच दिली. दारात गंगा आली आणि मी ढुंगण वर करून वाळूत पाणी शोधत बसलो.

"रागावलात?" तिनं विचारलं.

"छे गं... उलट मला वाईट वाटलं. खरंतर काल मी तुझी वाट पाहत होतो, आठवण काढत होतो. दिवा मालवून मी खिडकीत उभा होतो, शुभ्र चांदणं पाहत. पण किमया... तू एवढं धाडस कसं केलंस? कुणी पाहिलं असतं तर?"

ती हसली. मी पुन्हा तिला छेडलं तेव्हा म्हणाली,

"ओढ अनावर झाली की सात डोंगरही सात पावलांसारखे वाटतात!"

तिच्या तोंडचं हे वाक्य ऐकून मी स्तब्ध झालो. ही स्त्री किती मोठं तत्त्वज्ञान सहजपणे बोलून गेली.

"किमया..." मला पुढं बोलवेना. तिनं माझा हात धरला. मी शब्द जुळवत विचारलं,

"एवढ्या रात्री माझ्या रूमवर येऊन काय करणार होतीस?"

"तुम्ही जे लिहिलंय ते वाचत बसले असते. तुम्ही लिहीत बसला असता तर बघत बसले असते आणि..."

ती एकदम गप्प बसली.

"आणि काय?" मी तिच्या खांद्यावर हात ठेवण्याचं धाडस करीत विचारलं. ती फक्त लाजली आणि माझं मन उसळ्या मारू लागलं. मी म्हटलं,

"आज येणार?"

"तुम्ही हो म्हणालात तर!"

मला काय बोलावं ते सुचेना. आंधळा मागतो एक डोळा अन् देव देतो दोन डोळे अशी गत झाली.

"मी नाही म्हणेन का?"

"नाही" ती संकोचत म्हणाली.

"तू ये पण थोडी उशीरा ये."

तिनं मान हलवली. मी म्हटलं,

"पण किमया... कुणी पाहिलं तर?"

"मी सामसूम झाल्यावर येईन... पण आज तुम्ही..."

"तुम्ही का म्हणतेस? आपलं काय ठरलंय?"

"बरं बरं... तू जागा राहा म्हणजे झालं... नाहीतर जाशील झोपून... कालच्यासारखं..." असं म्हणत ती हसली.

तिचे ते विभ्रम पाहून क्षणभर वाटलं हिला इथल्या इथं जवळ ओढावी करकचून मिठी मारावी! पण... पण मुश्किलीनं मनावर संयम ठेवला. कुणीतरी म्हटलंय ना सुग्रास जेवण तयार असताना भजी तोंडात टाकून भूक घालवू नये!

"खूप लिहून झालेलं दिसतंय..." कागदांकडं पाहत किमया म्हणाली.

"हो... काल रात्री एकवीस पानं आणि आज चाळीस पानं झाली!"

"बापरे!" तिनं आश्चर्योद्‌गार काढत ओठांचा चंबू केला. क्षणभरानं म्हणाली,

"कसं हो एवढं लिहू शकता.. सॉरी, कसं रे लिहीतोस एवढं?"

"चल... फिरता फिरता सांगतो."

तिला घेऊन मी समुद्राकडं गेलो. फेसाळत्या लाटा अव्याहतपणे किनाऱ्याकडं येत होत्या. आम्ही पाण्यात पाउल टाकलं. मी बोलत होतो. ती ऐकत होती पण मी काय बोलत होतो हे माझं मलाच समजत नव्हतं. लाटा वेगानं येत होत्या. तिनं माझा हात धरला. साडी भिजू नये म्हणून तिनं दुसऱ्या हातानं साडी वर केली. मी चोरटेपणानं तिच्या गोऱ्या पायांचं निरीक्षण केलं. आम्ही अजून आत समुद्रात शिरत होतो. लाटा आता गुडघ्यापर्यंत आल्या. तिनं साडी वर घेतली. मी बोलतच होतो. ती भक्तिभावानं ऐकत होती पण तिचं चित्त विचलित झालं होतं. क्षणभरानं म्हणाली,

"पुरे."

"का गं?"

"इथून पुढं समुद्राच्या लाटांना ओढ लागते."

"मी आहे ना! घाबरतेस का?"

"घाबरले नाही."

"मग?"

"खूप खूप लिहायचंय ना!"

त्या क्षणी किमया मला वेगळी वाटली. मी तिच्याकडं रोखून पाहिलं. ती हसली. मात्र ते हास्य तिचं नेहमीचं नव्हतं.

"किमया..."

ती मला एकदम बिलगली. लाटांचं पाणी तिच्या मांडीपर्यंत होतं. तिच्या त्या निकट स्पर्शानं मला समुद्रात आग लागल्यासारखी तगमग झाली. वर मोकळं निरभ्र आभाळ, आसपास कुणीही नाही, किनारा बराच दूरवर आणि बऱ्यापैकी खोल समुद्रात मी आणि किमया. त्या क्षणी मला वासनेपेक्षा जास्त भावना जाणवली स्नेहाची, प्रेमाची, आपलेपणाची! या अथांग निसर्गात दोन जीव एकमेकांना बिलगलेत! किती संभ्रमकारी असतं स्त्री-पुरुषाचं नातं! कधी शरीराची ओढ तर कधी फक्त मनाची! शरीराची गरज चारदोन क्षणांनी संपते आणि

मनाची गरज शतजन्मही टिकते! माझ्या मनात आलं - ॲडॅम आणि ईव्हचं असंच काहीसं झालं असावं! मी तिच्याकडं पाहिलं. तिनं मान खाली घातली होती.

"काय झालं किमया?" मी क्षणभरानं विचारलं. तिची हनुवटी धरून मी तिचं तोंड वर केलं. तिचे डोळे पाणावले होते. नाकाचा शेंडा किंचित लालसर झाला होता. आणि फुगीर ओठांना सूक्ष्म कंप होता. मी किंचित खाली वाकलो व तिच्या ओठांवर ओठ टेकवले. तिनं आसुसून प्रतिसाद दिला आणि मी आवेगानं तिचं खोलवर दीर्घ चुंबन घेतलं. त्या क्षणी मी सारं जग विसरलो होतो.

पायाखालची वाळू ओहोटीच्या लाटेनं सरकली तसा मी भानावर आलो. किमया म्हणाली,

"पुरे... चल... कुणी आलं तर..." मी तिचा हात माझ्या पाठीमागून माझ्या कमरेवर धरला आणि माझा हात तिच्या कमरेवर ठेवला व किनाऱ्याकडे निघालो. मी तिच्याकडं पाहिलं. तिचा चेहरा तृप्त वाटत होता.

"रात्री नक्की ये... मी वाट पाहतो."

तिला मी बजावलं. ती निघून गेली. मी लेखन साहित्य आवरलं. निवांत बसलो. थर्मासमधील कोमट चहा प्यायलो. आता उन्हं उतरून सांजेकडं झुकली होती. भणाणत्या वाऱ्याला सुस्ती आली होती, पण त्या वाऱ्यात काहीसा गारवा भासत होता. मी चहूबाजूला पाहिलं. दूरवरून गावातील काही स्त्रिया व मुले किनाऱ्याकडं येत होती. त्या पिटुकल्या गावात समुद्रकिनाऱ्याखेरीज फिरायला जाण्यासारखं दुसरं काहीच नव्हतं. कधी धक्क्यावर तर कधी या बाजूच्या किनाऱ्यावर लोक आलटून पालटून फिरायला येत असतात.

मी उठलो आणि बॅग घेऊन निघालो. मनात एकाच वेळी उलटसुलट विचार घोंघावत होते. पुरुषाच्या नजरेनं मी फक्त किमयाचा देह उपभोगू इच्छित होतो पण किमयाचं काय? मघाशी किमयानं ज्या असोशीनं प्रतिसाद दिला त्यावरून वाटतं की तिलाही शारीरिक ओढ असणारच. कदाचित ती त्या बाबतीत अतृप्त असावी. तिचं लग्न झालंय का? झालं असेल तर तिचा नवरा कोण आहे? तो काय करतो? मी तिला त्याबाबत काहीच विचारलं नाही. बघू... आज रात्री विचारू असा विचार करीत मी लॉजवर निघालो.

~

माझ्यासमोर ड्रिंक्स होतं; पण मी जरा द्विधावस्थेत बसून राहिलो होतो. रात्रीचे नऊ वाजून गेल्याचं मी पाहिलं. आज रात्री किमया येणार! ड्रिंक्स घ्यावं की नको? तिला आवडलं नाही तर? तर कदाचित ती निघून जाईल. पण तिला आवडणारच नाही हे कशावरून? कदाचित आवडेलही. शृंगारामध्ये पुरुषाचा

आक्रमकपणा स्त्रियांना आवडतो म्हणे! जे व्हायचं ते होऊ दे असा विचार करीत मी ड्रिंक्स घ्यायला सुरुवात केली. अण्णांच्या गड्यानं भाताचा डबा आणून ठेवला तोवर मी ड्रिंक्स संपवलं. मी भात खायला बसलो खरा, पण मला जाणवलं की अन्नाच्या भुकेपेक्षा दुसरी भूक जागृत असेल, तीव्र असेल तर अन्न घशाखाली उतरत नाही.

मी खिडकीत उभा राहिलो. बाहेर नेहमीचंच दृश्य होतं. अजून रातकिड्यांचा गजर सुरू झाला नसल्यामुळं सर्वत्र नीरव शांतता होती. माझे कान मात्र दाराकडं होते. काल जो मूर्खपणा घडला तसा आज नको. क्षणाक्षणाला मी अधिक बेचैन होत होतो. अकरा वाजून गेले होते. येईल ना ती? की येणार नाही? नकारात्मक शंकेनं माझी अस्वस्थता वाढली. मी रूममध्ये पुन्हा एकदा रूम-फ्रेशनर फवारला. माउथ-फ्रेशनरचं च्युइंग गम तोंडात टाकलं. घड्याळात पाहिलं. अकरा वाजून वीस मिनिटं! आता रातकिडे जागे होऊन त्यांचा गजर त्यांनी सुरू केला होता. मी रूमचा दरवाजा उघडून हळूच बाहेर पाहिलं. बाहेर सामसूम होती. पावसाळ्यात आणि गावच्या देवीच्या जत्रेत हे लॉज भरलेलं असतं. मुंबईतील चाकरमाने खास जत्रेसाठी गावात येतात आणि सोबत पाहुण्यांना आणतात त्या वेळी लॉज फुल्ल होतं. बाकी वेळी माझ्यासारखा एखाददुसरा पाहुणा लॉजवर येतो. बाकी सामसूम. मॅनेजरनं मला ही माहिती दिली होती.

मी दार लावलं आणि पुन्हा खिडकीपाशी आलो. खिडकीच्या काचा सरकावून पडदे ओढून घेतले तेवढ्यात दारावर टकटक झाली. मी झट्कन गेलो आणि दार हलकेपणानं थोडंसं उघडून पाहिलं. बाहेर किमया उभी होती. मी पट्कन दार उघडलं. ती आत आली. मी दार लावून घेतलं त्या वेळी माझं मलाच जाणवलं, माझ्या हृदयाचे ठोके जलद गतीनं पडत होते.

मी तिच्याकडं पाहिलं. तिनं आज गुलाबी रंगाचं फुलाफुलांच्या नक्षीचं पातळ नेसलं होतं. पॉनिटेल वाटावी इतपत मानेच्या वर केस बांधले होते.

"तू खरंच आलीस... मला विश्वास वाटत नाही!" मी म्हटलं.

"हात लावून पहा," ती काहीशा मिश्कीलपणे म्हणाली.

"बैस ना..." मी आपलं उगीच काहीतरी बोलायचं म्हणून म्हटलं. ती बसली. रुमचं निरीक्षण करत म्हणाली,

"रूममधे एकटं एकटं वाटत नाही?"

मी हसत म्हटलं, "खूप एकटं वाटतं म्हणून तर दैवानं तुला इथं पाठवलं!"

मी तिच्याजवळ बसलो. तिचा हात हातात घेतला. तिनं मान खाली घातली. मी तिच्याजवळ सरकलो. आमचे उष्ण श्वास आम्हाला जाणवले.

"किमया..."

"ऊं..."

"तू मला आवडतेस पण मी तुला..."

तिनं तिचा हात माझ्या तोंडावर ठेवला. म्हणाली,

"वेडाच आहेस. एक स्त्री एवढ्या अपरात्री येते ती उगीच का?"

मी काहीही न बोलता तिचा चेहरा माझ्या दोन्ही हातानं धरला. तिच्या कानामागं माझी बोटं होती. अंगठे गालांवर. मोहरून जात तिनं स्वत:चे डोळे अर्धवट मिटले. मी पुढं झालो आणि तिच्या ओठांचं चुंबन घेतलं. आधी वरवर... मग खोलवर. तिनं प्रतिसाद दिला. माझा अधीरपणा वाढू लागला. मी म्हटलं, "साडी..."

ती उठली आणि तिनं दिवा मालवला. खरंतर पुरुषी मनोवृत्तीनुसार मला तिला विवस्त्र पाहायचं होतं. पण ती काही माझी हक्काची स्त्री नव्हती. की मी हुकूम सोडावा आणि तिनं तसं करावं. हा सारा आपखूशीचा मामला होता. जमत आलेल्या गोष्टी एवढ्या तेवढ्यावरून बिनसायला नकोत म्हणून मी गप्प बसलो. तेवढ्यात ती माझ्याजवळ आली. ती आता पूर्ण विवस्त्र होती.

त्यानंतर अर्धा-पाऊण तास मी सुखसागरातच डुंबत होतो. आजपर्यंत माझा ज्या ज्या स्त्रियांशी निकटतम संबंध आला त्या साऱ्यांपेक्षा किमया वेगळी होती. तिनं मला आत्यंतिक समरसतेनं परमोच्च सुख दिलं. फक्त एकच उणीव राहिली. ती म्हणजे खोलीत अंधार होता. तिचं सर्वांग मला उजेडात पाहायला मिळालं नाही. पण त्यामुळं मूळ सुखात काही उणेपणा आला नव्हता. आणि तसंही पाहिलं तर अंधार आणि शृंगार यांचं नातं अतूट असतं. उजेडापेक्षा अंधारातील शृंगार जास्त भावतो; कारण त्यात फक्त आदिम प्रेरणा शिल्लक असते. ना रूप राहतं ना रंग! फक्त दोन देह! नर आणि मादी! आणि त्यांची कामासक्ती! उजेडाला असणारी दृष्टीची (रंग-रूपाची) सारी परिमाणं अंधारात जाणवतच नाहीत. किमयाबाबत तेच घडलं. नजरेपेक्षा मी तिचं शरीर स्पर्शानं पाहिलं. उजेडातील स्पर्शापेक्षा अंधारातील स्पर्श अधिकच उत्तेजक असतो हे मला पुन्हा जाणवलं. किमयाचा चेहरा जेवढा आकर्षक, तेवढंच तिचं शरीरही आकर्षक होतं.

मी शांतपणे पडून राहिलो. काही क्षणानंतर खोलीतील दिवा लागला. मी पाहिलं. किमया साडी नेसून उभी होती. मी तिचा हात धरून तिला जवळ बसवलं. ती माझ्याकडं पाहत राहिली. मी तिचा हात कुरवाळत म्हटलं,

"किमया... आज तू मला तृप्त केलंस... काय देऊ तुला?"

"सांगू?"

"सांग ना..."

"मलादेखील तृप्त करा..." तिच्या या शब्दांनी मी दचकलो. मनात आलं, शी! मी माझा कार्यभाग उरकला; पण ही अतृप्तच राहिली. नेहमीचाच प्रकार! पुरुषाची घाई आणि स्त्री उपाशी राही.

"किमया... तुला... तू... तुला समाधान मिळालंच नाही?" मी काहीसं चाचरत विचारलं.

"ए काहीतरीच काय... मी वेगळ्या बाबतीत म्हणाले. तुझं आपलं काहीतरीच..."

"कशाबाबत बोललीस?"

"तुला हवं ते मी दिलं... आता मला हवं ते तू दे..."

"काय देऊ सांग ना..."

"तू लिहायला बैस."

मी चकित होत विचारलं,

"आत्ता?"

"हो... तू कसं लिहीतोस ते मला पाहायचंय..."

बापरे! एवढ्या सुंदर, तृप्तीच्या सहवासानंतर लिहायला बसायचं? मी घड्याळात पाहिलं. रात्रीचा दीड वाजला होता.

"शैलेश..." किमयाचा स्वर कातर होता. ती म्हणाली,

"बसतोस का लिहायला. मला पाहायचंय रे डोळे भरून! मलाही खूप लिहावंसं वाटतं..."

तिच्या आवाजात मला तिची प्रामाणिक इच्छा जाणवली. त्या स्वरांमधे कुठंतरी खोलवर एखादं आदिम दु:ख असावं असा मला भास झाला. लेखनाची एवढी आवड असू शकते? एवढी? की मानवी देहाची मूलभूत भूक तृप्त झाल्यानंतरही ती आवड शेष राहावी!

"मी जाणते रे..." ती माझ्याकडं पाहत म्हणाली. ती खरोखरच गंभीर होती. तिनं माझ्या केसात हात फिरवत पुढं म्हटलं,

"तुला आराम करायचाय. एका शारीरिक सुखानंतर दुसरं शारीरिक सुख पुढं येतं, आकर्षित करतं! मोहवून टाकतं! शृंगारानंतर येणाऱ्या गाढ झोपेची दाट साय मला तुझ्या डोळ्यांवर दिसत आहे पण..."

क्षणभर थांबून ती पुढं म्हणाली,

"पण मनाची म्हणून एक भूक असतेच ना! मला पाहायचंय... तू कसं लिहीतोस ते. मी तुला कणभरही त्रास देणार नाही. तुझ्या मागं बसून राहीन. तुला हवं असेल तर तुझं लिहून झाल्यावर मी पुन्हा तुझ्या बाहुपाशात..."

ती संकोचानं गप्प झाली. मी मात्र चकित झालो होतो. किती सुंदर आणि मोजकं बोलते ही! या पिटुकल्या गावात असं कितीसं शिक्षण घेतलं असेल हिनं!

“मी निघते.” तिच्या शब्दांनी मी भानावर आलो. तिचा हात धरून मी तिला पुन्हा बेडवर बसवलं. ती नाराज झाली होती. मी तिच्याकडं पाहून हसलो; पण ती मनापासून हसली नाही. बळेच हसली.

“ठीक आहे, मी बसतो लिहायला!” असं म्हणत मी उठलो.

“खरंच?” तिनं अत्यंत उत्साही स्वरात विचारलं.

मी तिचा गालगुच्चा घेत म्हटलं,

“हो. फक्त तुझ्यासाठी किमया. या क्षणी कुणी मला लाख रुपये दिले तरी मी लिहायला बसलो नसतो; पण... तू मला अनमोल सुख दिलंस म्हणून... मी लिहिणार, तुझ्यासाठी! फक्त तुझ्यासाठी!” असं म्हणत मी खिडकी उघडली व नंतर बॅगेतून कागद काढले. टेबलाजवळ खुर्चीत बसलो. किमया आनंदानं खुर्चीच्या मागं बेडवर बसली. अगदी माझ्या मागंच!

मागची दोनेक पानं वाचून मी मनातल्या मनात पुढील ग्राफचा आढावा घेतला आणि लिहायला सुरुवात केली. भले मी किमयाच्या प्रेमळ आग्रहाखातर बळेच लिहायला बसलो होतो पण मी हळूहळू लेखनात रममाण होत गेलो. इतका की माझ्यामागं किमया बसली आहे हेही मी विसरून गेलो. ना मला झोप आली ना माझा हात दुखला. किती वेळ लिहीत होतो. काय लिहीत होतो कोण जाणे!

ज्यांना निद्रानाश आहे किंवा जे खूप पहाटे लवकर जागे होतात त्यांना माहीत असेल की मध्यरात्र उलटून उत्तररात्र झाली की हवेमधे एक वेगळीच शीतलता जाणवते. या समयाला ब्राह्ममुहूर्त असं काहीसं नाव आहे. हवेमधे मला तीच शीतलता जाणवली आणि झाडावरचे एकदोन पक्षी ओरडले तेव्हा मी भानावर आलो. टेबलवर लिहून झालेले कागद अस्ताव्यस्त पडले होते.

त्या क्षणी मला थकवा जाणवला. मी बोटात बोटं अडकवून कडाकडा मोडली. मागं पाहिलं.

किमया बसून होती. तिच्या नजरेत कौतुक ओसंडून वाहत होतं.

मी तिच्याजवळ आलो. तिनं माझा उजवा हात हातात घेतला व ओठांनी त्याचं चुंबन घेतलं.

“शैलेश...”

तिनं हाक मारून वर माझ्याकडं पाहिलं. आनंदानं तिचे डोळे पाणावले होते. ती म्हणाली,

“तू मला तृप्त केलंस! ये... जवळ ये माझ्या...”

तिनं मला स्वत:हून जवळ घेतलं. त्या वेळी मला तिचा स्पर्श, तिचं आलिंगन खूप उबदार वाटलं. बराच वेळ ती मला कुरवाळत बसली. मी बेडवर

आडवा झालो. तिनं माझं डोकं आपल्या मांडीवर घेतलं. माझ्या केसातून हात फिरवू लागली. माझं शरीर आळसावलं होतं. माझ्या मनात आलं, मघाशी एखाद्या अप्सरेसारखं कामसुख देणारी स्त्री हीच! आणि याक्षणी आपल्या प्राणप्रिय बाळाला जवळ घेऊन वात्सल्याचा आविष्कार करावा तसं मला जवळ घेऊन माया करणारी स्त्रीदेखील हीच! स्त्रीची ही अनेक रूपं किती मोहक असतात. जगामधे स्त्री नसती तर...? शी! विचारच किती रुक्ष आहे.

मला कधी झोप लागली ते कळलंच नाही.

~

मला जेव्हा जाग आली तेव्हा कळेनाच की मी कुठं आहे. सकाळ आहे की दुपार की संध्याकाळ. माझं अंग अत्यंत जड झालं होतं. किंबहुना काही क्षण मला हात-पाय आहेत की नाहीत हेच उमजेना. जेव्हा मी हात हलवायचा प्रयत्न केला तेव्हा हात हलेना.

काही क्षणानंतर हळूहळू मी भानावर आलो. मी हॉटेलच्या रूमवरच होतो. दुपारचे अडीच वाजले होते. एवढा वेळ मी झोपलो होतो? गाढ झोप! ड्रिंक्स घेऊनसुद्धा एवढी गाढ झोप लागत नाही. आणि अंग एवढं जड! स्लीप पॅरॅलिसिस. कुठंतरी वाचलेलं आठवलं. गाढ झोपेतून जागं झाल्यावर मेंदू शरीराचा ताबा घेतो व आपण भानावर येतो. पण काही क्षण मधे तसेच जातात. झोपेचा अंमल गेलेला पण मेंदूचा अंमल नसलेले मधले क्षण!

मी चहा मागवला तेव्हा हॉटेलच्या मॅनेजरनं माहिती दिली की सकाळी रूममधे काहीच हालचाल दिसली नाही तेव्हा मॅनेजर काळजीत पडले. साडेबारा एकच्या सुमारास त्यांची काळजी अजूनच वाढली. त्यांच्या मनात अभद्र विचार आला. कस्टमरनं आत्महत्या तर केली नसेल ना! मग त्यांनी खोतांच्या घरून माणसं बोलावली आणि त्यांच्या समोर डुप्लिकेट चावीनं खोली उघडून आत पाहिलं.

टेबलावर खूप लेखन केलेले कागद पाहून त्यांनी नि:श्वास टाकला. रात्री उशिरापर्यंत लिहीत बसले आणि पहाटे गाढ झोपले हे त्यांच्या लक्षात आलं.

मी पाहिलं. खोलीत अण्णांच्या घरून आलेला डबा होता. मी फ्रेश झालो आणि पोटभर जेवलो. रात्रीचा शृंगार आठवून मला खूप बरं वाटलं. टेबलावरचे कागद आवरताना मी पाहिलं रात्री किमयाच्या आग्रहाखातर मी वीस-पंचवीस कागद लिहिले होते. अण्णांच्या आत्मचरित्रानं पानांची शंभरी ओलांडली होती. एकदा मनात आलं. बैठक मारावी आणि लिहून झालेली सगळी पानं सलग वाचून काढावीत. पण मी तो विचार झट्‌कला. माझ्या डोक्यात अण्णांच्या आयुष्याचा पूर्ण ग्राफ तयार आहे. त्याला सजवत सजवत मला लिहायचंय. कधी भावुकतेची फोडणी द्यायची तर कधी रुक्ष व्यवहाराची. बाकी माणसाच्या आयुष्यातील

घटना सारख्याच तर असतात! एवढी पानं पुन्हा कशाला वाचायची. मी पानं व्यवस्थित लावून ठेवली आणि चक्कर टाकण्यासाठी बाहेर पडलो.

~

तीन दिवस, दिवस म्हणण्यांपेक्षा रात्री म्हणणं जास्त योग्य होईल. तीन रात्री किमयाच्या सहवासात आणि लेखन करण्यात कशा सरल्या ते कळलंच नाही. अण्णा चिपळूणला गेल्यापासून सुमारे अडीचशे पानांच्या वर पानं लिहून झाली होती. मी अत्यंत खूश होतो. पण एकच घडलं होतं. सततच्या श्रमानं मला बराच अशक्तपणा जाणवत होता. माझा दिनक्रम बदललाच होता ना! संध्याकाळी ड्रिंक्स! मग डब्यातलं जेवण आणि किमयाची वाट पाहणं! ती आली की मनसोक्त शृंगारसुख आणि मग लेखनाची बैठक. पहाटे पहाटे किमया जायची आणि मी गाढ झोपायचो ते दुपारी कधी दोन-अडीचला तर कधी चार-साडेचारला जागा व्हायचो. मन तृप्त होतं पण शरीराला ताण आला होता.

असाच मी कधीतरी दुपारी साडेचारच्या सुमारास जागा झालो. खालून चहा मागवला.

पाचच मिनिटात अण्णा खोलीत आले.

"अरे! तुम्ही कधी आलात?" मी विचारलं.

"सकाळीच आलो. पण समजलं की तुम्ही रात्री लिखाण करता... म्हणून डिस्टर्ब केलं नाही."

"हो खरंय... छान लिंक लागलीय अण्णा."

"कुठवर आलंय आमचं चरित्र?" अण्णांनी उत्सुकतेनं टेबलावरील कागदांकडं पाहत विचारलं.

"अण्णा, पावणेतीनशे पानं झालीत!"

"काय सांगता?"

"हो!"

'वा ऽ वा ऽ वा... चांगलाच झपाटा मारला म्हणा की!"

'हं... पहाट कधी होते ते समजत नाही... काल तर साडेचारपर्यंत लिहीत होतो."

"वा! कौतुक आहे..."

"अण्णा, तुम्हाला आता लिहीलेली पानं वाचायची असतील तर घेऊन जा!"

अण्णा क्षणभर गप्प बसले. मग म्हणाले,

"आता कसलं वाचत बसतोय मी... अहो महाराज, इलेक्शन डिक्लेअर झाली!"

"कधी?"

“परवाच्या पेपरमधे बातमी आली की!”

मी गप्प बसलो. कारण गेल्या तीनचार दिवसात माझा जणू जगाशी संपर्कच नव्हता. किमयाच्या सहवासात आणि लेखनकार्यात मी जग विसरून गेलो होतो.

“अहो, मला सुभाष तारकरांबरोबर जिल्ह्याला जायचंय... तिकीट मिळवायला हवं. आता मला सवड नाही वाचत बसायला.” अण्णा म्हणाले.

“हं... पण नुसती नजर तरी टाका... तुमचं आत्मचरित्र आहे तेव्हा एखादी चूक राहायला नको.”

“कशी राहील चूक?” अण्णांनी ठासून विचारावं तसं विचारलं व म्हणाले,

“तुम्हाला माझी वही दिलीय. त्यातून तुमच्या डोक्यात सगळं तयार आहे. आणि तुमच्यासारख्या सिद्धहस्त लेखकाकडून चूक होणारच नाही. फक्त एकच करा साहेब... निदान पाचशे पानं तरी लिहाच... काय?”

मी क्षणभर विचारात पडलो. प्रश्न पानांचा नव्हता. पावणेतीनशे पानं मी लिहिली पण... त्यातलं एकही पान मी पुन्हा सलगपणे वाचलं नव्हतं. एवढंच लक्षात होतं की त्यांचं तारुण्य संपवून मी त्यांच्या सामाजिक कार्याकडं वळलो होतो. मला तपशील आठवत नव्हता!

“का हो साहेब, काही प्रॉब्लेम?” मी गप्प बसलेला बघून अण्णांनी विचारलं.

“नाही. प्रॉब्लेम काही नाही अण्णा.”

“मग झालं तर. आणि बरं का महाराज, अजून आठ-एक दिवसांत जर तुम्ही काम संपवलंत तर सगळं बाड मी डायरेक्ट छापायला पाठवतो. आपलाच माणूस आहे. दोन दिवसात देईल छापून. तोवर तुम्ही इथं आराम करा. नंतर मग ते काय तपासायचं असतं हो... ते बघा...”

अण्णांना शब्द आठवेना. माझ्याही लक्षात येईना त्यांना काय म्हणायचंय ते! तेवढ्यात ते म्हणाले,

“हां... प्रुफं! तो प्रुफं तुम्हीच तपासा म्हणजे लगेच फायनल पुस्तक काढू! मोठा घाट घालायचा विचार आहे. तारकर म्हणालेत मला... जमलं तर काणेसाहेबांच्या हस्ते चरित्राचं उद्घाटन करू... एकदम चकाचक पुस्तक!”

अण्णांचा उत्साह त्यांच्या शब्दांतून ओसंडत होता. ते पुढं काही बोलणार तेवढ्यात मी म्हटलं,

“अण्णा... तुमचा प्लॅन छान आहे पण... मी एवढे दिवस राहू शकत नाही.”

“का हो! आमचा पाहुणचार कमी पडतोय का?”

“नाही नाही. अण्णा, तुम्ही छान बडदास्त ठेवली माझी पण... प्रुफं तपासणं वगैरे कामं मी करत नाही...”

"तसं नव्हे हो लेखकमहाराज... तपासायची म्हणजे नुसती नजर टाकायची. तुम्ही एवढं सहकार्य केलंत तर..."

"ते सगळं ठीक आहे पण... नको अण्णासाहेब, प्लीज..."

खोत काहीसे नाराज झाले. पण माझाही नाइलाज होता. इथं येऊन पाच-सहा दिवस झाले होते. अजून अडीचशे पानं लिहायची म्हणजे कमीत कमी चार-पाच दिवस जाणारच. समजा मूड लागला नाही तर अजून कितीही दिवस! आणि त्यानंतर...

"बघा विचार करून... हो म्हटलात तर... फार बरं होईल. फारतर असं करा... मुंबईला दोन दिवस जाऊन पुन्हा या इथं." अण्णांनी प्रस्ताव मांडला व पुढं म्हणाले,

"तुम्ही पैशाची काळजी करू नका. आपलं ठरलंय त्यापेक्षा मी तुम्हाला जास्त रक्कम देणार आहे. माझ्या दृष्टीनं आता निवडणूक महत्त्वाची आहे. निवडणुकीची आचारसंहिता लागू होण्याच्या आधी आत्मचरित्राच्या कॉपीज सगळीकडं गेल्या पाहिजेत. पैशाची चिंता नाही पण मला आता वेळ नाही. बघा... तुमच्यासारख्या विद्वान माणसानं एवढी मदत केली अजून थोडी करा. निवडून आलो तर... तशी मला खात्रीच आहे हो, मी निवडून येणारच... मग आमदार होणार... त्या वेळी सांगा कोणतंही काम! काय?"

अण्णांनी चलाखपणे माझ्यापुढं गाजर धरलं.

"बघू... उद्या सांगतो मी." मी मोघम बोललो.

"नक्की सांगा... कारण उद्या मी सुभाषदादांबरोबर आधी मुंबईला जाणार. तिथून सीट पक्की करतो मग जिल्ह्याला जातो. पक्षासाठी देणगीची पावती फाडतो. आपल्या माणसांना खूश करतो. तिकीट कुठं जात नाही बघा... चला... निघतो... उद्या सांगा."

अण्णासाहेब आमदारकीची आणि मंत्रिपदाची स्वप्नं रंगवीत निघून गेले. जाण्यापूर्वी त्यांनी पाच हजाराचं बंडल दारात उभ्या उभ्या माझ्या हातात दिलं होतं! इथं येऊन मला त्रिवेणी संगमाचा लाभ झाला होता. मदिरा, मदिराक्षी आणि लक्ष्मी! अजून काय हवं होतं?

मी विचारात पडलो. काय करावं? अण्णांना मी हवा आहे त्यासाठी ते थैलीचं तोंड हवं तेवढं खोलायला तयार आहेत. रोजचं ड्रिंक्स आणि जेवण आहेच. आणि सर्वात महत्वाचं म्हणजे किमयाकडून मिळणारं रतिसुख! काय करावं?

अण्णासाहेब खोत या भागात निवडून येणार यात संशय नाही. ते आमदार होणारच. आणि महाराष्ट्रात एखाद्या कालखंडाचा अपवाद वगळता काँग्रेसच सत्तेवर आहे. म्हणजे काणेसाहेबांना सी.एम.चा भक्कम चान्स आहे. अशावेळी

अण्णा खोतांना मंत्रिपद नक्कीच मिळणार. ते मंत्री झाले की माझं टेन पर्सेंट कोट्यातील फ्लॅटचं काम होणारच!

माणसाचा मेंदू कॉम्प्युटरचा बाप आहे हेच खरं. काही क्षणात माझ्या मेंदूत हे सारे विचार झरकन येऊन गेले आणि माझा निर्णय झाला.

राहायचं इथं. ही सारी सुखं वारंवार येणार नाहीत. मी ठरवलं अण्णांना नाराज करायचं नाही.

भविष्यकाळ कळता तर मी हा निर्णय घेतलाच नसता! पण... असो.

~

सकाळी खोतांच्या वाड्यावर चहा पिताना मी त्यांना निर्णय सांगितला. त्यांना खूप आनंद झाला. खूशीनं त्यांनी पाचशेच्या दहा नोटा बळेच माझ्या हातात कोंबल्या व म्हणाले,

"आल्यावर अजून देईन. आणि बरं का महाराज, ठरलेल्या रकमेपेक्षा हे वेगळं मानधन आहे हं. तुम्ही माझा मान राखलात. थँक्स."

लेखनाच्या पैशाव्यतिरिक्त नगद दहा हजार रुपये जादा मिळाल्यानं मी खरंतर खूप खूश व्हायला हवं होतं. तसा खूश झालोही पण... मी थोडासा नाराज होतो. काल रात्री किमया आली नव्हती. तिची वाट पाहून माझे डोळे शिणले होते. काल रात्री धड झोप लागली नाही. दारावर टकटक झाल्याचा भास व्हायचा. मी त्या भासानं कमीत कमी पंधरा-वीस वेळा दार उघडून बाहेर डोकावलं होतं. तिच्या येण्याच्या आशेनं लिहायलाही बसलो नाही. एक शब्द लिहिला नव्हता. सवय वाईट असते हेच खरं! तीनचार दिवसात (खरंतर रात्रीत) तिची मला सवय लागली होती.

अण्णा निरोप घेऊन गेले. मी समुद्रकिनाऱ्यावर गेलो. आजचं सगळं शेड्यूल बदललं होतं. मी काही वेळ लाटांकडं बघत उभा राहिलो. तोच वारा, त्याच लाटा आणि संपूर्ण दृश्य तेच पण मला त्यात रस वाटेना. मी उठलो आणि लॉजकडं गेलो.

~

अण्णांच्या घरून डबा आला पण मी जेवलो नाही. समुद्रावरून आल्यानंतर मी लिहायलाच बसलो. अण्णांचं सामाजिक कार्य लिहीताना मी माझं कौशल्य पणाला लावलं. त्यांच्या टिपण वहीतील काही छोटे प्रसंग अत्यंत नाट्यमय केले. त्यांनी एक रुपयाची मदत कुणाला केलेली असेल तर मी ती रक्कम शंभर रुपये दाखवली. आबांच्या दोन मुलांचा जन्म, त्यांच्या पाठीवर झालेली मुलगी, पार्वतीबाईंचा मृत्यू अशा साऱ्या घटना तिखटमीठ लावून रंजक पद्धतीनं लिहून काढल्या.

संध्याकाळ झाली तसा मी लिहायचा थांबलो. एकूण पानं मोजली. सव्वातीनशेचा टप्पा मी गाठला होता. आता दीड-दोनशे पानं हाणली की माझं काम संपणार होतं.

मी फ्रेश झालो. रमतगमत धक्क्यावर गेलो. तिथं नेहमीचंच दृश्य होतं. मी इकडंतिकडं रेंगाळलो. जाणाऱ्या येणाऱ्या स्त्रियांकडं मी ओझरता दृष्टिक्षेप टाकत राहिलो. मला खरंतर किमया कुठं दिसतेय का ते पाहायचं होतं. पण ती दिसली नाही. कुठं गायब झाली बया? माझं मन वेड्यासारखं मलाच प्रश्न विचारत होतं. मला उत्तर माहीत नव्हतं. पण मन वेडं असतं ना!

बोटींची ये-जा चालली होती. खाडीच्या पलीकडं धक्का होता तिथून चिपळूण जवळ होतं. क्षणभर मनात आलं. चिपळूणला जाऊन यावं. पण नेमका रस्ता माहीत नव्हता. आणि चिपळूणला जाऊन करायचं काय? रात्र झाली तर इकडं यायला परतीची होडी असेल-नसेल! भरतीच्या वेळी हे नावाडी सहसा पाण्यात होडी घालत नाहीत.

सरळ लॉजवर परतलो. तोवर तिन्हीसांज टळली होती. रूमवर दामूकडून ड्रिंक्सचा कोटा आला होता. मी ड्रिंक्स घेता घेता विचार करू लागलो की अण्णांच्या आयुष्यातील महत्त्वाच्या घटना लिहून संपल्या होत्या. आता पुढं काय लिहायचं? मी त्यांची टिपण वही चाळली. काही सांसारिक किरकोळ घटना होत्या. एन्रॉन प्रकल्प उभारणीच्या वेळी झालेला विरोध, त्यातील अण्णांची भूमिका वगैरे भाग होता.

ड्रिंक्स घेताना लेखकानं लेखनाबद्दल, लेखनविषयाबद्दल जरूर विचार करावा, पण मेंदू कुरतडला जाईल एवढा विचार करू नये असं माझं मत होतं. मी वही ठेवून दिली आणि छानपैकी खिडकीत उभा राहिलो. नऊ वाजून गेले होते. त्या पिटुकल्या गावाचा दिनक्रम संपून सारा गाव चिडिचूप झालेला होता. ड्रिंक्समुळं मलाही छान 'फील' आला होता. मी वाट पाहत होतो किमयाची! दहा वाजले, अकरा वाजले. साडेअकरा वाजून गेले पण किमया आली नाही. ड्रिंक्सची नशा उतरली होती. जेवणाचा डबा आला होता, पण जेवायची इच्छा होईना. मी तळमळत होतो. चडफडत होतो. ज्याअर्थी काल आली नाही त्याअर्थी आज नक्की येणारच असं मी पक्कं गृहीत धरून होतो. त्यामुळं मी अधिकाधिक बेचैन होत गेलो. क्षणात तिचा राग येत होता तर क्षणात तिची काळजी वाटत होती. इथं येता जाता तिला कुणी पाहिलं तर नसेल ना, या शंकेनं माझा जीव व्याकूळ होत होता. तिच्या नवऱ्याला कळलं असेल तर? त्यानं तिला बेदम मारलं असेल का? ती आजारी तर नसेल ना? ती कुठं राहते? आपण तिचा मनसोक्त उपभोग घेतला, पण तिच्याबद्दल तिला काहीच कसं विचारलं नाही?

असंख्य प्रश्न. माझं डोकं भणभणायला लागलं. रात्रीचा दीड वाजला होता पण मला झोप येईना. एक वेडा विचार मनात आला की या क्षणी बाहेर पडावं. एवढंसं गाव आहे. किमया ऽ किमया अशा हाका माराव्यात! कुठंतरी सापडेलच! ती भेटेल पण... पण पुढं काय? सारा गाव जागा होईल. आणि मग जे प्रश्न चहूबाजूंनी विचारले जातील त्यांची उत्तरं काय देणार? माझं ठीक आहे. बोलून चालून मी पुरुष! परक्या शहरातला! माझं कोण काय वाकडं करू शकणार आहे. पण किमयाचं काय होईल? तिचा नवरा तिला धारदार कोयत्यानं ठार मारील. पण तिला नवरा आहे का? शी! आपण तिची विचारपूस का केली नाही?

सव्वादोन अडीच वाजता मी भुतासारखा जेवलो. पोटात आग पडली होती. मग दिवा मालवला. रूममधे अंधार होताच मला तिच्या बरोबर केलेला शृंगार आठवला. मी बेडवर तळमळत पडलो.

कधीतरी उत्तररात्री मला झोप लागली.

~

सकाळी साडेदहा अकराच्या सुमारास मला जाग आली. मी शांतपणे विचार केला. एका अपरिचित स्त्रीसाठी मी एवढं का झुरावं? हे योग्य नाही! जेवढी अपेक्षा नव्हती त्यापेक्षा अधिक सुख देऊन ती गेली. मग तिच्यात गुंतून आपल्या रोजीरोटीकडं दुर्लक्ष का करायचं? खोतांसारखा क्लायंट नशिबानं मिळालाय तर त्याला खूश केलं पाहिजे. भले त्यांच्या आत्मचरित्रावर शब्दांकन करणारा म्हणून माझं नाव येणार नाही पण कामाचं समाधान तर मिळेल. लोकांना चरित्राची भाषा व लेखनशैली आवडणार हे नक्की!

या विचारांनी मी एकदम रिफ्रेश झालो. मॅनेजरच्या माणसाकरवी अण्णांच्या गडीमाणसाला बोलावून घेतलं आणि समुद्राच्या किनाऱ्यावर टेबल-खुर्ची व इतर सोय करायला सांगितली. तासाभरानं मी पहिल्या दिवशी बसलो होतो त्याच स्पॉटवर लिहायला बसलो. मला खूप रिलॅक्स वाटत होतं. मी पुन्हा पुढचं चरित्र लिहायला सुरुवात केली.

एन्रॉन प्रकल्पाची सुरुवात, त्या वेळी खोतांनी केलेलं नेतृत्व, गावकऱ्यांची साथसंगत आणि त्यातून अण्णांची सामाजिक सेवावृत्ती वगैरे भाग मी रंगवून रंगवून लिहिला. आश्चर्य म्हणजे मला किमयाची जरासुद्धा आठवण आली नाही. जणू मधले तीनचार दिवस माझ्या स्मृतीतून गायब झाले होते.

संध्याकाळी प्रसन्न मनानं मी पेन बंद केलं आणि किनाऱ्यावरील लाटांमधे पाय भिजवून आलो. मी पाहिलं. टेबलाजवळील खुर्चीत एक गृहस्थ बसले होते. ते माझ्या येण्याची जणू वाट पाहत होते. मी काहीसा चकित होत तिथं गेलो.

"नमस्कार. मी चिंतामणी गोखले..." त्यांनी हात जोडत म्हटलं.

"नमस्कार..." मी गोंधळून हात जोडले. धोतर, शर्ट, डोक्यावर काळी टोपी अशा वेषातील गोखले तरतरीत होते. चित्तपावनी रंग आणि भेदक घारे डोळे.

"खोतांचं आत्मचरित्र लिहीताय ना?" त्यांनी विचारलं.

"हो." माझा गोंधळ अधिक वाढला.

"खूप मोठी रक्कम देणार असतील!" त्यांचा स्वर मला छद्मी वाटला. मला त्यांचा रागच आला.

"हे पहा मिस्टर गोखले..."

"सगळेजण मला भाऊ म्हणतात.' त्यांनी माझं बोलणं तोडत सांगितलं. मी स्वतःचा राग सावरला व म्हटलं,

"हे पहा भाऊ..., मी एक लेखक आहे. लेखन हे माझं उपजीविकेचं साधन आहे. उद्या तुम्ही जरी मला तुमचं आत्मचरित्र लिहायला बोलावलंत तरी मी येईन. अर्थात माझ्या अटींवर!"

ते हसले.

"काय हो भाऊ... मी इथं येऊन पाचसहा दिवस होऊन गेले. तुम्ही कधी कुठं दिसला नाही. आज अचानक येऊन मला असं विचारायचं काय कारण?"

भाऊ उठले. त्यांना खूप काही बोलायचं असावं; पण बोलावं की न बोलावं या संभ्रमात ते क्षण दोन क्षण समुद्राच्या लाटांकडं पाहत राहिले व नंतर म्हणाले,

"मी काही सांगितलं तर तुमचा माझ्यावर विश्वास बसणार नाही. दुर्दैवानं पार्वतीबाई जिवंत नाहीत... खरंतर आत्मचरित्र त्यांनीच लिहावं ज्यांचं कर्तृत्व आभाळाएवढं असतं आणि..." ते क्षणभर थांबले. मी त्यांचं बोलणं मन लावून ऐकत होतो. ते म्हणाले,

"पण जमाना बदलला. पैशानं आजकाल काहीही विकत घेता येतं हेच खरं, अगदी लेखकसुद्धा!"

"मिस्टर गोखले तुम्ही..."

ते माझं बोलणं तोडत म्हणाले,

"माफ करा. तसा माझा काहीही संबंध नाही. खरंतर इथं येण्याचा, तुम्हाला काही विचारायचा मला काहीही अधिकार नाही. पण का कोण जाणे, मला वाटतं, तुम्ही हे चरित्र न लिहीता इथून निघून जावं!"

"काय?" मी जवळजवळ ओरडलोच.

"अधिकार नाही माझा. पण मला वाटतं. तुम्ही इथून निघून जावं!"

"पण का?" मी विचारलं.

''ते मी सांगू शकत नाही. सांगितलं तरी माझ्याकडं पुरावा नाही. पुराव्याशिवाय कोण विश्वास ठेवणार? शिवाय... अं हं... मला नाही सांगता येणार... मी फक्त एवढंच सांगू शकतो की तुम्ही केवळ पैशासाठी असलं काम करू नये... इथून निघून जावं.''

मी म्हटलं, ''तुम्ही काय बोलताय हे तरी कळतंय का तुम्हाला? लिहू नका म्हणता तर का लिहू नको ते सांगा! निघून जा म्हणता तर का निघून जाऊ ते सांगा! बोला ना... पहिल्याच भेटीत तुम्ही मला...''

''माफ करा. मला जे वाटलं ते मी सांगितलं. मी जातो. माझ्या आगंतुक बोलण्याबद्दल मी तुमची माफी मागतो. मी आलो होतो हे कुणापाशी बोलू नका.''

असं बोलून मन:पूर्वक हात जोडून गोखले निघाले. मी इतका क्षुब्ध झालो होतो, गोंधळलो होतो की त्यांना थांबवावं हेही मला सुचलं नाही. ते दूरवर गेले. मी खुर्चीत बसलो. कोण असेल हा भाऊ गोखले? आणि असं अचानक येऊन त्यानं मला निघून जायला का सांगावं? काय गौडबंगाल आहे? पार्वतीबाईंचा उल्लेख का केला? माझ्या मनात अनेक प्रश्न उसळले. मी बराच वेळ बसून राहिलो. मग मात्र अस्वस्थ मनानं निघालो.

लॉजवर येताना मी स्वत: हॉटेलमधे जाऊन दामूसेठला ड्रिंक्सचा डबल कोटा पाठवायची ऑर्डर दिली. रूमवर आलो. फ्रेश झालो. पण भाऊ गोखलेचे विचार मनातून जाईनात. खरंतर आज दुपारी छान लिखाण झालं होतं. पस्तिसेक पानं मी लिहिली होती. छान मूड होता पण गोखलेंनी माझा मूड घालवला होता. एकदा मनात आलं खोतांच्या सेलफोनवर फोन करावा आणि त्यांनाच विचारावं. पण तो विचार सोडून दिला. एकतर बिल मलाच द्यावं लागलं असतं आणि दुसरं म्हणजे खोतांचं आणि गोखल्यांचं वैमनस्य असेल तर आपण आगीत तेल ओतल्यागत व्हायचं! नकोच ते.

असंही असू शकेल की अण्णांमुळं कुठंतरी गोखले दुखावले गेले असतील. शिवाय मोठ्या व श्रीमंत माणसांबद्दल सर्वांनाच एक असूया असते तशी गोखलेंच्या मनात असू शकेल. म्हणून तर गावात अण्णा नाहीत हे पाहून गुपचूप मला भेटून गेले!

मी भाऊ गोखलेंचा विचार झटकून टाकला. आता फक्त सत्तर-ऐंशी पानं लिहायची बाकी आहेत. तेवढी लिहिली की मोठी रक्कम घ्यायची आणि जायचं! छे! जातोय कसला. प्रुफं तपासायचीत ना! कबूल केलंय, शब्द दिलाय खोतांना! अशा प्रसंगी लेखन जेवढं लवकर आटपेल तेवढं छपाईचं आणि प्रुफं तपासायचं काम लवकर होईल या विचारानं मी हातातील ग्लास टेबलवर ठेवला. कोरे कागद घेतले आणि मागची एकदोन पानं चाळून लिंक लावू लागलो.

तेवढ्यात दारावर टकटक झाली. निमिषार्धात माझं मन किमयाच्या विचारानं व्यापलं. मी झट्‌कन उठलो. घड्याळात पाहिलं. सव्वादहा वाजले होते. मी दार उघडलं.

दारात किमया उभी होती!

तिला पाहून काय प्रतिक्रिया द्यावी हेच मला कळेना. तिनं बहुधा माझा गोंधळ मनोमन जाणला. ती आत आली व दार बंद केलं. अनपेक्षितपणानं तिनं मला दारातच मिठी मारली. दोन रात्रीच्या विरहानंतरचा तिचा हा स्पर्श मला खूप उबदार वाटला.

"रागावलास ना?" तिनं क्षणभरानं विचारलं.

मी काहीही न बोलता टेबलापाशी बसलो. कागद पुढं ओढला. किमयानं माझ्या मागं येऊन तिचे दोन्ही हात माझ्या गळ्यात टाकले. तोंड माझ्या कानापाशी आणलं. तिचे उष्ण श्वास माझ्या कानाला जाणवू लागले. तिनं हलकेपणानं माझ्या कानाचा चावा घेतला. मग मात्र मला राहवेना. मी माझे दोन्ही हात मागं घेऊन तिच्या मानेवर धरले व तिचं तोंड माझ्याकडं खेचत तिच्या गालाला चावलो. ऊँ... करत ती मागं सरकली. मी तिला पुढं ओढलं व माझ्या मांडीवर बसवलं. मग विचारलं,

"कुठं गेली होतीस दोन दिवस?"

"अचानक जावं लागलं!"

"...आणि इथं मी तळमळत होतो... साधा निरोप देता आला नाही?"

"जाऊ दे ना रे... आज आले ना..."

"अगं पण..."

तिनं मला पुढं बोलूच दिलं नाही. तिच्या ओठांनी तिनं माझं तोंड बंद केलं. मागच्या तिन्ही रात्रींपेक्षा या वेळी ती जास्त आक्रमक होती. मीदेखील तिला तेवढाच प्रतिसाद दिला.

तासाभरानं तिनं मला नेहमीप्रमाणं लिहायला बसवलं. मीदेखील आढेवेढे न घेता लिहायला बसलो.

~

अण्णासाहेबांना माझा निरोप मिळताच त्यांनी वेगानं हालचाली केल्या. त्यांचा माणूस माझ्याकडून परवाच पाचशे पंधरा पानांचं बाड घेऊन गेला होता. दोन दिवसात प्रुफं येणार होती. कदाचित आजच! अर्थात मला भरवसा नव्हता, कारण पाचशे पंधरा पानं दोन दिवसात छापणं शक्य होईलसं वाटत नव्हतं. खरंतर मला मुंबईला चक्कर मारून यायचं होतं; पण अण्णांनी फोनवरून मला दगदग न करण्याचा सल्ला दिला. आराम करा. भरपूर प्या खा आणि भटका,

असा सल्ला दिला.

गेल्या दहा-पंधरा दिवसात नाही म्हटलं तरी मीदेखील आळशीच झालो होतो. लेखनाचं काम वगळता मी ड्रिंक्स, जेवण आणि झोप या गोष्टीच उपभोगत होतो. किमयाचा सहवास हा माझा बोनस होता. राहून राहून मला कुतूहल होतं की तिला लेखनाविषयी एवढी आत्मीयता का होती? पहिल्या भेटीत मी तिला मार्गदर्शन करण्याचं आश्वासन दिलं होतं. पण मी कणभर किंवा क्षणभरही मार्गदर्शन केलं नव्हतं.

मी कपडे करता करता आरशात माझ्याकडं पाहिलं. पॅन्ट चांगलीच घट्ट वाटत होती. याचा अर्थ माझी कंबर भरली होती. गालही चांगलेच गोबरे झाले होते. फुकटचं पिणं, खाणं आणि वर मजा मारणं! डोक्याला कसली चिंता नाही. भरपूर झोप घेणं! माझं वजन वाढल्याचं मला माझ्याच हालचालींवरून जाणवलं. मी तोंडाला क्रीम लावलं. पावडर लावली व चॅनेल सेव्हन स्प्रे मारला.

आज प्रथमच किमयानं मला भेटण्यासाठी बाहेर बोलावलं होतं. खाडीच्या उजव्या बाजूला डोंगर कपाऱ्यांवर एक जुनं देवीचं देऊळ होतं, तिथं ये म्हणाली होती. म्हणून तर मी जरा जास्तच उत्साही होतो. मी घड्याळ पाहिलं. साडेचार वाजून गेले होते. मी शूज घातले तेवढ्यात रूमची कॉलबेल वाजली. यावेळी कोण आलं असा विचार करत मी दार उघडलं. छापखान्याचा माणूस प्रुफं घेऊन दारात उभा होता! मी चकित झालो. प्रुफं आली?

''साहेबांनी दिलीत.'' तो म्हणाला.

''हं... ठेव टेबलावर.''

तो आत आला. प्रूफाचं बाड त्यानं टेबलावर ठेवलं.

''परवा सकाळी येतो घ्यायला.'' तो निघताना म्हणाला.

''परवा सकाळी?'' मी विचारलं.

''हो... माझ्या साहेबांना खोतसाहेबांचा फोन आला होता. देवऋषानं परवा अकराच्या आत फायनल प्रिंटिंग सुरू करायला सांगितलंय. सगळी तयारी झालीय...''

''अरे पण... एका दिवसात एवढी प्रुफं कशी तपासणार मी?''

''चुका नाहीतच साहेब... तुम्ही निस्ती नजर टाका...'' तो म्हणाला.

''बरं... ठीक आहे.''

तो निघून गेला. मला कौतुक वाटलं. मोजून दोन दिवसात पाचशे पंधरा पानांची छपाई केली होती. अण्णा म्हणालेच होते की त्यांचा मित्रच आहे छपाईवाला. तो दिवसरात्र काम करील. उशीर करणार नाही.

मी घड्याळात पाहिलं. बापरे! पाच वाजले होते. मी झट्कन निघालो.

~

समुद्राच्या उजव्या बाजूला दगड-धोंडे आणि रेतीचाच मार्ग होता. रेतीत खेकड्यांच्या पाऊलखुणा दिसत होत्या. मी देवळावरचा विटक्या रंगाचा भगवा झेंडा बघत मार्गक्रमणा करत होतो. रात्रीच्या वेळी हा मार्ग भरतीमुळं बंद होतो. भरतीच्या लाटांनी येथील डोंगराचे काही शिलाखंड सुटे होऊन त्यांना वेगवेगळे आकार प्राप्त झाले होते. वाटेत वेगवेगळ्या रंगांचे दगड, फुटके व धडके शंख-शिंपले अगंणित होते. खडकांच्या चिंचोळ्या खबदाडांमधे समुद्राची लाट जीर्ण होत होत पोहोचत होती.

खरंतर अशा खडकाळ, उंचसखल वाटेवरून, आणि तेसुद्धा अनोळखी वाटेवरून जायचं म्हणजे दिव्य होतं. पण आज किमया मला प्रथमच हॉटेलच्या रूम व्यतिरिक्त एकांतात खुलेपणानं भेटणार याच ओढीनं मी निघालो होतो.

मी पाहिलं. देऊळ वर होतं. कडेकपारीतून मी आधारासाठी खडक धरून चढण चढू लागलो. मला चांगलीच धाप लागली होती. याचा अर्थ माझं वजन नक्कीच वाढलं होतं. मी काहीसा घामेजलो होतो आणि आता तिन्हीसांजा उतरून अंधारू लागलं होतं. आभाळातील रंगाची उधळण झाकोळू लागली होती. टिटव्या त्यांची विशिष्ट साद घालत झाडांकडं झेपावत होत्या.

मी अखेरीस वर पोहोचलो. क्षणभर थांबून मी दीर्घ श्वास घेतला. डोंगरमाथ्यावर थंड वारं जाणवत होतं. पश्चिमेकडं आभाळात चंद्रकोर दिसू लागली. काही अंतरावरचं छोटेखानी देऊळ दिसलं. तेवढ्यात माझं लक्ष गेलं. उजव्या बाजूला काही अंतरावर किमया उभी होती. मी तिच्याजवळ गेलो.

तिनं माझे हात हातात घेतले व अत्यंत हळुवारपणे माझ्या हाताचं चुंबन घेतलं. त्याचवेळी माझ्या हातावर पाण्याचा थेंब पडल्याचं मला जाणवलं. मी किमयाचा चेहरा वर केला.

"किमया... काय झालं? तू का रडतेस?" मी विचारलं पण तिनं काही न बोलता तिचं डोकं माझ्या छातीवर टेकवलं. मी तिला प्रेमानं जवळ घेतलं. थोपटलं. काही क्षणांनी आम्ही कडेच्या एका खडकावर बसलो.

"किमया... सांग ना... तुझ्या डोळ्यांत पाणी का आलं?"

तिनं काही नाही अशा अर्थानं मान हलवली.

"माझी शपथ..." तिनं पट्कन तिचा हात माझ्या तोंडावर ठेवला. मी तो हात दूर करत म्हटलं,

"मग खरं सांग.. तू का रडतेस?"

ती क्षणभर गप्प राहिली मग म्हणाली,

"तुझा विरह होणार... तू जाणार!"

हे ऐकून मीदेखील क्षणभर गप्प झालो. मी काही दिवसांचाच सोबती आहे

आणि आत्मचरित्राचा प्रकाशन समारंभ झाला की मुंबईला परत जाणार हे मी विसरलोच होतो. मी जाणार याचं तिला दु:ख होत होतं. माझ्या मनात एक वेगळीच शंका आली. ही बाई आपल्या गळ्यात तर पडणार नाही ना! मुंबईच्या एका दिग्दर्शक मित्राचं वाक्य आठवलं. तो नेहमी म्हणतो, 'बाहेर चिकन जरूर खावं पण हाडूक गळ्यात बांधून घेऊ नये!'

या माझ्या विचाराची मलाच लाज वाटली. बिचारी किमया विरहाच्या जाणिवेनं रडतेय आणि मी मात्र तिच्याविषयी असा विचार करतोय. तिला दिलासा देण्यासाठी मी तिच्या हातावर थोपटत म्हटलं,

"वेडाबाई, मी जरी मुंबईला गेलो तरी अधूनमधून परत येईन, तुझ्यासाठी! फक्त तुझ्यासाठी!"

ती संतोषानं हसली, क्षणभरानं म्हणाली,

"शैलेश, तुझ्या सहवासात मला खूप सुख मिळालं. तू खूप खूप चांगला आहेस. तुझ्यामुळं मला लेखन कसं करतात तेही समजलं!"

"अच्छा? मग तू आता लिहायला लाग... मी परत येईन तेव्हा तुझं लेखन वाचायला मला आवडेल."

"मी लेखन केलं समज."

मी तिला जवळ घेतलं. ती म्हणाली,

"तू विचारलं नाहीस... मी तुला आज इथं का बोलावलं ते!"

"अरे खरंच की! सांग किमया, इथं कशासाठी बोलावलंस?"

ती क्षणभर गप्प बसली व गंभीरपणे म्हणाली,

"उद्यापासून मी तुला भेटणार नाही. ही आपली शेवटची भेट!"

"का गं?"

"मला जायचंय."

"कुठं?"

"माझ्या गावाला!"

"म्हणजे? तू या गावची नाहीस?"

'नाही."

"मग?"

"शैलेश, खाडीच्या पलीकडं माझं गाव आहे."

"याचा अर्थ तू फक्त माझ्यासाठी इथं येतेस?' मी चकित होत विचारलं.

"मी इथं मासे घेऊन येते."

"ओह..."

"पण मासे विकणं हे निमित्त रे... खरी ओढ असते तुला भेटायची..."

काही क्षण आम्ही दोघंही गप्प राहिलो. चंद्रकोर आता चांगलीच वर आली होती. डोंगरमाथ्यावर गार वारं होतं आणि निर्मनुष्यता! मी तिथंच आडवा झालो. अंगणात पारिजातकाचा सडा पडावा तसा आभाळात चांदण्यांचा सडा पडला होता.

किमयानं माझ्या छातीवर डोकं ठेवलं. मी तिच्या पाठीवरून हात फिरवू लागलो. तिचे भगगच्च उरोज माझ्या पोटावर दाबले गेले होते. मी तिला म्हटलं,

"किमया, एक प्रश्न विचारू?"

"विचार ना."

"खरं उत्तर देशील?"

"हं..."

"किमया, तू माझ्यावर एवढी का भाळलीस?"

"तू लेखक आहेस म्हणून!" क्षणाचा विलंब न लावता ती उत्तरली.

"फक्त एवढंच?" मी विचारलं.

"अं हं. तू लेखक तर आहेसच पण माणूस म्हणूनही चांगला आहेस!"

"अच्छा! तुला माणसं ओळखता येतात तर!'

"हो. शैलेश पूर्वी मी खूप भोळीभाबडी होते. सर्वांना चांगलंच समजायचे. पण..."

ती एकदम गप्प झाली.

"पण काय किमया?"

"जाऊ दे रे..." एक उसासा टाकत ती म्हणाली.

मीही मग तिला जास्त छेडलं नाही. त्या क्षणी मला ड्रिंक्सची आठवण झाली. डोंगरमाथा, एकांत, वर ताऱ्यांचं छत आणि सोबत सर्वस्व देणारी स्त्री... सारं सारं कसं मनाजोगतं आहे. या साऱ्या सोबत ड्रिंक्स असतं तर? मी स्वत:वरच वैतागलो. येतानाच मी बरोबर आणायला हवं होतं.

"कसला विचार करतोस एवढा?" तिनं विचारलं.

मी हसत म्हटलं,

"तुझ्या सवतीचा!"

"सवत! म्हणजे तुझी बायको?" तिनं वेगळाच अर्थ घेतला.

"नाही गं वेडाबाई..."

"ए सांग ना... कशी आहे तुझी बायको?"

"किमया प्लीज..." मला त्या क्षणी पत्नीची आठवण नको होती. याबाबत एक पथ्य पुरुषानं पाळावं अशा मताचा आहे मी. मिठीमध्ये परस्त्री असताना पत्नीची आठवण काढायची नाही आणि जेव्हा पत्नी जवळ असते तेव्हा परस्त्रीचा

विचार मनात आणायचा नाही. एवढं पथ्य पाळलं की मग त्रास होत नाही.

''ए सांग ना रे... प्लीज.'' किमयानं पुन्हा हट्ट केला.

''माझी बायको... छान आहे.''

''खूप गोरी आहे? माझ्यापेक्षा!''

''हो.''

''... आणि सुंदरसुद्धा आहे?''

''हं...''

''तू बाहेर असा वागतोस हे ठाऊक आहे तिला?''

''किमया प्लीज... असले प्रश्न विचारू नकोस.''

''का रे?''

''माझा मूड जातो.''

''बरं बाबा. पण मग तूच म्हणालास ना मघाशी... माझ्या सवतीचा विचार करतोयस म्हणून!''

''वेडीच आहेस. मी ड्रिंक्सचा विचार करत होतो.''

हे ऐकताच किमया खळखळून हसू लागली. मी तिच्याकडं गोंधळून पाहू लागलो. हसू आवरत ती म्हणाली,

''अरे, मी आणलंय ड्रिंक्स...''

''काय सांगतेस? खरंच!'' मी अतोनात उत्साहानं विचारलं.

'हं' असा हुंकार देत किमया उठली. ती मघाशी जिथं उभी होती तिथं गेली. तिथं ठेवलेली पिशवी घेऊन ती माझ्याजवळ आली. तिनं पिशवीतून ड्रिंक्सची बाटली, ग्लास, पाण्याची बाटली असा सगळा सरंजाम काढला. मला तिचं भयंकर कौतुक वाटलं. मनात आलं, सालं, लग्नाची बायकोसुद्धा एवढी सरबराई लक्षात ठेवणार नाही. मी प्रेमानं तिचा गालगुच्चा घेत म्हटलं,

''वा किमया... तू बरं लक्षात ठेवलंस!''

''मग! लक्षात नको ठेवायला? माझ्या लाडक्या शैलेशसाठी!''

असं म्हणत तिनं माझा ग्लास भरला.

मी घोट घेतला. तिला म्हटलं,

''किमया, तू घेणार?''

''नको.''

''थोडंसं?''

''प्लीज शैलेश, मला नको.''

''बरं...''

मी तिला आग्रह केला नाही. सारं वातावरण भारून टाकणारं होतं. हॉटेलच्या

रूममध्ये असा फील कसा येणार? मी अत्यंत खूश झालो. तेवढ्यात किमयानं एक प्लॅस्टिकचा डबा काढला.

"काय आणलंस?"

"पापलेट!"

"वॉव् ..."

डब्याचं झाकण उघडताच मला मसाला पापलेटचा मस्त वास आला. मी एक घास खाल्ला.

"वा! किमया वा! तू भलतीच सुगरण आहेस!"

"खा... पोटभर खा..."

नंतरचा एक तास कसा गेला ते कळलंच नाही.

पण नंतर जाणवलं. मध्यरात्र झाली होती. वर मोकळं आभाळ आणि खाली डोंगरमाथा! समुद्राच्या भरतीच्या लाटा खालील खडकांवर आपटत होत्या. त्या फेसाळत फुटण्याचा आवाज येत होता. किमया मला बिलगून बसली होती. ऐहिक जीवनातलं सुख अजून काय असू शकतं? मी म्हटलं,

"लॉजवर यायचं?"

"खुळा आहेस!"

"तू खुळा केलंस!" ती हसली. म्हणाली,

"अरे वेड्या... भरतीमुळं जायचा रस्ता बंद आहे आणि एवढ्या रात्री कशाला जायचं?"

मी काही न बोलता तिला अधिक जवळ ओढलं. तिनं तिचं नाक माझ्या नाकावर घासलं. माझा इरादा तिच्या लक्षात आला होता. ती हळूच माझ्या कानाजवळ म्हणाली,

"हे लॉज आहे असं समज."

"ही जागा म्हणजे लॉज?" मी तिला विचारलं. ती म्हणाली,

"शैलू..., हे जग म्हणजे एक लॉजच आहे. आपल्या आईबाबांचं घर म्हणजे ईश्वरानं आपल्याला दिलेली खोली आणि मृत्यूचा क्षण येईपर्यंत ही खोली आपल्या मालकीची!"

मी ऐकतच राहिलो. शब्द साधेच होते पण त्यामागचा अर्थ!

"किमया... हे जे तू सुंदर सुंदर बोलतेस ना... तेच लिही... तू छान साहित्य निर्माण करू शकतेस!"

"कुणास ठाऊक! आजवर मी जे लिहिलं किंवा लिहीन त्यामुळं काय काय होईल मला ठाऊक नाही."

असं म्हणत तिनं माझ्या खांद्यावर डोकं टेकवलं. मी तिला जवळ, अधिक

जवळ ओढलं तेव्हा तिनं प्रतिसाद दिला. शृंगाराची जाण आल्यापासून, इतक्या वर्षांत मी प्रथमच उघड्यावर शृंगार केला. खाली खडकाळ पृष्ठभाग होता. वाळकं गवत होतं, लहान मोठे दगड, खडे होते. आमच्या दोघांच्याही नग्न शरीराला त्याचं भान नव्हतं. मंद चंद्रकोर आणि चांदण्यांच्या धूसर प्रकाशात मी प्रथमच किमयाचा देह पाहत होतो. केवळ स्पर्शानं जे मुलायम अनुभवलं होतं ते नजरेनं पाहत होतो. तिचं शरीर दुधी चंद्रप्रकाशात नितळ दिसत होतं. तिच्या शरीरापुढं मला माझ्या उघड्या शरीराची लाज वाटली. छातीपेक्षा पोट पुढं आणि सर्वांगावर केस! मुलायम कातडीच्या हरिणीजवळ एखादं काळं केसाळ अस्वल उभं राहावं तसं वाटलं मला. किमयानं मुक्तपणे मला साथ दिली. मी जेव्हा शृंगारसमाधीतून भानावर आलो तेव्हा किमया निघाली होती.

पहाटेचा सुखद गारवा अंगावर शिरशिरी आणू लागला. किमयाला सोडू नये असं वाटत राहिलं. मी तसं बोलूनही दाखवलं. पण तिला थांबणं शक्य नव्हतं. ती म्हणाली,

"शैलेश, पुन्हा भेट होईल न होईल. जपून रहा. आणि..."

ती गप्प बसली. मी विचारलं,

"... आणि काय?"

"ऐकशील माझं?"

"सांग ना..."

"पुस्तकाच्या प्रकाशनानंतर या गावात थांबू नकोस!"

तिच्या या अनपेक्षित सल्ल्यानं मी अचंबित झालो. इतक्यांदा भेटली पण तिनं मला कधीही असा सल्ला दिला नव्हता.

"का गं? असं का म्हणतेस?" मी विचारलं,

"कारण मला असं वाटतं म्हणून."

मला एकदम गोखले आठवले. मी पट्कन विचारलं,

"किमया... गोखलेंना ओळखतेस?"

"हो. पण..."

"तू भाऊंना कसं ओळखतोस?" तिनं विचारलं.

"ते मला भेटायला आले होते. समुद्रकिनाऱ्यावर. त्यांनी तर मला आगाऊपणे सल्ला दिला की मी अण्णांचं चरित्र लिहू नये. गाव सोडून निघून जावं!"

किमयानं उसासा टाकल्याचं मला जाणवलं.

"बोल ना किमया... हा काय प्रकार आहे?"

"शैलेश, उद्या मी सगळं सांगेन. आता मी निघते."

"अगं पण... तू तर यापुढे मला भेटणार नाहीस ना?"

किमया गूढपणे हसली. कदाचित ती नेहमीप्रमाणेच हसली पण मला ते गूढ भासलं. ती म्हणाली,

"भेटणार आहोत आपण..."

"मला काही कळतच नाही किमया. मघाशी शेवटची भेट म्हणून रडलीस आणि आता म्हणतेस भेटणार आहोत आपण... मी काय समजायचं?"

"प्लीज शैलेश... समजून घे मला. हे बघ... उद्या काय घडणार आहे हे आपण कधीही ठामपणे सांगू शकत नाही, त्या अर्थानं आपली ही शेवटची भेट आहे असं मी म्हटलं. पण जर तू खोतांच्या चरित्र प्रकाशन समारंभानंतर इथं राहणार असशील तर आपली भेट होणारच! नक्कीच होणार!"

मी पाहिलं, उत्तररात्र कलली होती. पूर्व दिशेकडचं आभाळ उजळलं होतं- काळपट आभाळावर लाल रंग पसरू लागला होता.

"येते मी," असं म्हणत किमयानं माझ्या गालाचा मुका घेतला व ती झपझप पावलं टाकत गेली.

मी काही क्षण तिच्या पाठमोऱ्या आकृतीकडं बघत राहिलो. आणि नंतर तिथंच आडवा झालो. मला कधी डोळा लागला ते कळलंच नाही.

~

संध्याकाळचे चार वाजले होते. मी लॉजच्या रूमवर होतो. डोंगरमाथ्यावर मी सकाळी आठ वाजेपर्यंत पडून होतो. इथं लॉजवर आलो. चहा घेतला. फ्रेश झालो पण झोपेचा अंमल पुन्हा चढला आणि मी झोपलो.

मी पाहिलं. रूममधे नेहमीप्रमाणं डबा आणून ठेवला होता. मी उठलो. तोंड धुतलं. पण मला मानसिक तरतरी येईना. उगीच मन कातर झालं. खूप खूप कामाचे डोंगर असतात तेव्हा काही जाणवत नाही, पण काम संपलं की रिकामपण येतं. एक पोकळी निर्माण झाल्याची जाणीव होते. मी पाहिलं. टेबलवर प्रुफं पडली होती. तीन सव्वातीनशे छापील पानं होती. उद्या सकाळी छापखान्याचा माणूस प्रुफं घ्यायला येणार या विचारानं मी तो गठ्ठा उचलला.

खालून मागवलेला चहा पिता पिता मी प्रुफं वाचायला सुरुवात केली. तो माणूस म्हणाला ते खरं होतं, कारण खरोखरच त्या छपाईत एखाददुसरी किरकोळ चूक वगळता बाकी मोठ्या अशा चुका नव्हत्या. दहा-पंधरा पानं मी चाळली. मग मात्र मला कंटाळा आला. सारं अंग आंबलं होतं. मी ते बाड गुंडाळून ठेवलं आणि फ्रेश होऊन बाहेर पडलो.

~

रात्रीचे सात वाजले होते. मी चिपळूणला चक्कर टाकून घाईघाईनं खाडीच्या किनाऱ्यावर आलो आणि होडीत बसलो. बोटीत फारशी माणसं नव्हती. डिझेल

इंजिनवर चालणारी ती होडी लाटांवर हेलकावत होती. होडीच्या माणसांनी पाच-दहा मिनिटं वाट पाहिली आणि मग दाभोळच्या किनाऱ्याकडं होडी निघाली. डिझेल इंजिनचा आवाज नको वाटत होता आणि नकोसा होत होता तो डिझेलचा वास, काळा धूर! समुद्रातून जाताना मनात विचार आला होडी अचानक फुटली, तुटली, बुडली तर काय होईल?

मृत्यू! दुसरं काय? या विचारानं मी स्वत:शीच हसलो. पाण्यात बुडून मरताना माणसाला काय वाटत असेल? पाण्याला जीवन म्हणतात पण तेच पाणी मृत्यू घडवून आणतं तेव्हा...! आयुष्यभर पाणी हे माणसाला जगवतं आणि अशा जहाजफुटीच्या वेळी तेच पाणी मारतं!

शी! मी स्वत:चेच विचार झटकत अवतीभोवती पाहिलं. दाभोळचा धक्का जवळ आला होता. तेथील मिणमिणते दिवे अजस्र अंधाराला मिचमिचे डोळे फुटावेत तसे वाटत होते.

पण मला खूप बरं वाटलं, कारण संध्याकाळी मी चिपळूणला जाऊन आलो. अनोळखी गावात, अनोळखी शहरात फिरताना फारच मोकळं वाटतं. एरवी परिचित शहरात काहीही करताना कोण कुठं पाहील, कोण कुठं भेटेल याचा नेम नसतो. एक दडपणच वाटत राहतं. परिचित नुसते भेटत नाहीत तर नको त्या चौकशा करतात! 'काय, इकडं कसे?' किंवा 'काय काम काढलंत इकडं?' असले उपद्रवी प्रश्न विचारतात.

त्यामुळंच चिपळूणमध्ये निरुद्देशी पायपीट करताना मला फार बरं वाटलं. तसं त्या शहरात फारसं काही पाहण्यासारखं नव्हतंच. आणि मला वेळही नव्हता.

मी रमतगमत लॉजच्या रूमवर आलो. त्या वेळी मॅनेजर माझी वाटच पाहत होता. त्यानं निरोप दिला की येत्या बुधवारी म्हणजे तीन दिवसांनी अण्णासाहेब खोत येणार आहेत. आणि गुरुवारी संध्याकाळी काणेसाहेबांच्या शुभहस्ते आत्मचरित्राचा दिमाखदार प्रकाशन सोहळा ठरवला आहे.

निरोप ऐकून मनात एकच विचार आला. शुक्रवारी मी पंचवीस तीस हजार रुपये घेऊन मुंबईत असणार! बायकोला खूश करायचं! माझा प्रसन्न चेहरा पाहून मॅनेजर म्हणाला,

"साहेब, आम्हा गरिबाची आठवण ठेवा!"

"जरूर!" असं म्हणत मी वर रूमकडं निघालो.

प्रथेप्रमाणं रूमवर दामूशेठकडून ड्रिंक्स येऊन पडलं होतं. माझा मूड प्रसन्न होता. टेबलावर प्रूफाचं बाड दिसत होतं. पण आता मला ते सगळं तपासायची गरज वाटली नाही. गरजही नव्हतीच. छापखानावाल्याचं काम जेवढं मी पाहिलं तेवढं बिनचूक होतं.

मी एखाद्या संस्थानिकासारखा ड्रिंक्सचा आस्वाद घेत निवांत बसलो.

~

अण्णासाहेब खोतांचा उत्साह दाद देण्यासारखा होता. दोन दिवसात त्यांनी सर्व माणसं कामाला लावून समारंभ पार पाडला होता. छापखानावाल्यानं दहा प्रती काढून दिल्या. बाकी छपाई चालू ठेवून पाचशे प्रती दहा दिवसांत देतो म्हणाला. दापोली आणि बाकी ठिकाणचे खोतांचे सर्व परिचित दापोलीला केवळ या प्रकाशन समारंभासाठी आले होते. अण्णांना विधानसभेचं तिकीट मिळाल्यामुळं कार्यकर्त्यांची गर्दी लक्षणीय होती.

अण्णांनी पाण्यासारखा पैसा खर्च केला होता. खाणं-पिणं तर होतंच पण प्रत्येक पाहुण्याला एक छोटं गिफ्ट बॉक्स पण दिलं गेलं. काणेसाहेबांनी खोतांविषयी गौरवोद्‌गार काढून आत्मचरित्राचं विमोचन केलं. त्यानंतर काणेसाहेब लगेचच मुंबईला कारनं रवाना झाले. मी एक पाहुणा म्हणूनच समारंभात उपस्थित होतो. कारण पुस्तकावर लेखक म्हणून खोतांचंच नाव होतं.

खरंतर रात्री अकरा वाजता दापोलीवरून थेट मुंबईची एस.टी. होती. मी त्याच गाडीनं जायचा विचार करत होतो; पण अण्णांनी मला खूप आग्रह करून थांबवून घेतलं होतं. मुंबईवरून येताना त्यांनी खास स्टफ आणला होता. ब्ल्यू लेबल जॉनी वॉकर.

मी अण्णांच्या निरोपाची वाट पाहत बसून होतो. गर्दी पांगली होती. खूप लोक भरपूर खाऊन पिऊन सटकले होते. स्थानिक कार्यकर्ते मात्र निवांतपणे ऐश करत होते.

अण्णा एका घोळक्यात उभे होते. एक दणकट कार्यकर्ता त्यांना आत्मचरित्र दाखवत होता. त्यातील काही पानं उघडून वाचून दाखवत होता. मला मात्र अजूनही ते पुस्तक पाहायला मिळालं नव्हतं. प्रूफं रूमवर होती तेव्हा इच्छा झाली नाही. आता देखण्या कव्हरसह पुस्तक पाहण्याची, चाळण्याची इच्छा होती पण कॉपी उपलब्ध नव्हती.

अण्णांचा एक गडी माझ्याजवळ आला.

"चला साहेब..."

"कुठं?"

"चला... अण्णा म्हणाले, तुम्ही पुढं व्हा..."

"अण्णा कधी येणार?"

"येतायत..."

मी त्या गड्याच्या मागोमाग निघालो. तो मला घेऊन खाडीच्या बाजूला निघाला. मी जिथं लिहायला बसायचो तो स्पॉट येईपर्यंत पाठीमागून अण्णा व

नाग्यासुद्धा येऊन पोहोचले. त्यांच्यासोबत मघाचा दणकट कार्यकर्ता होता.

"अण्णा इकडं कुणीकडं?" मी विचारलं.

त्यांनी क्षणभर माझ्याकडं रोखून पाहिलं. पुढच्या क्षणी ते हसले व म्हणाले, "लेखकमहाराज, तुम्ही कधी भर समुद्रात पार्टी केलीय का?"

"भर समुद्रात?" मी गोंधळून विचारलं.

"ते बघा..." अण्णांनी बोट दाखवलं मी तिकडं पाहिलं. खाडीच्या पाण्यात एक मोठी होडी होती. पेट्रोमॅक्सच्या तीनचार बत्त्या उजळल्या होत्या.

"चला..." ते म्हणाले. मी खरंच खूश झालो.

~

होडीत आम्ही सहा जण होतो. होडीच्या एका बाजूला आडव्या फळ्यांची बैठक आणि मधे एक जुन्या लाकडाचं स्टूल होतं. होडी किनाऱ्यापासून खूप खोल समुद्रात पोहोचली तेव्हा चालकानं डिझेलचं इंजिन बंद केलं. अण्णांनी स्वत: ड्रिंक्स बनवलं. सर्वत्र शांत शांत झालं.

हा अनुभव अनोखा होता. फक्त समुद्राच्या पाण्याचा आवाज! वर मोकळं आभाळ. दूरवर एन्रॉन प्रकल्पाचे ठिणगीएवढे भासणारे दिवे! भणाणता खारट वारा! दीड लिटरची इम्पोर्टेड ड्रिंक्सची बाटली अर्धी कधी झाली ते कळलंच नाही. मी अण्णांशी गप्पा मारत होतो. ते मात्र फारसं बोलत नव्हते.

लोखंडी नांगर सरकवण्याचा आवाज झाला. मी मागं वळून पाहिलं. नाग्या आणि दणकट कार्यकर्ता अवजड लोखंडी नांगर होडीच्या मध्यभागी आणत होते.

"काय अण्णा नांगर टाकून इथंच मुक्काम करायचाय का?"

"हो... पण तुला एकट्यालाच..."

माझा माझ्या कानांवर विश्वास बसेना! अण्णांनी मला अर्वाच्य शिवी दिली होती. कसं शक्य आहे? मी त्यांच्याकडं चमकून पाहिलं.

"बघतोस काय रे भ...?"

"अण्णा...तुम्ही..."

"चूपऽऽऽ' अण्णा एवढ्या त्वेषानं ओरडले की माझ्या काळजाचं पाणी पाणी झालं! माझी नशा अर्ध्यानं उतरली.

"हरामखोरा... माझी दारू प्यायलास, माझं मीठ खाल्लंस आणि माझीच अब्रू वेशीला टांगलीस!"

त्यांचा एक एक शब्द माझ्या कानात तापलेल्या तेलासारखा जळजळत शिरला.

"अण्णा... का... काय..." मला बोलताच येईना. अण्णा एवढे का संतापले हेच कळेना.

"एक सांग भोसडीच्या, तुला किमयाचं प्रकरण कुणी सांगितलं?" त्यांनी प्रश्न विचारला त्यासरशी मी किंचित सावरलो. किमयाबरोबर मी मजा मारली याची त्यांना कुणकुण लागली असणार. त्यामुळं ते भडकले असणार! पण किमया यांची कोण असेल? मुलगी...

"का रे... वाचा बसली का तुझी?" असं ओरडत अण्णांनी खूण केली. त्या क्षणी माझ्या पाठीत कुणीतरी दणदणीत गुद्दा घातला. माझा प्राण कंठाशी आला. मी पुढं हेलपाटलो. तशी अण्णांनी माझी गचांडी धरली. मला पडू दिलं नाही. माझ्या पाठीत वेदनेनं ठाण मांडलं.

"बोल लवकर, नाहीतर अजून मार खाशील." अण्णा गुरगुरले.

"अण्णा... अण्णा..." माझा आवाज मलाच अपरिचित वाटला.

"बोल बोल... किमयावर मी बलात्कार केला, तिचा खून केला ही माहिती तुला कुणी दिली?"

आता माझं मस्तक फाटेल अशी मला भीती वाटली. किमयावर बलात्कार? तिचा खून?

अण्णांनी डाव्या हातानं माझी गचांडी धरली होती. उजव्या हातानं त्यांनी माझ्या सणसणीत थोबाडीत मारली. माझ्या डोळ्यांसमोर तारे चमकले.

"बोल रे हरामखोरा... बोल."

"अण्णा मारू नका हो." मी चक्क रडत बोललो. माझ्या डोळ्यांतून घळाघळा अश्रू वाहू लागले.

"बोल लवकर... साल्या, मी माझं आत्मचरित्र लिहायला बोलावलं होतं आणि तू माझ्या तरुणपणीची लफडी लिहिलीस? बोल लवकर..."

"अण्णा... किमया मला भेटली!" मी कसंबसं बोललो. त्यासरशी अण्णांनी माझी गचांडी न सोडता पाच-सहा लाफे मला लगावले. त्यांचा हात चांगलाच राठ होता. माझ्या कानांतून सूं ऽ सूं आवाज आले. डोळ्यांपुढं काजवे चमकले.

"खोटं बोलतोस? भडव्या... मेलेली पोरगी तुला भेटली होय रे... आ..."

माझ्या पिंढऱ्यात गोळे आले.

"अण्णा... मशिनवर झोपवू का याला?" नाग्यानं विचारलं. अण्णा माझ्याकडं पाहत म्हणाले,

"काय रे झोपायचंय का या मशिनवर? मशिन थाडथाड उडायला लागलं की पोटातली आतडी कशी बोंबलतात ते बघायचंय का?"

त्या कल्पनेनं मी गर्भगळीत झालो.

"नको अण्णा... नको. विश्वास ठेवा... किमया मला इथं भेटली. पहिल्याच दिवशी... मग रोज रात्री माझ्या रूमवर यायची."

"...आणि तू काय तिला... का रे?" अण्णांनी अर्वाच्यपणे विचारलं.

"हो." मी अभावितपणे बोलून गेलो. त्यासरशी दणकट कार्यकर्त्यानं पुन्हा गुद्दा मारण्यासाठी हात उगारला पण अण्णांनी त्याला हाताच्या इशाऱ्यानं थांबवलं. माझ्याकडं रोखून पाहत म्हणाले,

"... पुढं बोल."

"मग मला ती लिहायला बसायचा आग्रह करायची!"

"म्हणजे ती सांगायची आणि तू लिहायचास ना! असला कसला रे तू लेखक!"

"नाही! मीच लिहायचो!"

"पण तुला किमयाचं प्रकरण कुणी सांगितलं?"

"कुणीच नाही!"

क्षणभराच्या शांततेचा भंग करीत नाग्या म्हणाला,

"अण्णा, मी सांगतो. हा बेवड्या दारूच्या नशेत काय लिहीत बसला ते त्याला बी कळलं नाही!"

अण्णांनी जळजळीत नजरेनं माझ्याकडं पाहिलं. माझं विचारचक्र वेगानं फिरत होतं. नाग्याचं बोलणं अर्धसत्य होतं. दारूची नशा होतीच पण खरी नशा होती किमयाची. ती मला पहिल्याच भेटीत म्हणाली होती. तिला खूप खूप लिहावंसं वाटतंय म्हणून! याचा अर्थ तिनं मला माध्यम बनवलं. अण्णा खोतांनी तिच्यावर अत्याचार केला ते कृष्णकृत्य माझ्या हातून लिहून घेतलं.

अण्णांनी माझी गचांडी सोडली नव्हती. मला हलवत ते ओरडले,

"झोपला का रे सुंभ्या?"

"अण्णा... आता आठवतंय, ती मला रोज भेटायची आणि लिहायला बसवायची! लिहायचो मीच पण... तीच लिहून घेत असावी...!"

अण्णा काही बोलले नाहीत. तेवढ्यात एवढा वेळ गप्प बसलेल्या दोघांपैकी एकजण म्हणाला,

"अण्णा मला वाटतं या बेट्याला गोखले भेटला असणार!"

"हो रे हो!" अण्णांना एकदम ते पटलं. त्यांनी माझी गचांडी अजूनच आवळली व उजवा हात उगारून मला विचारलं,

"खरं सांग, तो भाऊ गोखल्या भेटला होता का तुला?"

"हो." मी पट्कन उत्तर दिलं.

"बघा अण्णा... माझाच अंदाज बरोबर ठरला," तो माणूस चित्कारला.

"पण अण्णा..." मी तोंड उघडलं.

"काय? पण काय?"

"म्हणाल ती शपथ घेऊन सांगतो गोखलेंनी मला काहीही सांगितलं नाही!"

"अच्छा?" अण्णांनी छद्मीपणानं विचारलं.

"खरंच हो अण्णा... देवाशप्पथ, आईशप्पथ खरं सांगतो."

ते क्षणभर गप्प बसले. मी थोडासा धीर धरत म्हणालो,

"अण्णा विश्वास ठेवा... मला किमयाचं प्रकरण खरोखर माहीत नव्हतं. एवढंच काय पण ती मेलेली आहे हेही माहीत नव्हतं. तुमचं चरित्र मी मनापासून लिहिलं. माझी चूक एवढीच आहे की छापखान्यातून आलेली प्रुफं मी तपासली नाहीत. त्यामुळं किमयानं माझ्या हातून काय काय लिहून घेतलं हेच मला कळलं नाही!"

माझ्या बोलण्याचा परिणाम म्हणा किंवा दुसरं काहीही म्हणा. अण्णांनी माझी गचांडी सोडली. स्वतःचा ग्लास भरला. घटाघटा प्यायले. मी माझ्या ओठांवरून जीभ फिरवली. कर्दनकाळाच्या तावडीत असूनही माझं आशाळभूत मन ड्रिंक्सवर गेलंच. अण्णांनी माझा ग्लास भरला व घे अशी खूण केली. त्यासरशी मी एका दमात सगळा ग्लास रिकामा केला. त्या क्षणी मला ते मद्य अमृतासारखं भासलं. फक्त ओठांपाशी आग आग झाली. बहुधा अण्णांच्या हातातील अंगठ्या लागून रक्त आलं असावं. काही क्षण शांततेत गेले. अण्णा बोलू लागले. त्यांचा स्वर व्यथित होता.

"त्या त्या वेळी त्या त्या गोष्टी घडून जातात. देवीचीच जत्रा होती. आमची जवानी बहरात त्यातून ही दारू! मग काय...सगळाच जोश! चांगलं आठवतंय... जत्रेची गर्दी ओसरली होती. मध्यरात्र झालेली. त्याचवेळी डोंगरमाथ्यावर एका बाजूला किमया नजरेस पडली. ती काय परकी नव्हती! अनोळखी नव्हती... पार्वतीबाईंचीच पोरगी. उफाड्याची होती. धाकटे मालक पाहून ती हसली. आम्ही वीस-बावीस तर ती सतरा-अठराची. पण अंगापिंडानं भरलेली. नाही राहवलं. घेतली अंगाखाली... घडू नये ते घडून गेलं! पण आम्ही तिला सगळं देऊ केलं... पैसाअडका सोनंनाणं पण सालीनं गावभर बभ्रा करायची भाषा केली. पार्वती तर धक्क्यानंच मेली पण या पोरीनं भाऊ गोखल्याला सगळं सांगितलं. मग इलाजच नव्हता... प्रकरण संपवावंच लागलं..."

आपल्या पापाचा पाढा वाचून अण्णा गप्प बसले. त्यांचं ते बोलणं ऐकून मी सुन्न झालो. बिचारी किमया! सूड घेण्यासाठी किती वर्षं भटकत राहिली! आणि योग्य वेळ साधून मला गाठलं! एका लेखकाला! मी! मला जाणवलं, मी पिशाचाबरोबर शृंगार केला! माझं मन आक्रसलं, शरीर गोठल्यागत झालं! तिच्या सहवासात घालवलेला क्षणन्क्षण मला आठवू लागला. अण्णांच्या हुंकारानं मी भानावर आलो.

"हं..." एक मोठ्ठा उसासा टाकत अण्णा म्हणाले,

"नाग्या, पहाटेलाच जा आणि छापखान्यात जेवढे कागद छापले गेलेत ते घेऊन ये. जाळून टाकू आपण. या नं लिहिलेले कागदही आण."

"हो. पण अण्णा छापलेल्या दहा प्रतींचं काय?"

"ती व्यवस्था करूनच आलो इकडं. काणेंच्या ड्रायव्हरला फोन करून सांगितलं की बाबा रे, साहेबांना मुंबईला सोडून त्यापावली गाडी इकडं आण. कोणत्याही परिस्थितीत साहेबांना दिलेली प्रत साहेबांच्या हातात पडू देऊ नकोस. तुला पन्नास हजार रुपये देतो! तयार झाला. बाकीच्या नऊ प्रती इथंच कुणा-कुणाकडं आहेत. त्या गोळा करायला पाठवलंय आपल्या माणसांना."

अण्णा क्षणभर गप्प बसले. नंतर उद्विग्नपणे म्हणाले,

"मायला, काय करायला गेलो आणि काय होऊन बसलं!"

"पण अण्णा वेळच्या वेळी या गणेशच्या लक्षात आलं म्हणून बरं झालं! नाहीतर...!" नाग्या म्हणाला.

"नाहीतर काय रे... भर चौकात उभं राहून स्वत:ची नाडी सोडल्यागत झालं असतं! मग कसलं तिकीट अन् कसली आमदारकी! कर्णेश्वरीची कृपा म्हणून वाचलो."

"... या बेवड्यापायी झालं सगळं." नाग्यानं मला टप्पल मारत म्हटलं.

अण्णांनी माझ्याकडं पाहिलं. म्हणाले,

"लेखक महाराज, नेमकं काय घडलं, कुणामुळं घडलं हे मी जाणत नाही. किमयाचं भूत झालंय का हेही मला माहीत नाही. पण हे सगळं घडलं ते तुमच्या हातानं हे नक्की... तेव्हा... तुम्ही आमचा निरोप घ्या. नाग्या, यांना निरोप दे!"

अण्णांचं बोलणं ऐकून माझा जीव भांड्यात पडला. आता होडी किनाऱ्याला लागली की पळत सुटायचं. मिळेल ती गाडी पकडायची आणि मुंबई गाठायची. आयुष्यात पुन्हा असली कामं घ्यायची नाहीत.

मला जाणवलं. माझ्या पायांना नाग्यानं दोरखंड बांधलाय.

"हे काय करताय?" मी ओरडलो.

कुणी काहीही बोलत नव्हतं. दणकट कार्यकर्त्यानं (बहुधा याचं नाव गणेश असावं) माझे हात पाठीमागं करकचून बांधले. नाग्यानं माझ्या पायाच्या दोरखंडाचं टोक लोखंडी नांगराला बांधलं. मला ओरडायचीही शक्ती राहिली नाही. गलितगात्र नजरेनं मी माझ्या अंताची तयारी बघत राहिलो. सर्व तयारी पूर्ण झाली. अण्णा म्हणाले,

"नाग्या... ते काय म्हणतात रे... निघणाऱ्या माणसाला.. शेवटचा... हा... वन फॉर द रोड.. पाज बाबा... याला शेवटचा ग्लास पाज. उद्या याचं भूत झालं

तर काय घ्या!''

नाग्यानं ग्लास भरला. माझ्या तोंडाशी आणला. वाटलं पिऊ नये! पण पुढच्याच क्षणी विचार आला. मृत्यू समोर उभा आहे, शेवटचा ग्लास का सोडा? मला हसू आलं! किती हलकट आहे मी! मागं एकदा जिओग्राफिक चॅनेलवर एक कार्यक्रम पाहताना एक दृश्य पाहिलं होतं. सापानं बेडकाला पकडलंय आणि तो बेडकाला गिळतोय तेवढ्यात बेडूक एका किड्याला मटकावतो! माझी गत अशीच!

मी नाग्यानं पाजलेला ग्लास प्यायलो. नाग्यानं आणि दणकट कार्यकर्त्यानं नांगर होडीच्या काठाला आणला. मला अगदी होडीच्या कडेला उभं केलं. दोघांनी अण्णांकडं पाहिलं. मी अण्णांकडं पाहत शेवटचा प्रयत्न म्हणून आर्जव केलं,

''अण्णासाहेब, मला माफ करा. मी एक पैसा न घेता तुमचं चरित्र पुन्हा लिहीतो. असं छान आत्मचरित्र लिहीतो की जे आजवर कुणी लिहिलं नसेल. मला जगायचंय हो. मला मारू नका. मी पुन्हा अशी चूक करणार नाही. मी वचन देतो बाई आणि बाटलीला पुन्हा स्पर्शही करणार नाही! करता का माफ?''

''नाही लेखक महाराज. ताडीसाठी राखलेल्या झाडावर नारळ कधीच येत नाहीत. चारदोन सीझननंतर ते झाड निरुपयोगी असतं.''

''अण्णा... अण्णा... प्लीज... माझा खून करू नका... तो तुम्हाला पचणार नाही. मला मारून तुम्ही अडचणीत याल... सगळ्यांना माहितेय. मुंबईवरून मी तुमचं चरित्र लिहिण्यासाठी इथं आलोय... मी जर परत पोहोचलो नाही तर... तर माझी बायको पोलिसात जाईल... तुम्ही काय उत्तर द्याल?''

जिवाच्या आकांतानं मी पुन्हा एकदा शेवटचा प्रयत्न केला. मला वाटलं. पोलिसाचं नाव घेतलं की अण्णा घाबरतील, मला सोडतील. पण त्यांच्यावर काहीही परिणाम झाला नाही. माझ्या बोलण्यावर अण्णा हसले व म्हणाले,

''फुकणीच्या... तुला काय वाटलं... मी दूधखुळा आहे! उद्या सकाळच्या एस.टी.चं एक तिकीट तुझ्याच नावानं बुक झालंय. उद्या तुझ्याच तिकिटावर माझा माणूस मुंबईला जाईल आणि येईल परत. कुणी आलं तर काय सांगू आम्ही! की बाबांनो... लेखक महाराज तर एस.टी.नं गेले... मुंबईला का पोचले नाही ते आम्हाला काय माहीत? तुझ्या बायकोला पण तुझी लफडी माहीत असतीलच की... ती विचार करेल... गेला असेल कुठंतरी शेण खायला... येईल निवांतीनं!... काय?''

सर्वजण फिदिफिदि हसले. माझ्याकडं आता बोलण्यासारखं काही शिल्लक नव्हतं. अण्णा म्हणाले,

"निघा आता!"

दोघांनी नांगर पाण्यात टाकला. मी झप्कन पाण्यात ओढला गेलो. नांगर समुद्राच्या तळाशी वेगानं निघाला. पाठोपाठ मी! नाकातोंडात पाणी! क्षणभर... तडफड! प्राणवायूसाठी! डोळे सताड उघडे. गालावर, ओठावर झालेल्या मारहाणीच्या जखमांवर खाऱ्या पाण्यानं निमिषार्ध चुणचुणणारी वेदना! चिपळूणवरून होडीनं येताना मनात विचार आले होते! पाण्यात बुडून मरताना माणसाला काय वाटत असेल? आयुष्यभर पाणी माणसाला जगवतं पण बुडतेवेळी तेच पाणी मृत्यूच्या रूपात भेटतं. त्याच विचारांचा प्रत्यक्ष अनुभव घेत घेत मी समुद्राच्या तळाशी गेलो. पाणीच पाणी! तडफड! फडफड! प्राणवायूसाठी! आणि तो न मिळाल्यामुळं होणारी घुसमट! पण मृत्यू केवढा दयाळू! साऱ्या वेदनांपासून मुक्ती देणारा!

मी पाहत होतो. माझा देह तळाशी गेला. गेले आठ-पंधरा दिवस मी मासे खाल्ले होते. आता मासे मला खायला गोळा झाले. माझा देह त्यांची मेजवानी बनला. सर्वत्र पाणीच पाणी! पण मला आता श्वासाची गरज वाटत नव्हती. मी पाण्यात वळवळत होतो. तेवढ्यात मला जाणवलं. कुणीतरी माझ्याजवळ आलं! कोण?... आकार ओळखीचा वाटतोय.. अरे! ही तर किमया!

किमया?

किमया.. तू अशी का दिसतेस? तुझा तो कमनीय देह कुठाय? तू अशी वळवळणाऱ्या आकाराची कशी?

असंख्य प्रश्न पडले मला.

एक ध्वनी जाणवला... किमयाच्या आवाजासारखा-

शैलेश.. ऐकलं नाहीस ना माझं! मी सांगितलं होतं तुला... पुस्तक प्रकाशन समारंभानंतर गावात थांबू नकोस!... तू थांबलास! डोंगरमाथ्यावरची आपली भेट शेवटची ठरावी अशीच इच्छा होती माझी! पण तू थांबलास! मी म्हटलं होतं ना... तू थांबलास तर आपली भेट होणार! नक्की होणार! झालीच भेट. पण दुःख करू नकोस. तुझा बळी वाया जाणार नाही... त्या हलकट माणसाच्या चरित्राची एक प्रत भाऊ गोखलेंकडं पोहोचली आहे. आणि भाऊ गोखले त्याचं कृष्णकृत्य जगजाहीर करणारच!

शैलेश, भाऊ कधी बहिणीवर बलात्कार करत नाही!

मी हे ऐकून चपापलो. ध्वनी पुन्हा ऐकू येऊ लागला.

"माझी आई पार्वती खोतांच्या वाड्यावर कामाला होती. निराधार बाई... नवरा असूनही निराधार. आबा खोतांची बायको गौरी बाळंत झाली... त्या काळात आबा खोतांची शारीरिक उपासमार होत होती. घडायचं तेच घडलं. आबांनी पार्वतीशी संग केला. अण्णा खोत पाच वर्षांचा होता तेव्हा माझा जन्म

झाला. अनौरस असले तरी अण्णाची बहीणच मी! पण माझी आई हे कुणाला सांगणार होती? आणि विश्वास तरी ठेवला असता का कुणी? आईनं मरतेवेळी हे गुपित मला सांगितलं... देवीच्या जत्रेत जेव्हा त्या नराधमानं मला धरलं तेव्हा मी कळवळून सांगितलं... अण्णा सोड मला. तुझं माझं रक्त एक आहे... मी तुझीच बहीण आहे, पण त्यानं माझं मुस्काड फोडलं...'' ध्वनी क्षणभर थांबला. मी वळवळत उच्चारलो,

"किमया... तू या नराधमाला जिवंत का ठेवलंस?'' मारून का टाकलं नाहीस?''

किमयाचा ध्वनी आला,

"शैलेश, मृत्यू म्हणजे मुक्ती. त्याला मुक्ती मिळण्यापेक्षा जिवंतपणी त्याची बेअब्रू होऊ दे. जगाला कळू दे या नराधमानं बहिणीवर अत्याचार केलाय. जिवंत राहणं, त्याची छीथू होणं हीच त्याची शिक्षा! भाऊ गोखले एका प्रतीवरून शेकडो प्रती काढतील. सर्वत्र वाटतील... शैलेश, माझी इच्छा पूर्ण झाली... मी मुक्त होणार... होणार नव्हे... झाले रे मी मुक्त... मी मुक्त झाले... मी मुक्त झाले!''

ध्वनी विरला. किमयाचा भास देणारी ती वळवळणारी आकृती पाण्यात विरून गेली.

◆

मेनका, ऑक्टोबर २००९

आरंभ

मुंबईची रात्र रंगात आली होती. जॅगी नेहमीसारखा बंगल्याच्या अडोशाला उभा होता. संध्याकाळी घरातून आवरून-सावरून बाहेर पडायला त्याला उशीर झाल्यामुळं आज त्याची रोजच्याप्रमाणं सह-व्यावसायिकांशी गाठ पडली नव्हती. बहुधा नसीर, ओमानला क्लायंट मिळाले असणार असा विचार करत तो स्थिरचित्तानं उभा होता. हे लाइफ त्याला बरंच मानवलं होतं. महिन्याकाठी कधी वीस-पंचवीस तर कधीकधी तीस-चाळीस हजाराची कमाई होत होती. जिमसाठी दहा हजार आणि वरची कमाई स्वत:साठी खर्च करताना तो मनस्वी संतुष्ट होता. सुमारे सहा फूट उंची, जिममधील व्यायामानं बनलेलं पिळदार शरीर, लांबसडक-खांद्यावर रुळणारे केस आणि अत्याधुनिक पॉश कपडे यामुळं जॅगी अत्यंत रुबाबदार दिसे.

त्याचं लक्ष गेलं. एक कार संथ झाली आणि त्याच्या जवळ येत फुटपाथपाशी थांबली. तो मनातून आनंदला. कारच्या खिडकीची काच खाली झाली. तो दोन पावलं पुढं आला.

"येणार का?" ड्रायव्हिंग सीटवर बसलेल्या स्त्रीनं विचारलं. त्यानं पट्कन उत्तर दिलं.

"शुअर."

त्यानं पाहिलं. क्लायंट नेहमीप्रमाणंच चाळिशीच्या आसपास वयाची होती. तिनं मलमली कुडता परिधान केला होता. मात्र बॉयकट केशरचनेमुळं काहीशी उग्र व कठोर वाटत होती.

"किती घेणार?" तिनं विचारलं.

"किती देणार?" त्यानं विचारलं.

ती हसली. हसताना तिच्या गालावर खळी पडली. त्या क्षणी त्याला ती खूपच मोहक वाटली. अशा मोहक क्लायंटशी बिझनेस ठरवताना मोबदल्यापेक्षा दुसरं काहीतरी महत्त्वाचं असतं हे तो अनुभवानं जाणून होता. म्हणूनच तो पट्कन म्हणाला,

"ठीक आहे मॅडम, तुम्ही द्याल तेवढे चालतील. चलायचं?"

तिनं संमतीदर्शक मान हलवीत बाजूचा दरवाजा अनलॉक केला. तो कारमध्ये बसला. कार अर्थातच ए.सी. होती. कोलन परफ्यूमचा गार वास त्याच्या रंध्रा-रंध्रांत शिरला.

"तुझं ठरावीक ठिकाण आहे?"

"आहे मॅडम पण... तिथंच गेलं पाहिजे असा माझा आग्रह नाही. तुम्ही म्हणाल तिथं जाऊ."

"तुझं नेहमीचं हॉटेल सेफ आहे ना?"

"हो मॅडम..."

तिचं ड्रायव्हिंग सफाईदार होतं. त्यानं तिचं निरीक्षण केलं. तिचं नाक तरतरीत होतं. गळ्यात फक्त एक सोन्याची साखळी होती. बाकी कानात गळ्यात हातात काही नव्हतं. त्यानं तिला त्याचं नेहमीचं हॉटेल सांगितलं. मधेच तिनं विचारलं,

"हे काम कधीपासून करतोस?" खरंतर त्याला असे वैयक्तिक प्रश्न क्लायंटनं विचारलेले आवडत नसे. पण त्याचा नाइलाज होत असे. कारण तो हा बिझनेस स्वतःच्या कमाईसाठी करत असला तरी समोरच्या क्लायंटला खूश करणं त्याचं कर्तव्य असे.

"झाली तीन-चार वर्षं." त्यानं मोघम उत्तर दिलं.

"... आणि पोलिसांचं काय?" तो क्षणभर चपापला. कारण तो जो बिझनेस करत होता तो बेकायदेशीर होता. त्याला प्रॉस्टिट्यूशन ॲक्टची तपशीलवार माहिती नव्हती, पण एवढं माहीत होतं की या व्यवसायात स्त्रियांना लायसेन्स घ्यावं लागतं. जागतिकीकरण, उदारीकरण यासारख्या बदलांबरोबर ज्या पाश्चिमात्य गोष्टी भारतात, विशेषतः मुंबईसारख्या महानगरात अलगद शिरल्या त्यातलीच ही एक गोष्ट, 'जिगोलो'.

"घाबरलास का?" तिनं विचारलं. तो हसला. म्हणाला,

"नाही. पण मॅडम, तुम्ही हा प्रश्न का विचारला?"

रस्त्यावरच्या रहदारीकडं लक्ष देत सफाईदार ड्रायविंग करत ती म्हणाली,

"सुरक्षिततेसाठी विचारलं मी."

"ओह्. मॅडम, तुम्ही अजिबात काळजी करू नका."

"का?"

"आमचा ग्रुप सगळं मॅनेज करतो. आय मीन, कुठं, कधी चुकून रेड पडलीच तर आम्ही क्लायंटला कणभर त्रास होऊ देत नाही."

तेवढ्यात सी-गार्डन हॉटेल आलं. तिनं गाडी पोर्चमध्ये नेली. हॉटेलचा कर्मचारी अदबीनं पुढं आला. जॅगीला त्यानं सलाम केला आणि कार पार्किंगसाठी त्यानं कारचा ताबा घेतला.

"प्लीज कम..." असं म्हणत जॅगी तिला घेऊन हॉटेलमध्ये शिरला. झगझगीत प्रकाशानं हॉटेलची भव्य लॉबी उजळली होती. तो सराईतपणे काउंटरवर गेला.

"हॅव अ नाइस कंपनी," असं हळूच म्हणत लोबोनं जॅगीला रूमची चावी दिली. जॅगी तिला घेऊन रूमकडं गेला.

~

किशोर कार्लेकरनं कंपनीच्या अधिकाऱ्याशी हस्तांदोलन केलं. दोन तासांपूर्वी किशोरनं अधिकाऱ्यांना त्यांच्या कंपनी प्रॉडक्टसाठी बनवलेली ॲडफिल्म दाखवली होती तेव्हा ती मंडळी भारावून गेली होती. तसंही पाहता आजवर के. के. ॲड. एजन्सीनं कुणाही क्लायंटला नाराज केलं नव्हतं. म्हणून तर किशोरच्या एजन्सीला लाखो रुपयांच्या ॲड्सची कामं मिळत होती. किशोरनं आताही हस्तांदोलन करीत म्हटलं,

"बियाणीसाहेब, मला खात्री आहे ही ॲडफिल्म एअरवर येईल तेव्हा सहा महिन्यात तुमचा सेल मिनिमन आठ ते बारा टक्क्यांनी वाढेल."

"आय थिंक सो..." बियाणीनं ड्रिंक्सचा घोट घेत म्हटलं. बियाणीचा दुसरा पेग संपत आला होता. तो क्षणभरानं डोळे मिचकावत म्हणाला,

"मिस्टर के. के. ॲड. तर भन्नाट आहेच, पण त्यातला तो कोवळा आयटेम कुठून मिळवलात?"

या प्रश्नावर किशोर खळखळून हसला. म्हणाला,

"त्याचं काय आहे बियाणीसाहेब, या क्षेत्रात वर्षानुवर्षं काम करून नजर तयार होते आणि ग्लॅमरच्या आकर्षणापोटी स्वत:हून पाखरं येतातच!"

बियाणी खळखळून हसला. किशोरला पूर्ण कल्पना होती की हा विषय बियाणीनं कोणत्या हेतूनं काढला आहे. बियाणीचा रंगेल स्वभाव त्याला चांगलाच परिचित होता. त्यानं मागं कधीतरी त्याला एकदोघींशी ओळखही करून दिली होती. पण पुढचं सगळं टाळलं होतं. कारण तो जाणून होता की आपण ॲड एजन्सी चालवतो. आपण काही फ्लेश मार्केटमधले एजंट नाही. बियाणी एवढ्या अवधीत तिसरा पेग घेऊन आला.

"हे काय के. के. तुमचा अजून पहिलाच पेग..."

"मी स्लो रनर आहे." किशोरनं हसत म्हटलं. बियाणी पुढं काही बोलणार तेवढ्यात किशोरचा फोन वाजला. त्यानं कॉलरनंबर पाहिला. अनोळखी नंबर पाहून फोन अटेंड करावा की नाही या संभ्रमात तो क्षणभर थांबला. 'एक्स्क्यूज मी' म्हणत अखेर त्यानं फोन कॉल घेतला.

"हॅलो..."

"मिस्टर किशोर कार्लेकर?"

"येस... कोण बोलतंय?"

"इन्स्पेक्टर ओहाळ बोलतोय... तुम्ही सांताक्रूझ पोलीस स्टेशनला या..."

किशोर हडबडला. पोलिसांचा फोन! त्यानं घड्याळ पाहिलं. रात्रीचे साडेअकरा वाजले होते. या वेळी पोलिसांचा फोन? का? कशासाठी? वैजयंतीला काही... नो नो... ती तर साडेदहा-अकरालाच झोपते. सकाळी कॉलेज असतं तिचं! जग्गूचं काही झालं असेल का? बजावलंय हजारदा... कार हळू चालवत जा म्हणून! त्यानं तर ॲक्सिडेंट केला नसेल ना? ओ गॉड!

"हॅलो... मिस्टर कार्लेकर..." पलीकडून आवाज आला तसा किशोर भानावर आला.

"हॅलो..."

"हॅलो... इन्स्पेक्टर..."

"तुम्ही येताय ना?"

"काय प्रकार आहे इन्स्पेक्टर...?"

"फोनवर नको कार्लेकर... तुम्ही इथं या..." एवढं सांगून इन्स्पेक्टरनं फोन कट केला. किशोरच्या मनात असंख्य शंकाकुशंकांचं वादळ उठलं.

"ए... कमॉन के. के..." असं म्हणत बियाणीचा असोसिएट अमीर किशोरजवळ आला. किशोरचा चिंताग्रस्त चेहरा पाहून तो अचंबित झाला. त्यानं विचारलं,

"व्हॉट्स द मॅटर के. के.? व्हाय आर यू सो अपसेट?"

"नाही... काही नाही... पण अमीर... एक्स्क्यूज मी... मला अर्जंट काम आलंय. आय हॅव टू लीव्ह... बियाणी सर कुठायत?"

अमीरनं डोळे मिचकावत दाखवलं. पार्टी हॉलच्या कोपऱ्यात के के च्या सेक्रेटरीशी, शिरीनशी गप्पा मारत बियाणी उभा होता.

"अमिर... प्लीज... मॅनेज ॲन्ड एंजॉय... मला गेलंच पाहिजे. मी उद्या भेटतो. प्लीज कन्व्हे माय मेसेज टू मिस्टर बियाणी..."

असं सांगून किशोर तिथून बाहेर पडला.

~

पोलीस स्टेशनच्या आवारात टॅक्सी सोडून किशोर घाईघाईनं आत गेला. तिथं इन्स्पेक्टर ओहाळ त्याचीच वाट पाहत होते. त्यांच्या शेजारी मलमलचा कुडता घातलेली, चाळिशीची तरतरीत स्त्री बसली होती.

"मी कार्लेकर..."

"या... बसा... मी इन्स्पेक्टर ओहाळ... आणि या सब इन्स्पेक्टर भार्गवी आठवले..." किशोरनं हॅलो म्हटलं. तो दोघांच्या समोर बसला.

"काय झालं सर? मला एवढ्या तातडीनं... बाय द वे... माझा सेल नंबर तुम्हाला..."

"रिलॅक्स मिस्टर कार्लेकर... रिलॅक्स. जे काही घडलंय ते तुमच्या कल्पनेबाहेरचं असावं असं मला वाटतं!..."

ओहाळांच्या बोलण्यानं किशोर अधिकच घाबरला.

"प्लीज सर... स्पष्ट सांगता का?"

"पाठीमागं बघा कार्लेकर..."

किशोरनं झट्कन मागं वळून पाहिलं. भिंतीच्या कडेला एक बाक होता. त्या बाकावर जग्गू आणि त्याच्यासारखाच एक मॉडर्न तरुण बसला होता. जग्गूला तिथं पाहून किशोरची खात्री पटली की त्यानं नक्कीच ॲक्सिडेंट केलाय.

"ओळखता त्याला?" ओहाळांनी विचारलं.

"ओफकोर्स सर... माझा मुलगा.. जगन्नाथ... आय कॉल हिम जग्गू... काय केलं त्यानं? कार ॲक्सिडेंट?"

"भार्गवी... टेल हिम द फॅक्ट..." ओहाळ तिथून उठले व आत कुठंतरी गेले. भार्गवी आठवलेनं किशोरला सगळं काही सांगितलं. लिंक रोडवर पुरुष वेश्या व्यवसाय कसा चालतो, रात्री साडेआठ-नऊनंतर व्यवहार कसे ठरतात वगैरे. मग तिनं पुढं सांगितलं की आज ती बनावट क्लायंट बनून गेली. तिथं जग्गू भेटला. त्यानं सी-गार्डनला नेलं. तिथं रूमवर गेल्यानंतर तिनं इन्स्पेक्टर ओहाळांना मेसेज दिला आणि ॲंटी प्रॉस्टिट्यूशन स्क्वॉडनं छापा टाकला.

किशोर सुन्न झाला. कार ॲक्सिडेंट झाला असता तर जेवढा धक्का बसला असता त्याच्या सहस्त्रपट धक्का त्याला बसला. आपला तरणाताठा मुलगा हा व्यवसाय करतो! आत्यंतिक संताप, घृणा आणि लाजेनं किशोरचा चेहरा काळवंडला. किशोर जागचा उठला. जग्गूकडं गेला. डॅडींना पाहून जग्गू जागचा उठला. त्याच्या चेहऱ्यावर यत्किंचित अपराधी भाव नव्हता. डॅडींच्या नजरेत नजर भिडवून तो उभा होता.

"जग्गू... जग्गू..." किशोरला काय बोलावं हेच सुचेना. भावनांचा कडेलोट झाल्यानं किशोरचं सारं शरीर थरथरत होतं.

"आर यू ऑलराइट डॅड?" जग्गूनं विचारलं. काही कळायच्या आत किशोरनं जग्गूच्या सणणकन थोबाडीत मारली. जग्गू हेलपाटला. त्याच्या शेजारीच उभ्या असलेल्या तरुणानं त्याला सावरलं.

"प्लीज मिस्टर के. के.... प्लीज कंट्रोल युवरसेल्फ..." असं म्हणत भार्गवीनं किशोरला धरलं आणि बळेच मागं खेचलं. किशोरचा सारा संताप एका मुस्काडीत मारण्यानं ओसरला आणि त्याचं मन शरमेनं ओतप्रोत भरलं. अवसान गळाल्यागत तो खुर्चीत कोसळला आणि त्याच्या डोळ्यातून घळाघळा अश्रू वाहू लागले. जग्गूनं वेश्या व्यवसाय करावा! या विचाराचा, वास्तवाचा ताण त्याला असह्य झाला. वैजयंतीला, जग्गूच्या ममीला ही बातमी समजेल तेव्हा ती एकतर वेडी होईल नाहीतर आत्महत्या तरी करेल या विचारानं तो सैरभैर झाला. इ. ओहाळ समोर येऊन बसलेलं त्याला कळलंही नाही. त्यांनी किशोरच्या हातावर थोपटलं.

"प्लीज कार्लेकर... शांत व्हा... मी तुमचं दुःख समजू शकतो..."

"घ्या के. के. पाणी प्या... बरं वाटेल." भार्गवीनं पाण्याचा ग्लास किशोरला दिला. तेवढ्यात हवालदारानं चहा आणला. पाणी व चहा घेण्यानं किशोर काहीसा सावरला.

"काय करता तुम्ही?"

"ॲड. फिल्म्सची एजन्सी आहे माझी. के. के. ॲड्स..."

"ओह... याचा अर्थ... तुमचा मुलगा पैशासाठी हा व्यवसाय करत नाही हे उघड आहे... जॅगी... कम हिअर..." ओहाळांनी जॅगीला पुढं बोलावलं. जॅगीबरोबर त्याचा मित्र नसीरदेखील पुढं आला.

"जगन्नाथ... तुझ्या डॅडींना..." ओहाळ पुढं न बोलता गप्प बसले. कारण के के चे डोळे वाहतच होते. ओहाळांनी जग्गूकडं पाहिलं. तो शांत उभा होता.

"बोल ना... गप्प का?" ओहाळांनी त्याला पुन्हा छेडलं.

"काय बोलू सर?..."

हे म्हणताना जग्गूला भूतकाळातील अनेक घटना आठवल्या. त्या वेळी जे जे वाटलं ते ते त्यानं बोलून दाखवलं होतं. पण ते शब्द त्या वेळी निष्प्राण होऊन हवेत विरून गेले होते.

"डॅड... व्हॉट आर यू डुइंग इन द रूम?"

"डोन्ट डिस्टर्ब मी... गो टू युवर रूम..."

पंधरा-सोळा वर्षांच्या जगन्नाथनं नंतर पाहिलं. त्याचे डॅड आणि एक अल्ट्रा मॉडर्न तरुणी रूममधून बाहेर पडले. त्यानं मॉम कॉलेजमधून घरी आली तेव्हा तिला ते सांगितलं. मॉम म्हणाली,

"ॲड एजन्सी आहे तुझ्या डॅडची... मॉडेल्स म्हणून काम करणारी असेल

एखादी!''

जग्गूच्या डोक्यात क्षणभरात सारा प्रसंग उभा राहिला.

''तो काय बोलणार साहेब... तोंड आहे का बोलायला!'' के. के. काहीशा उद्विग्नतेनं म्हणाला. त्यावर जग्गू म्हणाला,

''आय थिंक डॅड... हा प्रकार तुम्ही एवढा सिरियसली घ्यायला नको होता!' के के तिरमिरीत उठला; पण भार्गवीनं त्याला आवरलं.

''प्लीज मिस्टर कार्लेकर... बिहेव युवरसेल्फ... मी तुम्हाला इथं मुलाला मारण्यासाठी बोलावलं नाही.'' ओहाळ कडाडले तसा किशोरचा सारा जोर ओसरला. तो मट्कन खुर्चीत बसला.

''मारू द्या सर... मारू द्या... त्यांचं समाधान होऊ द्या.'' जग्गू मधेच बोलला. ओहाळ त्याला काही सांगणार तेवढ्यात तो पुढं म्हणाला,

''माझा व्यवसाय एवढा घृणास्पद असेल तर यांचा बिझनेस त्यापेक्षा कितीतरी डर्टी आहे!''

''व्हॉट डू यू मीन?'' भार्गवीनं विचारलं. किशोरला काही बोलावंसंच वाटेना.

''मॅडम... यांच्या अ‍ॅड्स पाहिल्यात तुम्ही? प्रत्येक अ‍ॅडमध्ये फिमेल मॉडेल असते... टायरची अ‍ॅड असो नाहीतर व्हेईकल इंजिन ऑईलची...''

''म्हणून तू हा अनैतिक धंदा करावा असं नाही!''

''येस सर... यू आर राइट. पण जर मला...''

''स्टॉप इट... फॉर गॉडस् सेक स्टॉप इट!'' किशोरला न राहवून तो ओरडला.

काही क्षण शांततेत गेले. नंतर ओहाळ म्हणाले,

''मिस्टर के के... यापूर्वी हा धंदा चालू नव्हता असं नाही. पण... गेल्या महिन्यात मी या पोलीस ठाण्यात बदली होऊन आलोय. यापूर्वी काय झालं, काय झालं नाही किंवा का झालं नाही याच्याशी मला घेणं-देणं नाही. इथं एक महिन्यापूर्वी आलो तेव्हा भार्गवी आठवलेंकडून सगळी माहिती घेतली आणि ठरवलं कारवाई करायची. आता याच्या मित्राकडे बघा. हा नसीर अहमद. नागपाडा एरियात राहतो. त्याचे अब्बाजान वर्षभरापूर्वी वारले. घरात तीन धाकट्या बहिणी आणि दोन भाऊ आहेत. कुणीतरी त्याला पैसे कमावण्याचा हा मार्ग सांगितला.''

काही क्षण उसंत घेऊन ओहाळ पुढं म्हणाले,

''सॉरी टू से के के एकवेळ मी नसीरला निर्दोष मानीन पण जॅगी... नो वे... तुमच्यासारख्या श्रीमंत घरातला हा मुलगा. छे!... आपण भारतात आहोत की

पश्चिमी देशात हेच मला कळेनासं झालंय! इथं येण्यापूर्वी मी अमरावतीला होतो. तिथं मी सेक्स स्कँडल पकडलं. थोरामोठ्यांची पोरं गुंतली होती. पण मी माघार घेतली नाही. अर्थात त्यांनी चक्रं फिरवली आणि... माझी बदली झाली...''

ओहाळांनी हताशपणे एक सुस्कारा टाकला. दोनेक क्षणानंतर ते म्हणाले,

''मिस्टर कार्लेकर... मी या दोघांवर आणि सी-गार्डन हॉटेलवर रीतसर कारवाई करणार आहे. तुम्हाला तुमचं वजन वापरून माझी बदली करायची असेल तर... यू कॅन...''

''नो... नो...'' किशोर अभावितपणे उद्‌गारला. त्याच्या उत्स्फूर्त नकारामुळं ओहाळांना बरं वाटलं. ते म्हणाले,

''अजून तरी मीडियाला या घटनेचा सुगावा लागलेला नाही. जेव्हा लागेल तेव्हा...''

''... तेव्हा आम्हाला... माझ्यापेक्षा याच्या ममीला जगात तोंड दाखवायला जागा राहणार नाही. यू नो मिस्टर ओहाळ... शी इज प्रोफेसर... फिलॉसॉफी शिकवते ती कॉलेजात...''

''ओह्...'' भार्गवी चकित झाली. तिनं जग्गूकडं पाहिलं. तो निर्विकारपणे उभा होता. तिच्या मनात आलं. काय वाटेल याच्या ममीला! आपल्या उदरात वाढलेलं आपलं बाळ... ज्याला जोजवलं, थोपटलं... कौतुक केलं... ते बाळ, पुरुष बनलं तेव्हा एवढं बदललं? ऐकायला- बोलायलाही नको वाटतं अशा धंद्यात बेदरकारपणे वावरू लागलं!

भार्गवीला क्षणभर वाटलं आपण चूकच केली. हे प्रकरण, हा धंदा आपण कर्तव्यकठोर ओहाळांच्या कानावर घातला नसता तर बरं झालं असतं. तेवढ्यात किशोर म्हणाला,

''ओहाळसाहेब, तुम्ही योग्य ती कारवाई जरूर करा. वरिष्ठ पातळीवर माझे कॉन्टॅक्ट्स नाहीत असं नाही. ज्या कंपन्यांच्या ॲडफिल्म्स मी बनवतो त्या कंपन्यांमध्ये काही मंत्र्यांची पार्टनरशिप आहे. काहींशी माझा चांगला परिचय आहे, पण मी दबाव आणणार नाही. कारण...'' किशोर काही क्षण थांबला. स्वत:च्या भावना आटोक्यात ठेवत म्हणाला,

''जग्गू... म्हणाला ते खरंय... मीसुद्धा दोषी आहे. ॲडफिल्म्स इंडस्ट्रीत मीसुद्धा नीतीचं बेगडी पांघरूण घेऊन अनैतिक गोष्टी करतोच. ड्रिंकिंग वॉटरच्या नावानं दारूच्या जाहिराती करतोच. पान मसालाच्या नावाखाली गुटख्याच्या जाहिराती करतो. सगळ्याच गोष्टींचं व्यापारीकरण झालंय. मी संकल्पना विकतो, माझी मिसेस ज्ञान विकते तसं माझा जग्गू त्याचं तारुण्य विकतोय, शरीर विकतोय...''

किशोरला पुढं बोलवेना. ओहाळ आणि भार्गवीसुद्धा सुन्न झाले. रात्र गडद झाली होती.

~

सकाळ उजाडली होती, पण वैजयंतीच्या मनात मात्र अजूनही घनदाट काळोखी रात्रच होती. रात्री किशोरकडून धक्कादायक घटना ऐकल्यावर जी सुन्नता अंत:करणात दाटली ती कणमात्र ओसरली नव्हती. किशोर चहाचा ट्रे घेऊन तिच्या रूममध्ये आला. ती बेडवर एखाद्या रुग्णाइतासारखी बसली होती.

"वैजू..."

तिनं त्याच्याकडं पाहिलं. तिचे डोळे रडून रडून सुजले होते. त्याला तिची अवस्था बघून खूप अपराधी वाटलं.

नामवंत कंपन्यांच्या प्रॉडक्टसाठी मॉडेल म्हणून काम मिळालं की प्रचंड एक्स्पोजर मिळतं आणि त्यातूनच पुढं हिंदी फिल्म इंडस्ट्रीची दारं खुली होतात या धोरणानं सुंदर तरुणी के.के.च्या केबिनसमोर रांग लावायच्या. के. के. ला खूश करण्यासाठी त्या काहीही करायला तयार असायच्या.

"संकोच करू नका के.के.सर... आस्क मी एनिथिंग यू वॉन्ट..." वसूनं हॉटेलच्या रुममध्ये के.के.ला उघडपणे म्हटलं तेव्हा के.के.नं तिला जवळ घेतलं. वसुधा खिदळत म्हणाली,

"ऑल रोड्स गोज टू रोम... यू नीड बेड कंपनी... नो प्रॉब सर.. आफ्टर ऑल... इट्स लाइक अ डिश... यूज इट अॅन्ड वॉश इट... इट मेक्स नो डिफरन्स... सिम्पली युज अॅन्ड वॉश..."

तिच्या बेधडक संकल्पनेनं के.के क्षणभर संकोचला होता.

~

कपात साखर ढवळताना चमच्याचा आवाज आला तसा के के भानावर आला. वैजयंतीनं दोन कप बनवले. एक त्याला दिला.

"थँक्यू डिअर..."

काही क्षण दोघंही चहाचे घोट घेत गप्प राहिले.

"वैजू... तू काळजी करू नकोस... आपण काहीतरी मार्ग काढू..."

"किशोर..." वैजयंतीला बरंच काही बोलायचंय हे तिच्याकडं बघून कळलं; पण ती एकदमच गप्प झाली. किशोरनं तिच्याकडं आस्थेनं पाहत म्हटलं,

"बोल वैजू... मोकळेपणानं बोल म्हणजे तुझं मन हलकं होईल."

वैजयंतीनं चहा संपवला. कप खाली ठेवला आणि म्हणाली,

"काल रात्रभर मी झोपू शकले नाही किशोर. एकच प्रश्न छळत राहिला. जगन्नाथ या मार्गावर का गेला, कसा गेला? मला आठवतो लहानगा जग्गू...

काजळ घातलेल्या टपोऱ्या डोळ्यांचा, काळेभोर दाट केस असलेला निरागस जग्गू! या लहानग्या जग्गूचा 'पुरुष' होणार हे ठाऊक होतं मला पण...''

वैजयंतीला पुढचे शब्द न सुचल्यानं ती गप्प बसली. क्षणभरानं म्हणाली,

''किशोर... आपलं ते दोन खोल्याचं घर आठवतं तुला? घरातच मोरी असलेलं... शहाबादी फरशीचं... अंगणात झाडं असलेलं... आणि आपल्या नव्या नवलाईच्या संसारावर उगवलेलं कोवळं फळ- जगन्नाथ. किती सुख होतं! पैसा नव्हता ना रे जास्त पण...''

किशोरला तिच्या शब्दांनी भूतकाळात नेलं. एका जाहिरात संस्थेत तो नोकरीला होता. आणि वैजयंती एम.ए. करत होती. आर्थिक ओढाताण होती आणि त्यातून बाहेर पडण्यासाठी किशोरची स्वप्नं फडफडत होती. स्वत:ची ॲड एजन्सी काढायची. आपण ज्या कष्टात वाढलो. जे दु:ख भोगलं त्या दु:खाची, कष्टांची सावलीसुद्धा आपल्या जग्गूवर पडू द्यायची नाही!

घशाशी आलेला आवंढा गिळत वैजयंती म्हणाली,

''आपण त्या काळात परत जायचं का रे? माझा इवलासा जग्गू मला हवाय... गोंडस, निरागस... जाऊ या रे... हा बंगला नको... कार नको... पण माझा...''

तिच्या गहिवरल्या आवाजानं किशोरचा गळा दाटून आला. तो उठला. बेडवर तिच्या शेजारी बसत त्यानं तिला जवळ घेतलं. ती उन्मळून रडू लागली. किशोरचे डोळे घळाघळा वाहू लागले. त्या अश्रूंमध्ये काय नव्हतं? आजवर बिझनेसच्या नावाखाली केलेल्या तडजोडी, ग्लॅमरच्या अतीव ओढीनं या क्षेत्रात येणाऱ्या तरुणींबरोबर केलेली शय्यासोबत, उत्कृष्ट जाहिरातीसाठी पुरस्कार मिळाल्यावर मद्याचे प्रपात वाहणाऱ्या पार्ट्या... घराकडं, वैजयंतीकडं आणि जग्गूकडं झालेलं दुर्लक्ष... दु:ख, पश्चात्ताप, अपराधी भाव आणि बरंच काही!

किशोर गप्प होता. पण त्याच्या मनात वादळ घोंघावत होतं. जग्गूला कळत नव्हतं तेव्हा ठीक होतं पण तो वयात आला त्यानंतर तरी आपण सावध व्हायला हवं होतं. त्याला सगळं कळत गेलं. तो सगळं पाहत होता. म्हणून तर चौकीत फट्कन म्हणाला... डॅड, तुम्ही हे सगळं सीरियसली घ्यायला नको होतं! संताप आला पण... खरंतर त्याचे शब्द म्हणजे जोडाच होता... माझं थोबाड फोडणारा!

''किशोर...''

''अं...''

''आता काय करायचं ठरवलंयस?'' किशोर याच प्रश्नाचं उत्तर रात्रभर शोधत होता. पण तरीही नेमकं काय करावं हे त्याला ठरवता आलं नव्हतं.

''तू तर इन्स्पेक्टरला हवी ती कारवाई करा असं म्हटलंस...''

"हो, पण... वैजू... त्या वेळी मी तसं म्हटलं खरं पण त्यावर मी खूप विचार केला. जग्गूनं नको तो उद्योग केला हे खरंय, पण काहीही झालं तरी तो आपला मुलगा आहे. एकुलता एक! त्याला असं वाऱ्यावर सोडून चालणार नाही. बघू. मी बघतो काय करता येईल ते."

वैजयंती यावर काहीच बोलली नाही. किशोरच म्हणाला,

"पण तू मात्र जरा धीरानं घे..."

"म्हणजे?"

"घडल्या घटनेचा धक्का फार मोठा आहे. आय नो, बट वुई शुड कम-अप..."

"नाही किशोर... मला नाही वाटत की मी तुझ्याइतकी झट्‌कन यातून बाहेर पडू शकेन... मी तर आज कॉलेजलाही जाणार नाही."

"ओह् कमॉन वैजू... घरात बसून काय करणारेस?"

वैजयंतीनं खांदे उडवून त्याला निरुत्तर केलं.

"ठीक आहे. तू आराम कर... मला मात्र बसून चालणार नाही."

किशोर बाहेर पडला आणि वैजयंती पुन्हा बेडवर लवंडली.

~

ओहाळांनी ही बातमी फुटू न देता एसीपी ठाकूरची भेट घेतली. कारण त्यांच्या मनात एक वेगळाच विचार घोळू लागला होता. ठाकूर सरांसमोर योजना मांडताना ओहाळ म्हणाले,

"सर... जिगोलो बिझनेसची ही फक्त सुरुवात आहे. हा बिझनेस फैलावण्याआधीच जर उखडायचा असेल तर मला थोडं पुढं जायची परमिशन द्या."

"बोला..."

"सर... उच्चभ्रू समाजातील अतिश्रीमंत आणि नवश्रीमंत स्त्रियांकडून या व्यवसायाला मागणी येत आहे. तसंही सेक्सॉलॉजिस्ट सांगतातच की सामान्यत: स्त्रियांना चाळिशीच्या वयात कामजीवनात बदल हवाहवासा वाटतो. बहुसंख्य स्त्रियांच्या मनात हा विचार क्षणभर-कणभर तरळून निघून जात असावा पण पैशाची, संपत्तीची मुजोरी असणाऱ्या स्त्रियांना असा बदल मिळवणं शक्य असतं. नवरा परदेशात असणं, फिरतीवर असणं, कामजीवनात मागं पडलेला असणं यांसारख्या किंवा अन्य कारणांनी या स्त्रिया आपली भूक या मार्गानं भागवू पाहतात. सर, हा बिझनेस वाढू द्यायचा नसेल तर धाडस करून या स्त्रियांपर्यंत पोहोचावं लागले. त्यांच्याविरुद्ध पुरावे मिळवून त्यांच्यावर कारवाई करावी लागेल. असं केलं तरच या प्रवृत्तीला आळा बसेल. बदनामीच्या दहशतीनं हा व्यवसाय

बंद होऊ शकेल.''

एसीपी ठाकूर काही वेळ शांत बसले. ओहाळ त्यांच्याकडं पाहत बसून होते. परमिशन मिळाली तर काय काय करायचं याचं नियोजन ओहाळांच्या डोक्यात चाललं होतं.

''ओहाळ...''

''येस सर...''

''तुम्ही म्हणता ते सगळं ठीक आहे पण...''

ठाकूर पुन्हा गप्प बसले. ओहाळांना 'पण' या शब्दापुढं असणाऱ्या अनेक शक्यता अंदाजानं माहीत होत्या. म्हणूनच ते स्वत: म्हणाले,

''सर... आय नो द कॉन्सिक्वेन्सेस ऑफ धिस प्लॅन... आय नो. पण सर थोडा प्रयत्न करायला काय हरकत आहे. त्या रात्री मिस्टर कार्लेकरांचं दु:ख आणि प्रामाणिकपणा पाहून मला फार उभारी आली. पण त्याचवेळी जग्गूच्या ममीचा विचार मनात आला. सर, या वयात जिगोलो बनणं फार रंजक असू शकतं. ऐन भरात असलेलं तारुण्य, अनुभवी पण अतृप्त प्रौढ स्त्रियांकडून मिळणारा उत्स्फूर्त प्रतिसाद आणि भरभरून मिळणारा पैसा... या सगळ्या गोष्टींची झिंग जॅगीच्या बोलण्यातून जाणवली मला पण सर... या प्रकारात ही तरुण पिढी बरबाद होतेय त्याचं काय! या स्त्रिया एड्सला जाणूनबुजून निमंत्रण देतायत सर... आपण काहीतरी कठोर पाऊल उचललं पाहिजे... प्लीज सर... तुम्ही परवानगी दिली तर...''

एवढं बोलून ओहाळ गप्प बसले. एसीपी ठाकूर त्यांच्याकडंच पाहत होते. पोलीस खात्यात ओहाळांसारखी आणखी माणसं असती तर... या विचारानं ते भारावले होते. पण त्याचवेळी त्यांच्या मनात धास्तीदेखील होती. या प्रकरणात ज्या उच्चभ्रू स्त्रिया गुंतलेल्या आहेत त्या सर्वसामान्य नाहीत त्यांचे लागेबांधे वरपर्यंत असणार हे नक्कीच. वरून दबाव आला की पुढं जाऊन अशी प्रकरणं कशी मागं पडतात हे त्यांनी स्वत: अनेकदा अनुभवलं होतं.

''सर...'' ओहाळांनी हाक मारली. ठाकूर विचार-तंद्रीतून बाहेर येत म्हणाले,

''ओहाळ... तुमच्यासारख्या जिद्दी अधिकाऱ्यांचं मला नेहमीच कौतुक वाटतं. पण यू नो... अमरावतीच्या स्कँडलचं काय झालं...''

''आय नो सर... पण म्हणून आपण आपला प्रयत्नच करायचा नाही का सर? आय नो... कदाचित याही प्रकरणात मी अंतिम टप्प्यावर पोहोचेन तेव्हा...''

ठाकूर हसले. कारण त्यांना जाणवलं की ओहोळांची मानसिक तयारी कोणत्याही परिणामांना तोंड देण्याइतकी भक्कम आहे. ते म्हणाले,

''ठीक आहे ओहाळ... तुम्ही प्रकरणाचा तुमच्या पद्धतीनं मागोवा घ्या. पण

एक गोष्ट पक्की लक्षात ठेवा. प्रकरणाचा गवगवा होऊ देऊ नका. यू नो मीडिया मेंटॅलिटी. त्या दोघा तरुणांचं काय करताय? स्टेशन डायरीत नोंद केलीय का?''

''नाही सर... खरंतर करायला हवी होती पण... सर, मी त्यांच्या करिअरचा विचार केला.''

''व्हेरी गुड मिस्टर ओहाळ. आपल्या डिपार्टमेंटला समाज किती नावं ठेवतो हे तुम्हीही जाणता. अशा परिस्थितीत तुमच्यासारखे अधिकारी माणुसकी जपता... गुड! एनी वे... त्या दोघांचे जबाब नोंदवून घ्या आणि चांगल्या वर्तणुकीची हमी देखील घ्या... सोडून द्या दोघांना.''

''येस सर...'' ओहाळ उठले. त्यांनी कडक सॅल्यूट ठोकला. निघताना म्हणाले,

''सर, मन:पूर्वक आभार मानतो... तुम्ही मला समजून घेतलं... थँक्स.''

''वेलकम...''

~

जग्गू आणि नासिरनं सगळं लिहून दिलं. त्यानंतर ओहाळ जग्गूला घेऊन एका रूममध्ये आले. पण जग्गू एकाही प्रश्नाचं उत्तर देईना तेव्हा त्यांना संताप आला. नेहमीचा पोलिसी खाक्या दाखवणं शक्य नव्हतं, कारण प्रकरणच वेगळं होतं. जो मुलगा आपल्या वडिलांना न लाजता परखड बोलू शकतो त्याची मनोवृत्ती किती निडर आहे हे ओहाळांनी ऐकलं होतं, पाहिलं होतं! ते जग्गूकडं पाहत होते. हा तरुण असा का आणि कसा बनला असेल? घरात श्रीमंती असल्यामुळं की अन्य कारणानं? याला हा मार्ग कुणी दाखवला असेल? आणि याला प्रौढ स्त्रियांशी रत होताना खरंच काही संकोच वाटला नसेल का? ओहाळांच्या मनात प्रश्नांची भेंडोळी होती. शेवटचा प्रयत्न म्हणून त्यांनी जग्गूला पुन्हा विचारलं,

''जग्गू... मी तुला प्रॉमिस देतो हवंतर... तुझ्या क्लायंट्सना मी तुझं नाव सांगणार नाही. तू त्यांची माहिती दे...''

''सॉरी सर...''

''पण का?... तुला त्यात काही धोका नाही...''

''प्रश्न धोका असण्या-नसण्याचा नाही ओहाळ सर...''

'मग?''

''प्रश्न आहे नैतिकतेचा!''

''व्हॉट रबिश आर यू टॉकिंग! तू जो धंदा करतोस त्यामध्ये नैतिकता वगैरे शब्द शोभत नाहीत.''

''का?... माझं शरीर मी विकतो हा माझा व्यवसाय आहे आणि यू नो... प्रत्येक व्यवसायाची म्हणून एक नीती असते. बिझनेस एथिक्स म्हणतात त्याला.''

जग्गूच्या अजब युक्तिवादावर काय बोलावं हेच ओहाळांना सुचेना. क्षणभरानं ते म्हणाले,

"जग्गू... ट्राय टू अॅन्डरस्टॅन्ड... तू जरी याला व्यवसाय म्हणत असशील तरी हा एक अत्यंत अनैतिक आणि आपल्या संस्कृतीचा ऱ्हास घडवून आणणारा बेकायदेशीर धंदा आहे. या धंद्यामुळं तुझ्यासारख्या उमद्या तरुणांचं आयुष्य बरबाद होतंय. विचार कर, जे शृंगारसुख लग्नानंतर उपभोगायचं असतं ते तू लग्नाआधी बाजारात फेकतो आहेस. लग्नानंतर तू काय करशील? आणि यातून तुला एड्स सारखा दुर्धर रोग झाला तर... विचार कर, तुझ्या मनात तुझ्या डॅडींविषयी फारशी अॅटॅचमेंट नाही पण निदान तुझ्या आईचा तरी विचार कर... काय वाटलं असेल तुझ्या आईला!..."

जग्गूनं एक उसासा टाकला. ओहाळ बोलायचं थांबले. क्षणभरानं म्हणाले,

"अशा अनेक माउलींची तरणीताठी मुलं या नादाला लागू नयेत, नासू नयेत म्हणून हा व्यवसाय बंद पडला पाहिजे जग्गू... त्यासाठी त्या स्त्रियांना अद्दल घडली पाहिजे. प्लीज... तू मला सहकार्य कर. आय नो. त्यांची खरी नावं, त्यांची घरं तुला माहीत नसतीलही. पण तू त्यांच्याबरोबर सी-गार्डन व्यतिरिक्त कुठं गेला असशील ती ठिकाणं मला सांग. कधीतरी कुणा क्लायंटनं तुला तिच्या फार्महाउसवर नेलं होतं, एकदा तू कुणाच्या तरी सेकंड होमवर खंडाळ्याला गेला होतास असं तू सांगितलंस.... ती ठिकाणं मला सांग. प्लीज जग्गू... अरे, या प्रकरणात अशा एखाद्या दुसऱ्या स्त्रीचं बिंग फुटू दे म्हणजे अशा स्त्रियांना दहशत बसेल. हा गैरधंदा बंद होईल."

ओहाळांचं तळमळीचं बोलणं ऐकून जग्गूनं त्यांच्याकडं रोखून पाहिलं. ओहाळांच्या मनात आशेची पालवी फुटली. जग्गू म्हणाला,

"सर... तुम्ही ग्रेट आहात. पोलीस खात्यात असूनही संवेदनशील आहात. समाजाचं कल्याण व्हावं ही तुमची तळमळ मला समजतेय पण... सॉरी सर, तुमचे आणि माझे विचार भिन्न आहेत. तुम्हाला वाटतं हा धंदा बंद व्हावा पण मला तसं वाटत नाही. आपल्या घटनेनं व्यवसाय स्वातंत्र्य दिलंय..."

"शट् अपऽऽ" ओहाळांचा संयम संपून ते ओरडले.

"तू मला माहिती देणारेस की नाही?"

"नाही!"

ओहाळांनी त्वेषानं जग्गूच्या थोबाडीत मारल्या. एक-दोन-चार-सहा! त्यांच्या हाताला झिणझिण्या आल्या. ते एकदम मरगळून थांबले. त्याच्या दोन्ही गालावर त्यांच्या बोटांचे वळ उठलेले स्पष्ट दिसत होते. कान लाल झाले होते. पण तो त्याही परिस्थितीत निर्विकार होता. त्यानं ओहाळांकडं पाहिलं आणि म्हणाला,

"माझा जीव घेतलात तरी चालेल सर... पण मी माझ्या क्लायंटशी दगाबाजी करणार नाही."

"गेट आउट... निघ ऽ..." ओहाळ संतापानं खेकसले. जग्गू शांतपणे उठला आणि चौकीबाहेर पडला. बाहेर के के त्याचीच वाट पाहत थांबले होते.

त्याचवेळी भार्गवी काहीशा उत्साहानं ओहाळांच्या रूममध्ये आली. म्हणाली,

"सर... नासिर बरंच काही सांगायला तयार आहे... चला लवकर."

~

ओबेराय शेरेटन हॉटेलच्या लॉबीमध्ये सावनी बसली होती. वारंवार तिचं लक्ष घड्याळाकडं जात होतं आणि पुन्हा नजर जात होती दाराकडं. एव्हाना रुबिना आणि सत्ती यायला हवी होती. तिला त्या दोघींचा राग आला. दे मस्ट बी पंक्चुअल. स्वत:शीच ती पुटपुटली.

"हाय सावनी... हाऊ आर यू..." असं म्हणत कांती मेहता तिच्याजळ आली.

"हाय कांता..."

"येतेस पार्लरमध्ये..."

"नो यार... कालच गेले होते..."

"ओह... दुबईवरून तुझा राजा येतोय म्हण की."

"छे गं... त्याला कुठला वेळ... अजून एक महिनाभर तिथंच राहणार आहे..."

कांती मेहता हसली. बाय करून निघून गेली. तेवढ्यात सावनीचं लक्ष गेलं. हॉटेलच्या पोर्चमध्ये आलिशान बीएमडब्ल्यू थांबली. शोफरनं तत्परतेनं दार उघडलं. सत्ती आणि रुबिना उतरल्या.

"सॉरी डिअर... वी आर लेट" रुबिनानं दिलगिरी व्यक्त केली. तिघीजणी हॉटेलच्या रेस्टॉरंटमध्ये गेल्या आणि कोपऱ्यातलं टेबल घेतलं.

"हं बोल सावनी.. एवढ्या अर्जंट का बोलावलंस? व्हॉट्स द मॅटर?" सत्तीनं विचारलं.

"रुबिना... सत्ती... तुम्ही एवढ्या बेफिकीर कशा राहू शकता... आय कान्ट अॅन्डरस्टॅन्ड..."

"ए कमॉन सावनी... काय झालंय?"

"रुबिना... यू डोन्ट अवेअर ऑफ द फॅक्ट... आपण ज्या पोरांबरोबर...." सावनी क्षणभर अडखळली. जे चोरटं विवाहबाह्य सुख तिनं मिळवलं होतं त्याचा उच्चार तिला करवेना.

"आर यू टॉकिंग अबाउट जिगोलोज?" रुबिनानं विचारलं.

“येस रुबिना... पोलिसांनी त्यांना ट्रॅप केलंय.”

“स्ट्रेंज! टाइम्सला न्यूज कशी नाही?”

“.... एक्स्प्रेसलाही नाही!”

दोघींचं आश्चर्य पाहून सावनी म्हणाली,

“कारण त्या इन्स्पेक्टरला आपल्यापर्यंत पोहोचायचं आहे!”

“इज इट?”

“येस रुबिना... एलिगन्स हॉटेलमधून मला खबर मिळाली. तिथं माझा एक खास रूम बॉय आहे त्यानं मला सांगितलं की हॉटेलवर तो इन्स्पेक्टर चौकशीसाठी दोन वेळा येऊन गेला!”

रुबिना आणि सत्ती बातमी ऐकून काही वेळ विचारात पडल्या. नंतर सत्तीनं विचारलं,

“कोण आहे तो?”

“इन्स्पेक्टर ओहाळ म्हणून आहे... नव्यानंच बदलून आलाय म्हणे.”

“सावनी, थँक्स फॉर द इन्फर्मेशन. पण तू एवढी का अपसेट झालीस?” सत्तीनं विचारलं.

“सत्ती... प्रकरण गंभीर आहे. त्या जिगोलोंनी आपलं वर्णन सांगितलं तर...”

“ओ माय गॉड...” रुबिना एकदम दचकली.

“काय गं रुबिना?”

“सावनी... आय ॲम स्केअर्ड... मी त्याला माझ्या फार्महाउस नेलं होतं! ओ गॉड...”

रुबिना खरोखरच घाबरली. सत्तीनं तिच्या हातावर थोपटलं. तिला धीर देत म्हणाली,

“डोन्ट बी अफ्रेड ऑफ... प्लीज रिलॅक्स... मी मॅनेज करते सगळं...”

“कसं?”

“ते बघते मी... आधी मला हे सांग सावनी... त्या पोरांची नावं आठवतात तुला?”

सावनी पट्कन म्हणाली, “येस... दोन महिनेच झाले त्याच्याबरोबर जाऊन... नसीर नाव आहे त्याचं...”

“नसीर का... ओके... व्हॉट अबाउट यू रुबिना?”

रुबिना आठवण्याचा प्रयत्न करत होती. तेवढ्यात वेटरनं ‘ब्लडी मेरी’चे ग्लास सर्व्ह केले.

“हॅव इट” सत्तीनं ग्लास उचलला.

"नको... आय डोन्ट वॉन्ट... टेंशन आलंय..." सावनी अस्वस्थपणे म्हणाली.

"म्हणूनच घे. इट्स व्हेरी माईल्ड..." सत्तीनं आग्रह केला.

"येस्स... आठवलं.... जॅगी... जॅगी नाव होतं त्याचं." रुबिना म्हणाली.

"ओके... नाऊ रिलॅक्स..." असं म्हणत सत्तीनं स्वतःचा अर्धा ग्लास संपवला. थोडं पुढं झुकून म्हणाली,

"अजिबात काळजी करू नका. मी काय सांगते ते नीट ऐका. नागरिक अधिकार मंच माहितीय ना..."

"हो... तू त्यांची कोअर कमिटी मेंबर आहेस तीच ना..."

"येस डिअर... त्या मंचाची स्थापना झाली तीच मुळी मी दिलेल्या देणगीमुळं! तेव्हा आता त्या मंचाचा काय वापर करायचा ते मी बघते.... कमॉन रुबी... सावनी टू. कमॉन बी रिलॅक्सड... असे छप्पन्न अधिकारी येतात जातात... वुई शुड नॉट बॉदर... ॲन्ड यू नो माय हजबंड इज व्हेरी क्लोज फ्रेंड ऑफ होम मिनिस्टर..."

'या... या... आय नो बट... सत्ती, तुझ्या हजबंडला तू कसं आणि काय सांगणार?'

"ए बेबी... सगळे प्लॅन आत्ताच ठरवले पाहिजे का... कमॉन... लेट्स एन्जॉय द ड्रिंक्स... इथून आपण क्लबला जाऊ... आय ॲम युवर होस्ट टुडे... ओके... चिअर अप..."

~

भार्गवीचा कॉल आला म्हणून सुट्टी असूनही ओहाळ स्टेशनला आले. फोनवर त्यांना भार्गवीचा आवाज अत्यंत तणावपूर्ण असल्याचं जाणवलं होतं. आपल्या केबिनमध्ये आल्या आल्या त्यांनी भार्गवीला विचारलं,

"काय झालं भार्गवी..."

"सर... मघाशी नागरिक अधिकार मंच नावाच्या संस्थेचे दोन पदाधिकारी आले होते. त्यांनी माहितीचा अर्ज दिलाय..."

"सो व्हॉट भार्गवी... इट्स अ रुटिन मॅटर..."

"नाही सर... त्यांनी जी माहिती मागितली आहे ती आपल्याला अडचणीत ढकलणारी आहे.'

ओहाळांना जाणीव झाली की होवो न होवो हे प्रकरण गंभीर आहे. भार्गवी म्हणाली,

"सर... गेल्या महिनाभरात कोणकोणत्या आरोपाखाली किती जणांना अटक करण्यात आली, किती जणांचे एफ.आय.आर. नोंदवले गेले, त्यापैकी किती जणांवर खटले दाखल करण्यात आले, किती जणांना जामिनावर सोडण्यात

आलं... सर... सगळी माहिती मागवली आहे त्यांनी!''

ओहाळांचा चेहरा चिंतेनं काळवंडला. एसीपी ठाकूरांच्या सांगण्यानुसार त्यांनी जॅगी आणि नासिरची कस्टडी नोंदवली नव्हती. प्रकरण वाढलं तर ठाकूर त्यांच्यावरची जबाबदारी झटकून टाकतील. कारण सगळा मामला तोंडी आदेश अथवा सूचना या प्रकारात मोडणारा! लेखी काहीच नाही!

''सर... काय करायचं?'' भार्गवीनं विचारलं.

''भार्गवी... मी ठाकूर सरांशी बोलतो... चर्चा करतो. बघू काय करता येईल ते.''

''ओके सर...''

ओहाळ उठले. त्यांना बाकी कशाची फिकीर वाटत नव्हती. प्रश्न होता तो कारवाईची वाच्यता न करण्याचा. ओहाळ विचार करतच बाहेर पडले.

~

वैजयंती स्वत: जग्गूच्या खोलीत गेली. जग्गू कुठलीशी इंग्रजी कादंबरी वाचत पहुडला होता. चौकीतून घरी आल्यापासून तो कुणाशी फारसं बोलला नव्हता. मधली घटना विसरून गेल्यागत किशोर त्याच्या एजन्सीच्या कामात गुंतला होता. वैजयंती मात्र अजूनही अस्वस्थ होती. आजारपणाचं कारण सांगून तिनं दीड-दोन महिन्यांची रजा टाकली होती. जग्गूवर चांगले संस्कार करण्यामध्ये आपण कमी पडलो ही एकच खंत तिला बोचत होती. आजवर तिनं अभ्यासलेले आणि विद्यार्थ्यांना समजावून सांगितलेले प्लेटो, ॲरिस्टॉटल, एपिक्युरस, कांट या तत्त्वज्ञांपासून महात्मा गांधीजींसारख्या तत्त्वज्ञांपर्यंतचे तात्त्विक विचार तिच्या मेंदूत फेर धरून नाचत होते.

काय खरं मानायचं? थोरामोठ्यांची काळाला पुरून उरलेली अभंग तत्त्वे की एकविसाव्या शतकातला उपभोगवादी व्यवहार? माहिती तंत्रज्ञानामुळे गल्लीबोळात उघडेलल्या सायबर कॅफेचं कौतुक खरं की इंटरनेटवर सहज उपलब्ध असलेल्या पोर्नो फिल्म्स?

काहूर! फक्त काहूर!

मेंदूतील काहूर बाजूला सारण्याचा प्रयत्न करीत वैजयंतीनं खुर्ची बेडजवळ ओढली आणि त्यावर बसली. ममीला ठामपणे बसलेलं पाहून जग्गूनं पुस्तक बाजूला ठेवलं. बेडवर तो सावरून बसला. वैजयंतीनं त्याच्याकडं रोखून पाहत म्हटलं,

''जगन्नाथ...''

''जगन्नाथ?...'' अस्फुटसा प्रश्न करीत जग्गूनं आश्चर्य व्यक्त केलं.

''हो जगन्नाथच. चांगल्या नावाचे शॉर्टकट करता करता आयुष्याचे शॉर्टकट

कधी होतात कळत नाही. म्हणून जग्गू नको. निदान मी तरी ते यापुढं म्हणणार नाही.''

जग्गूनं निरर्थकपणे खांदे उडवले. जणू सुचवलं की तू कोणत्याही नावानं हाक मारलीस तरी काय फरक पडणार आहे!

त्याला कल्पना नव्हती की आज त्याची ममी कोणता विचार घेऊन आली आहे. त्यानं पुन्हा तिच्याकडं पाहिलं.

''जगन्नाथ... अजून किती दिवस असा घरात बसून राहणार आहेस?''

''मी बाहेर पडलो तर चालणार आहे तुम्हाला?''

''डॅडींच्या ॲड एजन्सीत...''

''प्लीज ममी... आय हेट हिज ब्लडी एजन्सी...''

''का?''

''का म्हणून विचारतेस? तुला खरंच माहीत नाही की...''

''जगन्नाथ... तुला काय वाटतं... मला काहीच माहीत नाही? आय नो... मला माझ्या नवऱ्याचा 'बिझनेस' पूर्णपणे माहितीय...''

''... आणि तरीही माझ्या बिझनेसला तुम्ही घृणास्पद मानता? सॉरी टू से ममी... पण मी त्यांच्यासारखी लपवाछपवी करत नाही. एक्स्पोजर मिळवण्याच्या आशेनं येणाऱ्या तरण्या पोरींवर कम्पलशन करत नाही. माझा सगळा व्यवहार खूशीचा मामला असतो...'' जग्गू भडाभडा बोलू लागला.

वैजयंती गप्प बसून ऐकत राहिली. कारण या निमित्तानं त्याच्या मनातील सगळी मळमळ बाहेर पडत होती. फार पूर्वी कधीतरी, म्हणजे के.के.च्या एजन्सीचं नाव गाजू लागलं होतं तेव्हा किशोरच्या बाहेरख्यालीपणाची तिला कुणकुण लागली होती. त्या वेळी तिनं फक्त एकदाच त्याला त्याबाबत छेडलं होतं. त्या वेळी किशोर जे वागला-बोलला होता तेव्हाच वैजयंतीनं ठरवलं होतं की यापुढं यासंदर्भात त्याच्याशी बोलायचं नाही. आणि तिनं तिचं जग स्वतः:पुरतं सीमित करून घेतलं होतं. एका छताखाली राहत होते, पण दोघंही स्वतंत्र होते. दोघांना जोडणारा दुवा होता जगन्नाथ. तो जसजसा वयानं वाढत गेला तसतसा त्या दोघांपासून दूर होत गेला. कदाचित ममी आणि डॅडीच्या नात्यातलं दुभंगलेपण त्याला जाणवलं. दोघंही आपापल्या क्षेत्रात प्रगती करीत राहिले. के.के.च्या अनेक जाहिरातींना पुरस्कार मिळाले. त्या पुरस्कारांची गौरवचिन्हं शोकेसची शोभा वाढवत राहिले. त्याच काळ वैजयंतीनं स्वत:ची पीएच. डी. पूर्ण केली. डॉक्टर वैजयंती म्हणवून घेऊ लागली.

जगन्नाथच्या तोंडून बाहेर पडणाऱ्या शब्दांमधून- त्याच्या जाणत्या वयापासूनचा भूतकाळ सामोरा आला. वर्षानुवर्षं मनाच्या गाभाऱ्यात दडपून टाकलेलं बोचरं

दु:ख भडाभडा ओकून जगन्नाथ काहीसा शांत झाला. वैजयंतीला हेच हवं होतं. त्याचं मन मोकळं झाल्यानंतरच ती तिचा विचार मांडणार होती.

"आता सांग ममी... तुम्ही दोघं जर आपापले स्टॉक क्लिअर करत जगत आहात तर मी कुठं चुकलो?"

"नाही जगन्नाथ... मी तुला दोष देणार नाही पण... मला आता तुझी मदत हवीय..."

त्यानं ममीकडं प्रश्नांकित चेहऱ्यानं पाहिलं. ती म्हणाली,

"नवरा-बायको म्हणून आमचं आयुष्य तुला जाण आल्यापासून तू पाहिलं आहेस..."

"मग? मी काय करू?"

"मला एक जिगोलो हवाय! तो मिळवून दे!"

"ममी ऽऽ" जगन्नाथ जागचा उठत ओरडला.

"ओरडतोस का? मला एक सांग... तू ज्या स्त्रियांबरोबर जातोस, त्यांना सुख देतोस त्या माझ्याच वयाच्या असतात ना... आणि..."

"स्टॉप धिस ममी... स्टॉप धिस!"

"व्हाय जगन्नाथ... व्हाय शुड आय स्टॉप? तू जे प्रत्यक्ष करतोस ते तुला ऐकवत का नाही?"

जगन्नाथनं स्वत:च्या हातांनी स्वत:चे कान झाकून घेतले. वैजयंती मुद्दाम हसत पुढं म्हणाली,

"एवढा संकोच का करतोस तू? मी काही तुझ्याकडं मागत नाहीये.... पण जसं तू तुझं तारुण्य बेदरकारपणे विकतो आहेस तसं कुणाचं तरी तारुण्य मला एखाद्या वेळी विकत घ्यावंसं वाटलं तर कुठं बिघडलं?"

"प्लीज ममी... फॉर गॉड्स सेक... नको बोलूस असं..." जगन्नाथ रडवेला होत म्हणाला. त्या क्षणी वैजयंती कठोर आवाजात म्हणाली,

"का? मी तुझी जन्मदाती आई आहे म्हणून? की तू एक पुरुष आहेस म्हणून काहीही करू शकतोस आणि मी एक स्त्री आहे म्हणून तिनं असलं काही करायचं नसतं या पुरुषी वृत्तीनं? बोल जगन्नाथ... बोल. उत्तर दे..."

एव्हाना जगन्नाथ गहिवरून रडू लागला होता. वैजयंतीचं मातृहृदय क्षणभर कळवळलं पण तिनं कठोरपणा कायम राखत म्हटलं,

"त्या स्त्रिया... ज्यांच्याशी तू पैशासाठी रममाण होतो त्या सेक्स-स्टार्व्हिंग असतात असं म्हणालास ना... अरे, मी पण तशीच आहे... यू नो इट... यू नो बेटर माय सन... यू नो इट... बाहेरच्या भुकेल्या स्त्रियांवर दया दाखवतोस आणि स्वत:च्या ममीला..."

"ममीऽऽ" पुन्हा ओरडत जगन्नाथ तिच्याजवळ आला. त्याला तिचं बोलणं आता असह्य झालंय हे त्याच्या आविर्भावावरून तिला जाणवलं.

"ममी... आता गप्प बैस... नाहीतर मी तुला मारीन..."

"मार ना..."

"ममी... नाही ममी... त्यापेक्षा मीच स्वतःचं बरंवाईट करून घेईन..."

असं म्हणत जगन्नाथ एकदम मरगळून तिच्या पायाशी बसला. वैजयंतीला जे, जसं घडायला हवं होतं ते तसं घडलं. तिनं त्याला जवळ घेतलं. त्याच्या डोक्यावरून हात फिरवू लागली. तोही आवेगानं तिच्या पायांना मिठी मारून रडू लागला.

"पोरा... पुरे... रडू नकोस.. यापुढं तू जिगोलो म्हणून कधीच कुठं जाऊ शकणार नाहीस. कारण तशी स्त्री समोर आली तरी त्या क्षणी तुला तुझी ममी आठवेल. लक्षात ठेव जगन्नाथ... बाईमध्ये एकदा का आई दिसली की तिचं बाईपण संपून जातं. ती उरते फक्त आई!"

जगन्नाथनं तिच्या पायावर डोकं ठेवलं. तिनं त्याला उठवलं. आपल्या पदरानं त्याचे डोळे पुसले. तो म्हणाला,

"तू माझं नाव बदललंस. मीही तुझं नाव बदलणार. आई... मी चुकलो. यापुढं मी असं कधीच वागणार नाही. खरंतर मी..."

"गुड बॉय... जगन्नाथ... आय नो... जग बदलतंय... संस्कृती प्रदूषित होतेय, पण तरीही जगाला जसं हवं तसं वागू दे... आपण आपली माती विसरू नये. तुझे डॅडी तसे वागले म्हणून मी तशी वागले का? जर तशी वागले असते तर आज तुझे हात माझे पाय धरायच्या ऐवजी माझ्या थोबाडीत मारायला सरसावले असते. आता एकच कर. ओहाळसाहेबांना भेट आणि त्यांना सगळं सांग..."

"पण आई..."

".... आय नो... या प्रकरणात तुला शिक्षाही होऊ शकते. पण त्या धनदांडग्या वासनांध स्त्रियांनाही जगासमोर आणलंच पाहिजे. तुला आज सांगते... मला इन्स्पेक्टर ओहाळ कालच भेटले होते. त्यांच्यासारख्या प्रामाणिक अधिकाऱ्याला तू जरूर मदत कर. तसं करताना कदाचित तुझ्या आणि त्यांच्या जिवाला धोकाही होऊ शकतो. तसा झाला तरी... माघार घेऊ नकोस."

~

कॉलबेल वाजली तेव्हा स्वतः ओहाळांनी दरवाजा उघडला. दरवाजामध्ये जगन्नाथला पाहून ते चकित होत म्हणाले,

"जॅगी... जग्गू तू..."

“जॅगी आणि जग्गू काल एक्स्पायर्ड झाले सर... मी जगन्नाथ.... मला माझ्या आईनं तुमच्याकडं पाठवलंय...”

जगन्नाथला आत घेऊन ओहाळांनी दार लावलं. दोघंजण एका अवघड युद्धाची तयारी करण्यात गुंतले.

◆

पुरुष उवाच, दिवाळी, २०१५

ब्यूटी स्पॉट

साक्षी तिच्या बेडरूममध्ये ड्रेसिंग टेबलसमोर उभी होती. बराच वेळ ती प्रयत्न करीत होती, पण तिला तिच्या मनासारखं साधत नव्हतं. एक भुवई वर करताना दुसरी भुवईदेखील वर होत होती. तिनं पुन्हा प्रयत्न केला. या वेळी दुसरी भिवई जरा स्थिर राहिली. 'जमेल मला, नक्की जमेल' असं म्हणत तिनं पुन्हा मोबाइल फोन ऑन करून व्हॉट्स ॲपवर आलेली त्या हिरोईनची व्हिडीओ क्लिप पाहिली. एका रात्रीत स्टार झाली पोरगी! तिनं उडविलेल्या भुवईनं यंगस्टर्स पागल झाले. तशी ती काही फार सुंदर नाहीय. मेकअप केला. झगझगीत प्रकाशझोतात आलं की चेहरा छान दिसतोच. मी तर मेकअप न करता किती सुंदर दिसते! तिनं आरशात स्वत:चा चेहरा निरखला. धनुष्याकृती भुवया, लांब पापण्या... टपोरे डोळे, नुसते टपोरे नाहीत तर भावस्पर्शी नजर असलेले बोलके डोळे! काही क्षण डोळ्यांचं निरीक्षण करून साक्षीनं स्वत:चं नाक पाहिलं. तरतरीत आणि टोकदार. 'हिचं नाक म्हणजे मराठी आठचा आकडा आहे' आईचं वाक्य आठवलं तिला. आणि ओठ! मनीष तर सारखा माझ्या ओठांकडं पाहून स्वत:चे ओठ चावत असतो. हलकासा गुलाबी रंग असणारे रसरशीत ओठ... चेहऱ्याच्या गोऱ्यापान रंगावरचे हे ओठ म्हणजे संगमरवरावर ठेवलेल्या गुलाबाच्या पाकळ्याच! साक्षी स्वत:च्या देखण्या चेहऱ्याकडं पाहताना पूर्णपणे संमोहित झाली होती.

तेवढ्यात तिच्या मोबाइलवर 'म्यॉंव' असा आवाज आला. तिनं ओळखलं... माय कॅट ग्रुपवर व्हॉट्स ॲप मेसेज आलाय. विनी, शिरीन, अल्पा आणि साक्षी अशा चौघींनी त्यांचा स्वत:चा ग्रुप बनविला होता. चौघीजणी एकमेकींना खास

व्हिडीओ क्लिप्स, खास फोटोग्राफ्स आणि मेसेजेस पाठवीत असत. अगदी मनमोकळा संपर्क करीत. साक्षीनं मोबाइलवर पाहिलं. शिरीननं पाठविलेलं एका तरुणीचं चित्र पाहून ती अवाक् झाली. त्या फोटोकडं ती बघतच राहिली. तो फोटो मादक होता. तरुणीचा चेहरा दिसणार नाही अशा पद्धतीनं तिच्या गळ्यापासून खालचा पूर्ण फोटो होता. त्या तरुणीनं एक पांढरं तलम वस्त्र अंगाभोवती लपेटलेलं होतं. मात्र त्यातून तिच्या उन्नत उरोजांची गोलाई स्पष्ट दिसत होती. ती तरुणी बसलेली होती आणि फोटोची खरी कमाल तिच्या कमरेखालील भागातच टिपलेली होती. तलम वस्त्र मांड्यांवरून ओघळलेलं होतं आणि तरुणीचं जननेंद्रिय अंशत: दिसत होतं. तरुणीच्या हातात फेसाळत्या बिअरचा ग्लास होता. जणू ती तरुणी पाहणाऱ्याला सौंदर्याची नशा आणि नशेचं सौंदर्य एकत्रितपणे उपभोगायचं आव्हान देत होती.

साक्षीची नजर त्या फोटोवर खिळून राहिली होती. तिची नजर फोटोवरून हटायला तयार नव्हती. कुणाचा असेल हा फोटो? एवढं डेअरिंग असणारी ही चिकणी कोण असेल? आणि मुख्य म्हणजे फोटो कुणी काढला असेल? मित्रानं? छे! अर्धवट झाकलेला असला तरी अशा स्त्रीदेहाचा एवढा स्थिर हातानं फोटो काढणं पुरुषाला शक्यच नाही. या मुलीच्या मैत्रिणीनंच काढला असेल! नक्कीच! पण... हा फोटो व्हायरल कसा झाला असेल? मनात उलटसुलट विचारांची खळबळ माजलेली असली तरी साक्षीची नजर अजूनही फोटोवरच खिळलेली होती.

बेडरूमचं दार उघडून तिची आई आत आली तशी साक्षी भयंकर बिचकली. हातातून पडणारा फोन कसाबसा सावरत तिनं आईकडं पाहिलं. डॅडींच्या कर्तृत्वानं मारे गाडी-बंगला झाला, उच्चभ्रू सोसायटीत सामील झालो, पण ही बाई जुनी ती जुनीच राहिली. बूर्झ्वा क्लास... टिपिकल! हजारदा सांगितलं हिला... बेडरूममध्ये येण्याआधी दारावर नॉक करीत जा म्हणून! पण नाही! भसकन घुसते! अजूनही हाय क्लास लाइफचे मॅनर्स शिकली नाही.

"अगं... एकटीच काय करतीयस इथं?" आईनं तिच्याकडं बघत विचारलं. या प्रश्नाचा तिला नॉशिया आला होता. प्रत्येक वेळी भसकन आत येते आणि न चुकता हाच प्रश्न विचारते. 'ममा... तुला कितीदा...' 'साक्षी प्लीज...' तिला पुढं बोलू न देता आई म्हणाली, '...मला ते ममा... फमा आवडत नाही... तू आपली आई म्हणत जा मला' हे देखील नेहमीचंच.

'बघावं तेव्हा हातात फोन' आई तिच्या अस्ताव्यस्त पडलेल्या कपड्यांकडं बघत म्हणाली. साक्षीला कळेना... आईला कसं कटवावं ते! त्या तरुणीचा फोटो तिच्या मनावर ठसला होता तरीही तो तिला अजून न्याहाळायचा होता. एखादी

तरुणी असा बिनधास्त फोटो काढू शकते? शरीराचा जो भाग काटेकोरपणे झाकून घ्यायची शिकवण मुलींना जाणत्या वयापासून दिली जाते तोच भाग त्या तरुणीनं बिनदिक्कतपणे दिसू दिलाय. अगदी खुबीनं! सपशेल... बटबटीतपणे ओंगळ प्रदर्शन होणार नाही, पण ज्या अवयवाकडं पाहण्यासाठी पुरुषाचे डोळे वखवखलेले असतात तो फोटोत अंशत: दिसूही दिला होता.

''साक्षी... काही होतंय का तुला?'' आईनं साक्षीच्या जीन पॅन्टची घडी करता करता विचारलं. साक्षीनं काहीशा बधिर नजरेनं आईकडं पाहिलं. आईचा असा फोटो काढला तर... मनात अनपेक्षितपणे आलेल्या विचारानं साक्षी मनोमन शहारली. शी! तिनं मनातल्या मनात स्वत:ला ब्लेम केलं. 'बरं वाटत नाहीय का?'' आईनं तिच्या कपाळाला हात लावत विचारलं. 'अंग कोमट वाटतंय' आई म्हणाली. 'नाही गं तू जा, मला पडू दे जरा निवांत' साक्षी काहीसं तुसडेपणानं म्हणाली. 'बरं' आई म्हणाली पण खोलीतून बाहेर न जाता तिच्या कपड्यांच्या घड्या घालू लागली. साक्षीला आता मात्र आईचा खूप राग आला. या बाईला प्रायव्हसीची कॉन्सेप्ट कितीदा समजावून सांगायची! 'आई प्लीज... तू जातेस का...' ती करवादल्यागत म्हणाली. आईनं तिच्याकडं पाहिलं. आईच्या नजरेला नजर पडताच साक्षीला जाणवलं, आई दुखावली गेली आहे. आईनं काही न बोलता हातातील कपडा खाली टाकला आणि निघाली. 'सॉरी गं पण... मला थोडी प्रायव्हसी हवीय' साक्षी नरमाईनं म्हणाली. आईनं काही न बोलता दीर्घ उसासा टाकला आणि ती रूममधून बाहेर पडली.

साक्षीला क्षणभर वाईट वाटलं. बिचारी आई! माझ्याबद्दल काळजी करते. सतत मला काय हवं-नको ते पाहते आणि मी मात्र...! पण मी तरी काय करू? मला एकांत हवा असतो तेव्हा ही सतत मधे येते. हातातील फोन वाजू लागला तशी ती बिचकली. 'हाय सॅक...' मनीष म्हणाला. 'हे मनी... हाऊ आर यू ब्रो' साक्षीनं विचारलं. 'कमॉन सॅक... डोन्ट कॉल मी ब्रो... आयम युवर बेस्ट फ्रेंड' मनीषच्या बोलण्यावर साक्षी खळखळून हसली. 'आय नो.. आय नो' असं म्हणत ती पुन्हा हसली. 'अशी हसलीस ना की तुझ्या गालावरची खळी मला इथूनही दिसते' मनीष म्हणाला. ''ओह्... यू नॉटी फ्लर्ट...' 'येस्... फ्लर्ट करण्यासारखी तुझ्याकडं ब्यूटी आहे आणि फ्लर्टसाठी लागणारे गट्स आहेत माझ्याकडं! सुपर्ब कॉंबिनेशन!''

मनीषच्या शब्दांनी तिच्या मनात गुदगुल्या झाल्या. तेवढ्यात तिला जाणवलं. कुणाचातरी कॉल येतोय. 'मनीष... एक्स्क्यूज मी... आय वुईल कॉल यू लेटर...' 'ओके डिअर बाय.'

तिनं मनीषचा कॉल कट केला पण त्या अवधित दुसरा इनकमिंग कॉल कट

झाला होता. तिनं पाहिलं शिरीनचा मिस कॉल होता. शिरीनचं नाव वाचताक्षणी तिच्या नजरेसमोर पुन्हा तो फोटो आला. शिरीनला तिनं लगेचच कॉल लावला. ‘हाय बेब...’ शिरीन म्हणाली. ‘यू आर लेट बेब... आय वॉज एक्स्पेक्टिंग यू...’ ‘सॉरी यार... आय वॉज कम्प्लिटली आउट ऑफ माय कॉन्शस व्हॉट अ फोटो यार...’ ‘आवडला ना!’ ‘नुसता आवडला नाही शिरी... आय वॉज एन्चाटेड... ममा बेडरूममधे आली नसती तर बघतच बसले असते अजून!’

‘ममा तुझ्या बेडरूममध्ये आली? व्हाय?’ शिरीननं विचारलं. साक्षीला जाणवलं. आपण चुकून अनावश्यक बोललो. ‘अरे यार... उसको पार्टी में जाना था वो बताने आयी थी...’ ‘...तो रूम में आने की क्या जरुरत है... फोन पर बोल देती... मेरी मम्मी को मैने...’

‘छोड ना यार... पहले ये बता दे शिरी... ये बोल्ड फोटो किसका है?’

‘ए साक्षी... पहले तू सांग फोटो कसा वाटला?’ शिरीननं विचारलं. ‘सॉल्लिड! सॉल्लिड आहे फोटो... काय डेअरिंगबाज...’

“तुझा काढायचा का असा फोटो?”

शिरीनचा प्रश्न तिच्या मेंदूत घुसायला काही क्षण जावे लागले. “ए... बोलती बंद झाली साक्षी...” असं म्हणत शिरीन खळखळून हसू लागली. “काहीतरीच काय शिरीन!” साक्षी कशीबशी उद्‌गारली. ‘काहीतरीच? व्हॉट काहीतरीच! अरी यार असा फोटो कोण काढू शकतं सांगू का साक्षी... जिच्याकडं ब्यूटी आहे... येस् माय डिअर... दाखवण्यासारखं असेल तर दाखवतो ना कोणीपण!... आपल्या कॉलेजचा हेमंत बघ... लेडीज ब्लाऊजच्या बाह्यासारखे आखूड टी-शर्ट घालतो.... बायसेप्स दाखवतो ना!’ असं म्हणत शिरीन पुन्हा हसली. ‘दॅटस् राइट यार... पण...’ साक्षी म्हणाली, ‘ते जाऊ दे... शिरीन सांग ना... कुणाचा आहे हा फोटो?’ ‘बता दूंगी यार... कल सुबह कॉलेजमें मिलेंगे तब बताऊंगी... पण तू सांग... तुला काढायचा असा फोटो?’ शिरीन चट्‌कन पुढं म्हणाली, ‘साक्षी, मला दुसरा कॉल येतोय.... चल् बाय.’ शिरीननं फोन कट केला.

इन मिन चार लेक्चर्स... पण साक्षी जेमतेम एकाच लेक्चरला गेली. एकतर आदल्या रात्री तिला लवकर झोप आली नव्हती. माय कॅट व्हॉट्स अप ग्रुपवर ती अल्पाबरोबर चॅटिंग करीत बसली होती. शिरीनशी कॉन्टॅक्ट झाला नव्हता, कारण ती दुसऱ्या एका ग्रुपसोबत नाइट आउटला गेली होती. साक्षी कॉलेजला पोहोचली तेव्हा सेकंड लेक्चर संपत आलं होतं. ती थर्ड लेक्चरला बसली पण तिला भयंकर बोअर झालं. इंग्रजी शिकविणाऱ्या मॅडमचे ॲक्सेंट अत्यंत डोमेस्टिक होते. तिच्या लेक्चरला विद्यार्थी केवळ अटेंडन्स कमी पडू नये म्हणून बसत

असत. विद्यार्थ्यांनी वर्षाच्या सुरुवातीला टीचरविरुद्ध, तिच्या कच्च्या इंग्रजीविरुद्ध प्राचार्यांकडं अर्ज केला होता, पण प्राचार्यांनी असमर्थतता सांगून प्रकरण तसंच ठेवलं होतं. नाइलाज होता म्हणे! साक्षीला तर भयंकर चीड यायची. फाइव्हच्या ऐवजी मॅडम फायू असा गावठी उच्चार करीत असे.

इंग्रजीचं लेक्चर संपलं त्याचवेळी शिरीन आली. तिनं साक्षी आणि अल्पाला कॅन्टीनला नेलं. विनी आलीच नव्हती.

"ए शिरीन, आता सांग... तो फोटो कुणाचा आहे?" साक्षीनं कॉफीचा घोट घेत विचारलं.

"साक्षी, तुला तो फोटो कुणाचा हे ऐकायला आवडेल की बघायला?" शिरीननं विचारलं.

"बघायला? व्हॉट डू यू मीन शिरी?"

"चल् ... माझ्या घरी, चल... वैसे भी मैं अकेली बोअर हो जाऊंगी..."
'का तुझे मॉम डॅड...'

'मॉम तिच्या फ्रेंड्सबरोबर गेली टूरवर आणि डॅड... ही हॅज हिज बिझनेस. चल् साक्षी... चल्...' शिरीननं साक्षीचा हात धरून तिला उठवलं.

शिरीनच्या डॅडींचा, ब्रिजमोहन साहनींचा बंगला म्हणजे राजेशाहीची आठवण करून देणारा राजवाडाच होता. साक्षी तिथं बऱ्याचदा येत असे पण दरवेळी तिला तिथं बुजल्यागत होत असे. विशेषत: शिरीनची ममा समोर असली की जास्तच. तिच्याही नकळत तिच्या मनात तिची आई आणि शिरीनची मॉम याची तुलना होत असे. शिरीनची मॉम दयावती ऊर्फ डी मॅडम अत्यंत मॉडर्न आणि हायफाय कल्चर जपणारी होती. त्या तुलनेत साक्षीला स्वत:ची आई 'घाटी' वाटायची.

"ए साक्षी... कसला विचार करतेस एवढा?" शिरीनचा प्रश्न ऐकून साक्षी भानावर आली. दोघी शिरीनच्या प्रशस्त बेडरूममध्ये बसल्या होत्या. शिरीननं साक्षीच्या पुढं थंडगार कॅन धरला. शिरीनच्या दुसऱ्या हातात बिअरचा कॅन होता. 'नो यार...आत्ता बिअर? तुला माहितीय शिरी...' 'कमॉन साक्षी...' साक्षीचं वाक्य तोडत शिरीन म्हणाली, 'आय नो तुला बिअरची कडवट चव आवडत नाही... म्हणून तुला वेगळं दिलंय.' साक्षीनं तिच्याकडून कॅन घेतला आणि पाहिलं. 'ॲपल सायडर? व्हॉट इज धिस शिरीन?' कॅनवरचं नाव वाचत साक्षीनं विचारलं. 'घे रे यार... ॲपल ज्यूस आहे आणि फोर परसेंट अल्कोहोल... ज्यांना कडवट चव आवडत नाही ना... पण हल्की नशा मंगता है ना... उनके वास्ते ये... ॲपल सायडर...'

साक्षी काही क्षण कॅनकडं बघत राहिली.

'घे ना सॅक्... जहर नाय रे बाबा त्यामधी' शिरीन म्हणाली तसं साक्षीनं कॅन ओपन करून घोट घेतला. 'वॉव्' ती उत्स्फूर्तपणे म्हणाली. 'आवडलं ना... घे हवं तेवढं... डॅडनं गेल्या हप्त्यात इम्पोर्ट केले दोन बॉक्स... ले...'

असं म्हणत शिरीननं हातातील बिअरचा कॅन संपविला. साक्षीला ॲपल सायडर ड्रिंक्स खूप आवडलं. दोघी गप्पा मारत बसल्या. 'ए शिरी, मनी फ्लर्ट मी...' 'आय नो सॅक... मनीष म्हणाला मला... आय लाइक साक्षी बट...' शिरीन थांबली. 'बट! बट म्हणजे...?' साक्षीनं विचारलं. 'छोड न यार' शिरीन म्हणाली. 'ए सांग ना शिरी... मनीष असं का म्हणाला?'

'सांगेन पण तू हर्ट नाही ना होणार?'

'हर्ट होईन इतकं काही बोललाय का?' 'नो यार...' 'सांग ना मग...' 'ओके... ए तू सेकंड राउंड घे ना... आवडलं ना ॲपल सायडर?' 'येस्... घेते ना.'

'साक्षी, मनीष फॉलोज् यू बिकॉज ही ॲडमायर युवर ब्यूटी बट ही फील... यू आर नॉट फॉरवर्डेड... त्याला वाटतं... तू मॉडर्न असतीस तर कॉलेज क्वीन बनली असती.'

शिरीनचं बोलणं ऐकून साक्षी स्तब्ध झाली. तिलाही खरंतर अल्ट्रा मॉडर्न लाइफ स्टाइल, विशेषत: कपडे घालावेसे वाटत पण तिच्या आईनं कधी रागावून तर कधी समजावून तिला तसले कपडे घालण्यापासून परावृत्त केलं होतं. 'साक्षी... स्त्रीचं सौंदर्य झाकलेलं असतं तेव्हाच आकर्षक आणि शालीन वाटतं.' आई तिला नेहमी ऐकवायची. साक्षीला त्या त्या वेळी ते पटायचंसुद्धा पण...

या क्षणी तिला आईचा खूप राग आला. कारण मनीष हा मुलींमध्ये बराच पॉप्युलर होता. मुली त्याच्या प्रेमात पडायला उत्सुक होत्या... आणि तोच मनीष... माझं सौंदर्य ओळखतो, ॲप्रिशिएट करतो! वॉव्! पण मी त्याला बॅकवर्ड वाटते! बिकॉज ऑफ माय ओल्ड स्टाइल...

'डू यू नो द मीनिंग ऑफ काकू?' शिरीननं विचारलं. साक्षीला प्रश्न उमजायला दोनेक क्षण लागले. 'व्हॉट?... काय... काय विचारलं तू?' 'काकू... काकू छाप म्हणजे काय माहितीय का तुला?' शिरीननं पुन्हा विचारलं.

'काकू छाप! येस्... दॅट मीन्स बाबा आदम के जमाने की औरत... आय मीन... व्हेरी कॉंझरवेटिव् इन ऑल आस्पेक्ट्स ऑफ लिव्हिंग... इस्पेशियली... क्लोथस...'

'पुरे... पुरे यार...' शिरीन खिदळत म्हणाली. साक्षीला जाणवलं... ॲपल सायडरमध्ये चार टक्के अल्कोहोल... म्हणजे... मला चढतेय नशा! तिच्या मनात अचानक शंका आली.

'ए... ए शिरी... मनीष मला काकूछाप म्हणाला का?' 'नो... नो... तुला नाही म्हणाला पण... इफ यू आर नॉट गोइंग टू चेंज युवर स्टाइल ही वुईल डेफिनेटली...'

साक्षीनं स्वत:हून तिसरा कॅन घेतला. शिरीननं बिअरचा तिसरा कॅन संपविला होता. 'आय वॉन्ट टू पी...' साक्षी म्हणाली आणि उठून बाथरूमकडं निघून गेली.

साक्षीनं कमोडवर बसल्या बसल्या समोर पाहिलं. बाथरूममध्ये बाथटब आणि कमोड या दोन्हीसमोर भिंतभर आरसे होते. अर्थात बाथरुम ऐसपैस असल्यामुळे सुविधाही तशाच ऐशआरामी होत्या. साक्षी स्वत:च्या प्रतिबिंबाकडं पाहत होती. तिच्या मनात तो फोटो पुन्हा अवतरला. स्वत:च्याही नकळत ती कमोडवरून थोडी पुढं सरकली. तिनं त्या फोटोतील तरुणीसारखी पोझिशन घेतली. मी जर तसा फोटो काढला तर मी कशी दिसेन या प्रश्नाचं उत्तर शोधण्यासाठी ती वेगवेगळ्या पोझिशन्स घेत स्वत:ला आरशात निरखू लागली. तिला स्वत:ला उत्तेजितही वाटत होतं आणि संकोचही!

'वेड्यासारखे उत्सुक असतात गं पुरुष... सगळं बघण्यासाठी!'

तिला तिच्या मावसबहिणीचं वाक्य आठवलं. लग्नानंतर साक्षीकडं आली होती तेव्हा दोघींमध्ये पहिल्या रात्रीबाबत गुफ्तगू झालं होतं. तेव्हा तिनं पुरुषांच्या उतावीळपणाबाबत बरंच काही ऐकवलं होतं. दोघी गुलुगुलु गप्पा मारीत फिदिफिदि हसल्या होत्या.

साक्षी काही क्षण मोहरली, पण पुढच्याच क्षणी भानावर आली. शी! हे मी काय करतेय. किती वेळ बसलेय मी कमोडवर... शी! तिनं पट्‌कन फ्लश सोडला आणि तोंडावर पाण्याचा हबका मारला.

ती बाथरूममधून बाहेर आली. समोरचं दृश्य बघून ती अवाक् झाली. बेडरूमच्या खिडकीचे पडदे लावलेले होते. रूममध्ये हलका लालसर गुलाबी प्रकाश पसरला होता. बेडजवळच्या खुर्चीत शिरीन बसली होती. तिच्या हातात फेसाळत्या बिअरचा ग्लास होता आणि संपूर्ण अंगावर एक तलम वस्त्र!

'ओह् माय गॉड... शिरी... तो फोटो...' साक्षी कशीबशी चार शब्द उच्चारू शकली.

'येस् माय डिअर... कशी दिसतेय मी? आय मीन... फोटोत माझा चेहरा नाहीय ना... बघ... लाइव्ह फोटो...' असं म्हणत शिरीननं वेगवेगळ्या पोझेस घेतल्या.

'वॉव्... यू आर ग्रेट शिरी... सॉलिड् सेक्सी दिसतेस...'

'आहेच मी सेक्सी...'

'मी जर पुरुष असते ना तर मी तुला सोडलं नसतं!' साक्षी हसत हसत म्हणाली.

'लेट मी रिपीट द सेम सेन्टेन्स फॉर यू'

'व्हॉट डू यू मीन?'

'आय मीन... नाऊ इट्स युवर टर्न...'

"ए... नो नो..." साक्षी त्या कल्पनेनंच बिचकली. 'कमॉन साक्षी, तुझी फिगर बघ... मच मोअर अॅट्रॅक्टिव दॅन मी... पागल होईल दुनिया.'

साक्षी अंतर्बाह्य मोहरली. 'साक्षी...' शिरीन पुढं म्हणाली, "डू यू नो दॅट गर्ल... अरी वही... व्हिडीओ क्लिप व्हायरल झालेली ती पोरगी... आयब्रो उडवते ती..."

"येस... मी फॅन झालीच तिची... काय मस्त..."

"छोड यार... चल् साक्षी..."

"पण शिरी... असा फोटो काढून व्हायरल करून काय साधायचंय?'

"साधाय... व्हॉट? व्हॉट..."

"व्हॉट इज द टार्गेट ऑर अवर एम बिहाइंड सच फोटोग्राफ?' साक्षीनं स्पष्ट विचारलं.

शिरीन खळखळून हसली. साक्षीचं लक्ष तिच्या छातीकडं गेलं. तलम वस्त्राआड लपलेली तिची वलयदार वक्षस्थळं हिंदकळत होती. साक्षीच्या छातीत गोड कळ उठली. क्षणभर तिला मोह झाला, जावं धावत आणि शिरीनला कडकडून मिठी मारावी. तिच्या छातीशी आपली छाती भिडवावी, एकरूप करावी. त्या विचारानं तिची कानशिलं गरम झाली. तिच्या हृदयाचे ठोके वाढले. तिच्या अंगाला सूक्ष्म कंप सुटला. त्याचवेळी शिरीन बसल्या जागेवरून उठली. तिच्या अंगावरचं तलम वस्त्र तिच्या खांद्यावरून खाली ओघळलं. शिरीन तिच्या जवळ आली...

आणि साक्षीला काही कळायच्या आत तिनं साक्षीच्या ओठांवर ओठ टेकविले. साक्षी भांबावली. पण दुसऱ्याच क्षणी शिरीननं तिला अलवार मिठी मारली. साक्षीचं मन बेभान झालं आणि तिनं आपलं शरीर शिरीनच्या हवाली केलं.

"मला ना... तुझं काही कळेनासंच झालंय." आई म्हणाली. आईची बडबड बराच वेळ चालू होती. साक्षीनं कसेबसे डोळे उघडायचा प्रयत्न केला. पापण्या जड झाल्या होत्या.

"बघ... बघ... करकरीत संध्याकाळ झालीय..." साक्षीनं पाहिलं. संध्याकाळचे साडेसहा वाजले होते.

"...आणि काय गं, कॉलेजमध्ये सकाळपासून चार-चार वाजेपर्यंत जादा तास असतात?"

"मम प्लीज..." "म्हणा... मम म्हणा, मॉम म्हणा... मम्मी म्हणा... पण आई म्हणू नका!"

"तू आता गप्प बसतेस का आई... आधीच माझं डोकं दुखतंय त्यात तुझी..."

"हो... माझी कटकटच वाटणार तुला... जाब विचारते ना तुला. तुझे पिताश्री धावतायत पैशामागं...बाकी काही का घडेना... वयात आलेल्या पोरीला दिलंय वाऱ्यावर सोडून!"

"मीच जाते बाहेर... बस बडबड करीत." असं म्हणत साक्षी बेडवरून उठू लागली. आई चट्कन तिच्या जवळ आली. तिच्या जवळ बसत म्हणाली, "नको... पड तू... कर आराम." आईचा आवाज किंचित गहिवरला होता. साक्षीला ते जाणवलं. क्षणभरानं आईनं साक्षीच्या कपाळावर हात ठेवला व म्हणाली, "माझी बडबड तुला नको असते हे कळतं गं मला पण काय करू? आई आहे ना मी... तरण्याताठ्या मुलीची आई!"

आईचा स्वर खूपच सौम्य होता. साक्षी आईच्या हाताचा स्पर्श खूप दिवसांनंतर अनुभवत होती. आईच्या स्पर्शात उबदारपणा होता. साक्षीचं डोकं आणि मन त्या स्पर्शानं एकदम शांत झालं.

"तुला वाटतं ते खरंय गं," आई शांतपणे म्हणाली. "...आहे मी जुन्या विचारांची! तू आणि तुझे पपा मॉडर्न झालात पण... मला भीती वाटते गं तुझ्या मॉडर्न बनण्याची. रोज बातम्या वाचते, टीव्हीवर पाहते... स्त्रियांवरच्या अत्याचाराच्या बातम्या पाहून काळीज धडधडतं... सतत तू डोळ्यांसमोर येतेस. त्यात तू दिसायला इतकी सुंदर आहेस की..." आई एकदम गप्प बसली. साक्षीला आईची कणव आली. आईचा हात थोपटत ती म्हणाली, "आई... मी कॉलेजात जाते, जंगलात नाही!"

"तेच म्हणतेय ना मी... जंगलात हिंस्र प्राणी निदान जीव घेऊन मोकळं करतात पण आपल्या समाजात स्त्रीची अब्रू लुटून तिला जन्मभर कलंकितपणाचा शाप भोगायला लावतात."

"मग काय करू... कॉलेज बंद करू?" साक्षीनं गमतीनं विचारलं.

"कर... आईची टिंगल कर..." "नाही गं... टिंगल नाही... पण सांग ना तूच."

हे बघ साक्षी, तुझ्या त्या मैत्रिणी आपल्याकडं दोन-तीन वेळाच आल्या...'

"कोण... शिरीन, अल्पा, विनी... त्याचं काय?"

"रागाऊ नकोस पण मला त्या आवडल्या नाहीत." "कमॉन आई... अगं त्या..."

"असतील ना मोठ्या घरातल्या पण मला त्या फार उथळ वाटल्या.'

"आई... प्लीज तू..."

"तुला माझं मत पटणार नाही पण तरीही सांगते. त्यांची फार संगत धरू नकोस... त्यांचं राहणं-वागणं-बोलणं..."

"अगं त्या अल्ट्रा मॉडर्न आहेत."

"आखूड आणि तंग कपडे घालणं म्हणजे अल्ट्रा मॉडर्न का?... साक्षी, पुरुषांची नजर तर गिधाडासारखी भिरभिरत असतेच गं... त्यांना स्त्रीचा देह जेवढा उघडा दिसेल तेवढं हवंच असतं, पण स्त्रीनंच..."

"आई अगं... बाबा आदमच्या काळातले विचार..."

"हो वाटतीलच तुला हे विचार जुनाट पण... त्यात तथ्य आहे पोरी. एकच सांगते... ती लज्जत लपविण्यामधे आहे ती उघडं करण्यामधे नाही."

आई क्षणभरानं म्हणाली, "जाऊ दे... काळजी वाटते म्हणून बोलले आणि आज तू शांतपणे ऐकून घेतलंस. बरं वाटलं मला. पड तू, आराम कर."

~

"हाय ब्यूटी स्पॉट..." मनीष साक्षीला म्हणाला. साक्षी कॉलेजच्या कॉरिडॉरमधे पोहोचली होती.

'हाय मनी' तिनं त्याला विश केलं. तेवढ्यात विनी लांबूनच ओरडली, 'हाय ब्यूटी स्पॉट'.

"हे... हाय..." साक्षी म्हणाली. तिघंही त्यांच्या क्लासरूमकडं निघाले. अल्पा समोरून आली. तिनं साक्षीला विश केलं... 'हाय ब्यूटी स्पॉट...'

'हाय अल्पा... वेट, वेट... तुम्ही मला आज ब्यूटी स्पॉट का म्हणत आहात?'

तिघंही एकमेकांकडं पाहत हसले. 'ए गाईज् कमॉन' साक्षी म्हणाली, 'सीक्रेट अबाऊट मी?' तिघंही पुन्हा हसले.

तेवढ्यात प्राध्यापक वर्गात आले. लेक्चर सुरू झालं, पण साक्षी काहीशी बेचैन झाली होती. तिला पुन्हा पुन्हा शिरीन बरोबर घालवलेली कालची दुपार आठवत होती. जे घडलं ते चांगलं की वाईट हे तिला उमजलं नव्हतं, पण शिरीननं तिला जो अनुभव दिला तो तिला रोमांचकारी वाटला होता. तिच्या शरीराचा कणन्‌कण त्या काळात फुलून आला होता. असा अंतर्बाह्य थरारून टाकणारा अनुभव तिनं त्यापूर्वी कधीच घेतला नव्हता. नाही म्हणायला महिन्यातील 'ते' चार-पाच दिवस तिला अस्वस्थ करीत. कुणीतरी आपला देह मिठीत घ्यावा... अंगप्रत्यंगाला हळुवार स्पर्श करून मोहरून टाकावं अशा विचारांनी तिची झोप चाळवली जायची. ती आपल्या छातीशी गुबगुबीत उशी गच्च धरायची.

त्या काळात तिला नकोशी वाटणारी स्वप्नं दिसत. विनीनं एकदा तिच्या मोबाइलवर साक्षीला एक सेक्स-व्हिडीओ क्लिप दाखविली होती. तिला ती अजिबात आवडली नव्हती, पण ती दृश्यं तिच्या अंतर्मनात ठसली होती.

आणि तसंच काहीसं काल तिनं अनुभवलं होतं. स्पर्शसुख! स्पर्शात काहीतरी मॅजिक असतं बहुधा... काल दुपारचा शिरीनचा स्पर्श शृंगारभावना चेतविणारा होता, पण संध्याकाळी आईच्या हाताचा स्पर्श... केवढा प्रेमळ होता! प्रत्येक स्पर्शामागं वेगळी भावना जाणवते. मघाशी मनीषनं शेकहॅन्ड केला त्या स्पर्शात... आणि त्याचे शब्द हाय ब्यूटी स्पॉट!

साक्षीचे विचार थबकले. मला आज तिघंही ब्यूटी स्पॉट म्हणाले... का?

लेक्चर संपल्याची बेल वाजली. अल्पा आणि मनीष एकदमच म्हणाले, 'नेक्स्ट लेक्चर इज इन द कॅन्टीन... इट इज कंपलसरी' विनीनं हसत हसत साक्षीला उठवलं. 'लेट्स मूव्ह ब्यूटी स्पॉट!' 'विनी... मला आधी सांग. मला तुम्ही ब्यूटी स्पॉट का म्हणताय?'

'जस्ट किडिंग यार' विनी म्हणाली. 'नो... आय डोन्ट बिलीव्ह... मला सांग नाहीतर मी कॅन्टीनला येणार नाही.'

'ए साक्षी... कमॉन' अल्पा जवळ येत म्हणाली. विनीनं अल्पाला साक्षीचा हट्ट सांगितला तेव्हा अल्पा म्हणाली, 'ओके, ओके... कॅन्टीनला चल... तिथं सांगते'. 'प्रॉमिस?' 'येस डिअर... गॉड्स प्रॉमिस... चल लवकर.'

चौघंही वर्गाबाहेर पडले.

~

साक्षीची नजर गोठल्यागत झाली. मनीषनं त्याचा मोबाइल तिच्या समोर धरला होता. स्क्रीनवर साक्षीचा अर्धनग्न फोटो होता. शिरीननं स्वतःचा काढला होता तसाच, पण शिरीनच्या तुलनेत साक्षीचं अंगप्रत्यंग जास्त एक्स्पोझ झालेलं होतं आणि...

तिथंच होता काळा तीळ! 'हाच ब्यूटी स्पॉट'चा अर्थ तिला समजला होता, पण पचनी पडत नव्हता. शिरीनच्या आग्रहाला बळी पडून ती फोटो काढून घ्यायला तयार झाली होती हे तिला आठवत होतं. फोटो शूट करताना एक्स्पर्ट फोटोग्राफरनं वेगवेगळ्या पोझेस घ्यायला सांगावं तसं शिरीननं तिला पोझेस घ्यायला लावल्या होत्या, इथपर्यंत तिला अंधूकसं आठवत होतं, पण नंतरचं तिला स्पष्टपणे काहीच आठवत नव्हतं.

शिरीनसोबत बेडवर स्पर्शसुखाचा अनुभव घेताना तिनं बिअरसुद्धा घेतली होती. त्या क्षणी बिअरची कडवट चव तिला अजिबात जाणवली नव्हती.

'दौलते हुस्न पे दरबान बिठा रक्खा है' मनीष गमतीनं म्हणाला. तशी साक्षी

संतापली. 'शटाऽप यू बास्टर्ड' ती दबक्या आवाजात संतापानं म्हणाली. आंतरिक क्षोभ झाल्यामुळं तिचे डोळे पाणावले होते.

'कमॉन... बी कूल यार' मनीष म्हणाला.

'ए सॅक... डोन्ट बी पॅनिक यार,' अल्पा म्हणाली.

'हाऊ शी डेअर...' साक्षी रागानं म्हणाली.

'...विदाऊट माय कन्सेंट हाऊ शी...' संतापानं तिला पुढं बोलता येईना. विनीनं तिचा हात हातात घेतला. काही क्षण थोपटला व म्हणाली, 'छोड दे यार... डिलिट कर देंगे हम.'

'हलकट... नालायक...' साक्षीचा राग ओसरत नव्हता... 'स्वत:च्या फोटोत चेहरा लपवला आणि माझा मात्र...'

'डोन्ट वरी' मनीष म्हणाला, 'ये देख... मैं तेरा फोटो डिलिट कर रहा हूँ... हे बघ.. बघ ना... हे बघ केला डिलिट!'

'गो टू हेल...' असं म्हणत साक्षी उठली आणि निघाली. त्याचक्षणी शिरीन तिथं पोहोचली.

'हाय गाईज्... गुड मॉर्निंग' असं म्हणत ती जवळ आली. साक्षीकडं नजर वळवीत म्हणाली, 'हाय डिअर... ब्यूटी स्पॉट'

काही कळायच्या आत साक्षीनं शिरीनच्या मुस्काडीत मारली. तिनं संतापाच्या भरात इतक्या जोरात थप्पड मारली होती की शिरीन धडपडत खाली पडली. कॅन्टीनमध्ये असलेले सर्वजण त्यांच्याकडं बघू लागले. अल्पा, विनी आणि मनीष जागचे उठेपर्यंत साक्षीनं खाली पडलेल्या शिरीनला लाथ मारली...

'यू डर्टी बिच्...' असं म्हणत त्वेषानं तिच्यावर थुंकली आणि तरातरा निघून गेली. अल्पा आणि विनीनं शिरीनला हात धरून उठविलं. कॅन्टीनमधील सर्वजण शिरीनकडं पाहत होते. शिरीनचा गोरापान चेहरा झाल्या प्रकारानं काळवंडल्यागत झाला होता. अनपेक्षित हल्ल्यानं ती भांबावली तर होतीच, पण अपमानानं तिचे डोळे लालसर होत पाणावले होते.

~

आईपासून स्वत:ची मन:स्थिती लपविणं साक्षीला खूपच अवघड जात होतं. वेळ मारून नेण्यासाठी तिनं आईला तब्येत खराब असल्याचं सांगितलं, पण घरी बसूनही तिला बोअर झालं होतं. शिरीनला मारल्यानंतर ती चार दिवस कॉलेजला गेली नव्हती, पण ग्रुपमध्ये काय झालं असेल हे जाणून घेण्याची तिला उत्सुकता वाटत होती. कॅन्टीनमधून तणतणत बाहेर पडल्या पडल्या तिनं स्वत:चा मोबाइल स्विच ऑफ केला होता तो अजूनही ऑन केला नव्हता. जसजसा तिचा राग ओसरत गेला तसतसं तिचं मन भिरभिरायला लागलं. शिरीनला मारलं... योग्य

केलं की चूक? योग्यच केलं... तिनं माझा 'तसला' फोटो माझ्या संमतीविना व्हायरल का केला? एक वेळ फक्त विनी आणि अल्पाला दाखवला तरी चाललं असतं पण मनीषला? पण... शिरीन गप्प बसेल का? ...मी तिला मारायला नको होतं... मारलं तेसुद्धा... पब्लिक प्लेसमध्ये! शिट्!

उलटसुलट विचारांनी तिचा मेंदू शिणला. घरात बसलो तर मन अधिकच बेचैन होईल म्हणून तिनं ठरवलं.. उद्या कॉलेजला जायचं!

~

टीव्ही चॅनेलवर निवेदिका बातम्या देत होती- शहरातील एका नामांकित कॉलेजमध्ये शिकणाऱ्या साक्षी गादिया नावाच्या तरुणीनं कॉलेजच्या टेरेसवरून उडी मारून आत्महत्या केली. सोशल मीडियामध्ये झालेली बदनामी हे आत्महत्येमागील कारण आहे असे बोलले जात आहे. सदर तरुणीचे अश्लील छायाचित्र तिच्या मित्र-मैत्रिणींनी व्हायरल केल्याचा संशय असून पोलिसांनी साक्षीच्या काही मित्र-मैत्रिणींना चौकशीसाठी ताब्यात घेतले आहे. यासंदर्भात आमच्या प्रतिनिधीने नामांकित मानसशास्त्रज्ञ डॉ. विद्याधर बापट यांच्याशी संपर्क साधला. डॉ. बापट म्हणाले की आजकाल सोशल मीडियाचा बेजबाबदार वापर वाढल्याचे दिसते. वैयक्तिक गोष्टी जाहीर करण्याची चढाओढ लागली आहे. अशा परिस्थितीला तरुण पिढी लवकर बळी पडते. आपल्याला अधिकाधिक एक्स्पोजर मिळावं असं तरुण मुलामुलींना वाटत असतं. अत्याधुनिक राहणीमानाच्या अतिरेकातून मुलं-मुली स्वत:चे नको तसे फोटो काढतात, ते व्हायरल होतात आणि मग साक्षीसारख्या तरुणी मानसिक ताण असह्य झाल्यामुळं आत्मघात करून घेतात. दुर्दैवानं अशा घटनांना पालकांसह आपण सर्वजण जबाबदार आहोत.

साक्षीची आई, अश्रू संपून गेलेल्या डोळ्यांनी, टीव्हीसमोर बसली होती. तिच्या दगडी नजरेसमोर साक्षीचा गोंडस चेहरा गोठून राहिला होता.

(सूचना : सदर कथा पूर्णपणे काल्पनिक असून कोणत्याही जिवंत वा मृत व्यक्तीशी संबंधित नाही. तसा संबंध आढळल्यास तो निव्वळ योगायोग समजावा.)

◆

पुरुष उवाच, दिवाळी २०१८